I0735434

Biệt ly từ [illegible] giang san đứng
[illegible] con mắt vẫn anh hùng
Ngàn năm non nước
người Bình Định
Trăng Mây một cõi
bụi mờ tung
— Nguyễn Văn [illegible]

Truyện Chàng Lía
tức
Văn Doan Diễn Ca

Nguyễn Văn Sâm (1940 -)
Xuất bản lần thứ hai: 2021, California, USA
ISBN: 9781990434204

In tại Hoa Kỳ

VIỆN VIỆT-HỌC
CƠ SỞ XUẤT BẢN VIỆN VIỆT-HỌC

15355 Brookhurst St., Suite 222
Westminster, CA 92683, USA

P.O. Box 11900
Westminster, CA 92683, USA

Tel: 714-775-2050
Website: http://www.viethoc.com
E-mail: ivsstaff@yahoo.com

Tặng những anh hùng Bình Định và tất cả anh hùng trên đất nước đau thương của chúng ta.

Những tác phẩm đã in thành sách
của Nguyễn Văn Sâm

Biên khảo:

1. *Văn chương Tranh Đấu Miền Nam*, Kỷ Nguyên, SG, 1969

2. *Văn Học Nam Hà*, Lửa Thiêng, SG, 1971

3. *Văn Chương Nam Bộ*, Lửa Thiêng, SG, 1972

4. *Trương Ngáo* hay Người Đi Đòi Nợ Phật, Viện Việt - Học, CA, 2008

5. *Tội Vợ Vợ Chịu*, Viện Việt-Học, CA, 2010

Sáng tác, tập truyện.

6. *Miền Thượng Uyển Xưa*, Bách Việt, CA, 1981, in chung với Đặng Phùng Quân.

7. *Câu Hò Vân Tiên*, Gió Việt, TX, 1984

8. *Ngày Tháng Bồng Bềnh*, Gió Việt, TX, 1987

9. *Khói Sóng Trên Sông*, Văn, CA, 2000

10. *Quê Hương Vụn Vỡ*, Viện Việt-Học, CA, 2011

Những tác phẩm ở dạng điện tử xin xem: namkyluctinh.org

Sách "Thơ Tuồng Chàng Lía"
của GS Nguyễn Văn Sâm

PHAN TẤN HẢI

(Bài nói chuyện trong buổi ra mắt 2 tác phẩm "Người Hùng Bình Định: Nổi Loạn Truông Mây" và "Quê Hương Vụn Vỡ" của GS Nguyễn Văn Sâm hôm Chủ Nhật 20-5-2012 tại Viện Việt Học.)

Trước tiên, xin tự giới thiệu, tôi là một sinh viên cũ của Giáo Sư Nguyễn Văn Sâm thời Đại Học Văn Khoa Sài Gòn trước 1975. Và kính thưa thầy Sâm, em cảm ơn thầy đã có nhã ý mời em giới thiệu một tác phẩm thầy vừa xuất bản bởi Viện Việt Học.

***

"Tặng những anh hùng Bình Định và tất cả anh hùng trên đất nước đau thương của chúng ta."

Đó là những dòng chữ trân trọng đề tặng của Giáo Sư Nguyễn Văn Sâm nơi trang đầu trong tác phẩm mới của ông nhan đề "Người Hùng Bình Định: Nổi Loạn Truông Mây," một thơ tuồng còn được quen gọi theo cách dân gian là "Truyện Chàng Lía," hay gọi theo cổ bản là "Văn Doan Diễn Ca."

Sách này do Giáo Sư sưu tầm và giới thiệu lần đầu tiên. Đây cũng là một kiệt tác Nôm Miền Trung thế kỷ 18, theo nhận định của Giáo Sư. Tác phẩm mà quý vị đang có trên tay là do GS Nguyễn Văn Sâm giới thiệu, phiên âm; được học giả Nguyễn Hiền Tâm đính chánh, viết Bạt; và phần chính là từ bản Nôm cung cấp bởi học giả Trương Ngọc Tường.

Người Miền Trung, đặc biệt là người Bình Định, hầu hết đã quen thuộc với những dòng ca dao như:

Ai vào Bình Định mà nghe,
Nghe thơ chàng Lía, vè về Quảng Nam.
*
Chiều chiều én liệng Truông Mây,
Cảm thương chú Lía bị vây trong thành.
*
Câu hỏi trước tiên là có thật có nhân vật tên là Chàng Lía hay không? Có thật có một cuộc khởi nghĩa của Chàng Lía hay không?

Một điều được biết chắc chắn rằng, không có chính sử nào ghi về Chàng Lía và về cuộc nổi loạn của Chàng Lía. Nhưng một điều cũng được biết chắc chắn rằng, có một thơ tuồng ghi lại cuộc đời Chàng Lía lưu truyền ở Bình Định và ở nhiều nơi tại Miền Trung Việt Nam. Và nền văn học dân gian đặc biệt này đã có gần 1,350 câu được soạn ra để kể về cuộc đời Chàng Lía.

Bản văn Truyện Chàng Lía, hay Văn Doan Diễn Ca thực sự không thuần túy văn học, theo nghĩa chúng ta thường nghĩ về Truyện Kiều hay Chinh Phụ Ngâm Khúc. Trong khi Truyện Kiều của Nguyễn Du và Chinh Phụ Ngâm của Đặng Trần Côn được biết chính xác tên tác giả, thì Truyện Chàng Lía không thể biết tác giả là ai. Trong khi Truyện Kiều và Chinh Phụ Ngâm được sáng tác cho nền văn hóa đọc, thì Truyện Chàng Lía được soạn ra để phục vụ cho nền văn hóa sân khấu.

Ngày hôm nay, chúng ta không biết chính xác ai là tác giả những dòng thơ Nôm này, thể văn mà Giáo Sư Nguyễn Văn Sâm gọi là thơ tuồng, trong đó người hát thơ qua nhiều đời đã pha lẫn vào các thể văn cho thích hợp với trình diễn sân khấu, như các hình thức: nói, hát nam, hát khách, than thở... của hát bội.

Tuy nhiên, trong nhiều thế hệ, thơ tuồng Chàng Lía đã nuôi sống một số nghệ sĩ trình diễn. GS Vũ Ngọc Liễn trong Tạp chí Văn hiến Việt Nam, được Báo Bình Định trích ngày 6/6/2003, qua bài "Chiều chiều én liệng Truông Mây..." có đoạn viết về nghệ thuật sân khấu này, trích:

"Trước cách mạng tháng Tám ở quê tôi có ông Trùm Vạn chuyên sống về nghề nói Vè chàng Lía. Mấy chục năm hành nghề luôn no đủ, vì người nghe không chán, nghệ thuật kể chuyện của ông Vạn hấp dẫn không kém diễn viên sân khấu chuyên nghiệp, âm thanh trầm bổng, tình cảm diễn biến, điệu bộ sinh động, một mình cùng lúc đóng mấy vai. Ông Vạn chết, nghệ thuật kể "Vè chàng Lía" cũng chết theo..."

Nghĩa là, trong gần một thế kỷ rưỡi, nghề hát thơ tuồng Chàng Lía đã giúp một số nghệ sĩ sân khấu sống no đủ. Đây là một điểm hết sức đặc biệt. Vì nếu không gợi được cảm xúc trong lòng khán giả, thơ tuồng Chàng Lía chắc chắn không thể được trình diễn từ làng này sang làng kia, từ năm này sang năm kia... trong một thế kỷ rưỡi như thế.

Thể loại thơ tuồng này được Giáo Sư Nguyễn Văn Sâm giải thích nơi trang 16, 17 ở cuốn "Người Hùng Bình Định: Nổi Loạn Truông Mây", trích:

"... trong vùng đất mới của miền Nam khoảng cuối thế kỷ 19 đầu thế kỷ 20, sinh hoạt đọc thơ có tính cách trình diễn đại chúng do một người đọc trôi chảy chữ nôm hay quốc ngữ, vừa đọc vừa thay đổi giọng điệu để phù hợp với mỗi cách nói và từng vai trò của nhân vật. Thính chúng trở thành khán giả... (...) Vì điều kiện cung cầu, người nói thơ thường được sự nể vì, chiều đãi của xóm giềng làng nước. Anh ta tượng trưng cho một gánh hát thu nhỏ đến tận cùng; đào, kép, bầu, hề, nhưng, kẻ kể truyện... đều dồn vào một người."

Nhưng tại sao bản thơ tuồng dài gần 1,350 câu thơ lại không thấy ghi tên tác giả, trong khi bản văn được sự ưa chuộng của dân chúng làng xóm Bình Định tới mức trở thành nghệ thuật sân khấu như thế?

Không thấy lý do chính xác nào được các học giả đưa ra. Một lý do để tin rằng bản văn ca ngợi Chàng Lía, chắc chắn là không được các triều đình ưa thích, vì Chàng Lía là một người nổi loạn, một người dấy quân khởi nghĩa để chống các quan triều đình. Và đặc biệt, thời điểm cuộc nổi loạn của Chàng Lía còn được xem như tiên báo để nhiều năm về sau sẽ xuất hiện cuộc khởi nghĩa Tây Sơn, khi ba anh em Quang Trung Nguyễn Huệ xuất hiện.

May mắn, cuộc khởi nghĩa Tây Sơn đã thành công, đã thống nhất đất nước, và đã giành một chính nghĩa cực kỳ to lớn là đánh thắng quân Xiêm La ở phía Nam và đánh cho tan tác quân Nhà Thanh ở phía Bắc.

Chính sử không phủ nhận được anh em nhà Tây Sơn. Nhưng chính sử không ghi chép về Chàng Lía, chỉ vì Chàng Lía là người dấy loạn, đã thua trận, và đã tự sát ở một góc rừng núi Bình Định. Các đời triều đình về sau đều không muốn khuyến khích dân nổi loạn, nên có thể hiểu rằng bản thơ tuồng đã không ghi được tên tác giả, dù là được hát qua các xóm làng Bình Định.

Một chi tiết để thấy nữa: trong khi nhiều học giả xem Chàng Lía là nghi án huyền thoại, không biết có thực nhân vật nào như thế hay không, thì nhà văn Quách Tấn trong cuốn Nước Non Bình Định đã giành nhiều trang để viết về Chàng Lía, và viết như một nhân vật có thực trong lịch sử, không một dòng ngờ vực nào hết. Vì nhà văn Quách Tấn, cũng như hầu hết dân Bình Định, đều tin thật có một Chàng Lía như thế.

Báo Bình Định trong tháng 6/2005 đã trích từ Nước Non Bình Định, đăng thành loạt 3 kỳ bài viết của Quách Tấn nhan đề "Truông Mây và Chàng Lía" -- trong đó, nhà văn họ Quách trân trọng viết, trích:

"...Chàng Lía, hay Chú Lía, là ai?
Là một hiệp sĩ áo vải, sống vào thời chúa Nguyễn (không biết chắc chắn thời Chúa nào). Cha là người huyện Phù Ly, ở gần "miền Bích Khê". Mẹ là người Phú Lạc, huyện Tuy Viễn. Lía mồ côi cha. Mẹ đem về nuôi ở quê ngoại. Lớn lên cho ở chăn trâu cho một phú hộ trong miền. Lía rất thương mẹ. Đến ở nhà người, nhưng tối nhất định trở về với mẹ..."

Toàn bộ bài dài 3 kỳ của Quách Tấn không hề nêu nghi vấn nào về Chàng Lía có mặt trên đời này hay không. Và từng dòng chữ của họ Quách đều như xác minh rằng, đúng là có Chàng Lía hiệp sĩ áo vải trong lịch sử như thế.

Tuy nhiên, Tự Điển Bách Khoa Mở Wikipedia viết:

"Mặc dù thông tin cụ thể chưa xác định được, song có giả thiết cho rằng chàng Lía vốn tên thật là Võ Văn Doan, quê nội huyện Phù Ly (huyện Phù Mỹ, tỉnh Bình Định ngày nay), quê ngoại làng Phú Lạc, tổng Thời Hòa, huyện Tuy Viễn (huyện Tây Sơn tỉnh Bình Định ngày nay). Lía xuất thân trong 1 gia đình nghèo khổ. Là người có khí khái, giỏi võ nghệ, Lía tập hợp dân nghèo nổi dậy, chọn Truông Mây (Hoài Ân, Bình Định) làm căn cứ, lấy của người giàu chia cho người nghèo. Khi khởi nghĩa chàng Lía bị dập tắt, nhưng hình ảnh chàng Lía còn mãi trong lòng người dân miền Trung."

Hiện thời, các di tích liên hệ tới Chàng Lía đều tiêu điều hoang phế. Báo Bình Định trong số ngày 22/9/2005, qua bài viết của Lê Viết Thọ, nhan đề "Truông Mây: một di tích bị lãng quên" đã ghi nhận:

"Chỉ cách thị trấn Tăng Bạt Hổ (Hoài Ân) hơn 2 km, nhưng Truông Mây, di tích lịch sử gắn với chàng Lía, người anh hùng nông dân của Bình Định, lại bị lãng quên. Thắp một nén hương bên mộ chàng Lía mà trong lòng không khỏi đau xót...
Phải len sau những vườn cây, leo lên sườn núi Một, anh Hà chỉ cho tôi một mảnh đất ken đặc cây cối, lọt thỏm giữa vườn điều: mộ chàng Lía. Phải vạch lá mới thấy chút dấu tích còn lại: một đoạn tường đá ong, dài độ 1m. Đi ra phía sau, thấy thêm một lớp 5, 6 hòn đá ong vuông vức khác. Và cũng chỉ còn bấy nhiêu. "Trước đây, tôi có nghe các cụ già nói là ngôi mộ còn khá nguyên vẹn, chỉ mất tấm bia do bị bọn đào trộm vàng phá hủy"- anh Hà nói. Điều khá đặc biệt là mộ tuy nhỏ, nhưng căn cứ vào dấu tích vòng ngoài thì khu mộ lại khá rộng."

Về Mộ Chàng Lía, Bài viết cũng ghi nhận rằng Trung tâm Văn hóa - Thể thao Huyện Hoài Ân của Bình Định, vào những năm cuối thập niên 1990s *"đã đặt vấn đề khảo sát, xác định vị trí để dự định lập hồ sơ đề nghị công nhận di tích. Nhưng sau đó, lại bị bỏ lửng, không còn ai quan tâm đến, không hiểu vì sao".*

Điểm chú ý là: ngôi mộ thì nhỏ, nhưng khu mộ lại khá rộng. Có nghĩa là, nơi người dân Bình Định tin là mộ Chàng Lía, thực ra phải là một lăng mộ, vì chỉ có lăng mới có khu mộ rộng lớn.

Có di tích như thế, tại sao không được ghi vào chính sử? Thực ra, dễ hiểu, không triều đình phong kiến nào, dù triều đình Huế năm xưa hay triều đình Hà Nội bây giờ, ưa thích chuyện vinh danh người nổi loạn, dù có là một hiệp sĩ áo vải. Đặc biệt nữa, Chàng Lía tuy là một hiệp sĩ, nhưng khi nghệ sĩ hát tuồng lưu diễn từ làng này qua xã nọ, tất phải nói lên ý nghĩa làm sao để các quan trong xã cho phép: do vậy, Chàng Lía phải có những tật xấu vụn vặt, thí dụ như ăn trộm ăn cắp, tính tình hung hăng, và rồi háo sắc để trúng mỹ nhân kế. Nhưng ngay cả cái chết của chàng cũng mang tính nhân bản, luôn luôn nghĩ tới người khác: Chàng Lía bị vây, nên tự cắt đầu, và dặn người tiều phu là bác hãy mang đầu này ra trình quan triều đình để lãnh thưởng.

Và hôm nay, cuốn sách "Người Hùng Bình Định Nổi Loạn Truông Mây" do GS Nguyễn Văn Sâm sưu tầm và giới thiệu đã lần đầu tiên đưa một văn bản thơ tuồng, từ nền văn học sân khấu của dân gian trở về dạng văn bản đọc, thích nghi với ngôn ngữ có thể hiểu được cho người thời nay.

Không có gì tuyệt vời hơn là khi tìm hiểu về một hiệp sĩ áo vải (nói theo Quách Tấn) đã bị nhiều triều đình qua 3 thế kỷ xóa tên ra khỏi chính sử... thậm chí, tới như đời nay, Mộ Chàng Lía ở Truông Mây cũng còn bị bỏ quên.

Nhưng có một tượng đài vô hình của Chàng Lía vẫn còn được lưu giữ trong lòng người. Thời xưa thì, hình ảnh Chàng Lía được giữ qua thơ tuồng hát nói, lưu diễn qua các sân khấu làng xóm. Và bây giờ, hình ảnh Chàng Lía lưu giữ qua nền *văn hóa đọc*, qua cuốn sách mà Giáo Sư Nguyễn Văn Sâm đã sưu tầm, giới thiệu và bổ chính một cách tuyệt vời.

Tác phẩm mà Viện Việt Học ra mắt hôm này hiển nhiên là rất mực cần thiết đối với những người nghiên cứu văn học Việt Nam.

Trân trọng cảm ơn GS Nguyễn Văn Sâm, Viện Việt Học, và tất cả khán giả.

Phan Tấn Hải

Chiều chiều én liệng Truông Mây,

Cảm thương chú Lía bị vây giữa rừng.

(Ca dao)

MỤC LỤC

1. Giới thiệu tổng quan...13

2. Văn Doan Diễn Ca phần 1 – phiên âm..............43

3. Văn Doan Diễn Ca phần 2 – phiên âm...........162

4. Chú giải 275

5. Văn Doan Diễn Ca bản Nôm đánh lại.............371

6. Lời bạt 481

Người Hùng Bình Định
Nổi Loạn Truông Mây

tức

Văn Doan Diễn Ca
文緣演歌

(Truyện Chàng Lía 嗦撞俚)

Phụng Du Lý 鳳油里
Minh Chương Thị đính chánh 明章氏訂正
Quảng Thạnh Nam phát thụ 廣盛南發售
Việt Đông, Phật Trấn 粤東佛鎮
Phước Lộc đại nhai 福祿大街
Bửu Hoa Các tàng bản 寶華閣藏板

Giới thiệu lần đầu tiên thơ-tuồng

Văn Doan Diễn Ca

文緣演歌

Nguyễn Văn Sâm giới thiệu, phiên âm
Nguyễn Hiền Tâm đính chánh, viết Bạt
Trương Ngọc Tường cung cấp bản Nôm

California, 2012

Vào đề:

1. Thơ-tuồng, một thể loại văn chương đặc biệt của Miền Nam, nay đã mất.

Hai thập niên cuối thế kỷ trước và hai thập niên đầu thế kỷ nầy[1], trong Nam kỳ lục tỉnh, vùng đất đang có những thay đổi lớn lao về hành chánh, giáo dục, các nhà văn lục châu thường sửa đổi những tác phẩm cổ — được sáng tác bằng chữ Nôm, đã được khắc ván phổ biến rộng rãi hay được viết tay vài ba bản lưu truyền giữa những người yêu thích văn chương — rồi in lại bằng chữ quốc ngữ để phục vụ nhu cầu rất cấp thiết của sách vở trong giai đoạn lớn mạnh của chữ viết mới trong vùng đất mới. Nhóm từ *soạn lại bổn cũ*, hay *bổn cũ soạn lại* phát xuất từ đây. Ngày nay ý nghĩa đó đã thay đổi, hàm ý diễu cợt về sự lập lại chuyện cũ, không có gì mới, nhưng thật ra thời đó những chữ nầy mang nghĩa rất tích cực. Trước hết, phần nhiều các bổn cũ đang nằm trong tủ sách xưa ít người biết đến vì hoặc vì số lượng ấn bản quá ít, hoặc được viết bằng một thứ chữ ít người thông thạo, dễ đọc lầm, khiến vừa mất ý hay vừa sai nghĩa chánh. Người soạn lại bổn cũ, vừa làm công việc *phiên âm* (hay dịch thẳng từ bản Hán văn) vừa làm việc *chải chuốt, trau tria,* sửa cho thành vần điệu xuôi câu cú. Nếu cần thêm thắt một vài câu để cho rõ ý, người sửa lại bổn cũ không nề hà gì mà không hạ bút với lòng tin tưởng rằng việc làm của mình là chính đáng.

Sửa lại hay thêm thắt trên một bản văn lúc bấy giờ là công việc bình thường của những người có lòng yêu mến các vốn cổ của dân tộc. Đối với họ, công việc nầy bất quá như một người đứng trước cảnh trí của một khu vườn đã thành khoảnh, thấy rằng cần phải thêm, bớt cây kia cây nọ ở chỗ nầy chỗ khác hay cần phải tỉa xén bớt cành hoặc vun dưỡng gốc của những cây gần cây xa. Sự việc nầy không mảy may mang sắc thái chiếm đoạt công trình của người làm công trình của mình mà chỉ nhằm đem đến cho đời thêm một chút vui đẹp bằng công lao mà mình có thể đóng góp được.

Trong quá khứ, tác phẩm Việt bị sửa chữa, thêm thắt như vậy quá nhiều. Đối với từng tác phẩm, chúng ta chưa có điều kiện để biết sự sửa đổi, thêm thắt là bao nhiêu. Các công trình của học giả đi tìm bản gốc Đoạn Trường Tân Thanh, Lục Vân Tiên, Song Tinh Bất Dạ, Chinh Phụ Ngâm... đáng ca tụng nhưng phải còn thật nhiều thời gian nữa mới hi vọng tiếp cận được phần nào chân trạng nguyên tác. Vì vậy để cho dễ dàng việc nghiên cứu về giá trị những nhà văn và tác phẩm dính dáng đến chuyện *bổn cũ soạn lại,* chúng tôi đề nghị tạm coi công lao về nội dung và hình thức của tác phẩm ở trong tình trạng *bổn cũ soạn lại* thuộc về người sửa lại bổn cũ nếu tác giả không thể nào còn có thể truy cứu được. Chỉ có giai đoạn cuối thế kỷ 19 đầu thế kỷ 20 mới có sự miễn trừ nầy thôi, các thời khác không ở trong trường hợp nầy vì không đủ các yếu tố đặc biệt tương tự.

Tại sao sửa lại bổn cũ?

Nhu cầu cấp thiết của hoàn cảnh đất mới, chữ mới. Người di dân hay gốc di dân ở đây chưa đủ thời gian chuẩn bị cho một tinh thần sáng tác và lòng tự tin về cốt truyện do mình sáng tác. Tinh thần tồn cổ và phục cổ khiến nhà văn mang cảm thức tự ti để phần nào đưa đến thái độ tôn trọng và đề cao những gì do tiền nhân để lại. Dùng bổn cũ là tôn trọng tư tưởng của người xưa, sửa lại bổn cũ là hoàn chỉnh vốn liếng văn chương có sẵn theo những đòi hỏi của thời đại với những thay đổi về từ ngữ hay cụm từ không còn phù hợp. Vì vậy thay vì bỏ quên đi tác phẩm không ăn khách họ sửa lại đôi chút, nếu cần thì thêm thắt đôi chút. Các *truyện-thơ* — tác phẩm dài, kể một câu chuyện, viết bằng thơ, phần nhiều là lục bát — được phiên âm trong Nam thời nầy phần nhiều nằm trong tình trạng đó, bị/được sửa đổi nhiều ít, và không ai thắt mắt đây là việc làm trái nguyên tác, ăn cắp văn như quan điểm chúng ta có ngày hôm nay...

Công lao phổ biến truyện thơ nôm vào trong quảng đại quần chúng là nhờ những người nầy, công lao đẩy chữ quốc ngữ vào tình trạng không thể nghi ngờ thế giá cũng nhờ những người nầy. Đó là việc làm của Trương Vĩnh Ký, Huỳnh Tịnh Của, Đinh Thái Sơn *dit* Phát Toán, Huỳnh Kim Danh, Phụng Hoàng San, Trần Phong Sắc, Đặng Lễ Nghi, J. Viết.... và nhiều người nữa mà ít được biết tên như: Bồng Dinh, Thanh Phong, Đặng Thanh Kim, P. Phước, Đặng Thiên Kim, Nguyễn Ngọc Xuân.... Thế nhưng có một công lao ít người biết đến là việc sửa lại bổn cũ đã vô tình tạo thêm sự hoàn chỉnh cần thiết cho con đường hình thành của một thể loại văn chương mới vốn phôi thai vào hậu bán thế kỷ 19 trong Nam, đó là thể loại **thơ-tuồng**. Chúng tôi chưa thấy danh từ nào thật sự tiện lợi hơn nên xin tạm đưa ra từ nầy vì trong quá khứ nó không có tên hay đã được gọi bằng những tên rất mơ hồ của những thể loại tương tự với nó như **truyện, diễn ca, thơ**.

Thơ-tuồng là một hình thức tổng hợp của hai thể loại dùng cho một tác phẩm dài có nhiều tình tiết khi nền văn học của nước ta đã ở vào thời thật vững vàng. Sự nhàm chán của tình trạng đơn điệu trong việc đọc một *truyện thơ* *dài* đã được nhà văn thời nầy giải trừ bằng cách pha thêm các hình thức nói *(viết* 曰), hát nam *(văn* 挽), hát khách *(loạn* 亂), than thở *(thán* 嘆)... của *hát bội.* Tác phẩm được sửa lại giờ đây nhờ đó vừa có hình thức truyện thơ vừa mang những thành tố đặc biệt của tuồng hát bội với những thay đổi cách nói và thêm sự ra bộ nếu người nói thơ có khả năng làm những công việc nầy. Bởi vậy người nói thơ đồng thời tạo cho người nghe thơ những nhân tố để hình dung ra câu chuyện và thấy như mình đang xem trình diễn trên sân khấu với sự than thở, nói năng, xưng tên, hát hò, diễn tả nội tâm cũng như những điều suy nghĩ của nhân vật... Điều đặc biệt là trong vùng đất mới của miền Nam khoảng cuối thế kỷ 19 đầu thế kỷ 20, sinh hoạt đọc thơ có tính cách trình diễn đại chúng do một người đọc trôi chảy chữ nôm hay quốc ngữ vừa đọc vừa thay đổi giọng điệu để phù hợp với mỗi cách nói và từng vai trò của nhân vật. Thính chúng trở thành khán giả. Khoảng trống nhỏ vừa bằng chiếc chiếu ở nhà trên trở thành rạp hát di động, miễn phí. Cuộc họp mặt khi mặt trời vừa lặn không đơn thuần là nghỉ ngơi hay trốn tránh sự lẻ loi khó khăn của cuộc sống mà còn là một hình thức thưởng thức văn nghệ, văn nghệ nói thơ, ca hát và trình diễn, mặc dầu hai thứ sau nầy đang ở trong tình trạng thật là đơn giản và sơ khai. Người nói thơ vừa mua vui bà con chung quanh vừa mua vui cho chính mình bằng cách kiện toàn lần tài nghệ diễn tả ngôn ngữ sao cho đi gần với nghệ thuật trình diễn. Sinh hoạt *nói thơ* như vậy khác hẳn với sự *đọc thơ* có tính cách thưởng thức cá nhơn chìm sâu vào sự im lặng đọc thầm vốn là truyền thống thưởng thức thi ca từ lâu đời.

Vì điều kiện cung cầu, người nói thơ thường thường được sự nể vì, chiều đãi của xóm giềng làng nước. Anh ta tượng trưng cho một gánh hát thu nhỏ đến tận cùng; đào, kép, bầu, hề, nhưng, kẻ kể truyện.... đều dồn vào một người. Đó là sự biến thể để phù hợp hoàn cảnh sống lẻ loi xa cách của những lưu dân đến khai thác các vùng đất mới chinh phục được mà độ vài chục năm trước đó thôi chưa ai từng đặt chưn đến. Đó là sự thích ứng với hoàn cảnh xã hội và thể hiện vai trò phục vụ thực tế của văn chương.Hiện nay chúng ta chỉ mới tìm thấy lại được một vài tác phẩm viết theo thể loại **thơ-tuồng.** Không nhiều, nhưng cũng đủ nhận chân sự có mặt vững vàng của nó vào thời gian xuất hiện. Các quyển nầy có thứ in bằng chữ nôm, có thứ in bằng quốc ngữ, tất cả đều bắt đầu bằng mấy chục câu thơ, rồi những yếu tố của hát bội gặp lúc thuận tiện mới chen lẫn vào, thường bắt đầu bằng nói hay *nói lối* (tán). Trong các bản quốc ngữ, khi gặp câu *soạn lại bổn cũ có phụ thêm nam khách* ta hiểu ngay rằng người soạn lại đã viết thêm phần hát bội. Có khi chỉ thấy mấy chữ *bổn cũ soạn lại,* trong trường hợp nầy chúng ta không biết được người soạn lại chỉ sửa chữa câu cú vần điệu, thêm bớt cho rõ nghĩa rõ ý các câu thơ vì phần hát bội **đã có sẵn trong bản nôm,** hay ông đã viết thêm phần văn chương có tính cách trình diễn nầy.

Sau đây chúng tôi xin giới thiệu vài trường hợp **thơ tuồng.**

1. *Văn Doan Diễn Ca:* 文緣演歌.

Chúng ta có **hai** bản nôm và **hai** bản quốc ngữ.

Bản Nôm: Bộ thư mục đồ sộ về tài nguyên Hán Nôm rất đáng được hoan nghinh mới xuất bản gần đây ở quê nhà do sự hợp tác văn hóa Việt-Pháp là "Di Sản Hán Nôm Việt Nam, thư mục đề yếu" có ghi bản **thơ-tuồng** Văn Doan Diễn Hí 文緣演戲. Bản nầy viết tay, rất ngắn với rất nhiều sai lầm do sự chép lại tam sao thất bổn. Nó là phần đầu của bản mà chúng ta đang giới thiệu.

Xin ghi lại phần tóm lược theo *"Di Sản Hán Nôm Việt Nam"*.

"Vở **tuồng** *diễn sự tích Văn Duyên (Doan): Văn Duyên tên thật là Lía, người Qui Nhơn (Bình Định), mồ côi cha từ nhỏ, rất thương mẹ, hay bắt trộm gà, vịt mang về cho mẹ. Mẹ Lía không đồng tình, răn dạy con nhiều lần, đem Lía giao cho thầy học, nhưng Lía bỏ học. Sau, Lía cùng với Hồ và Nhẫn, vào rừng lập hội anh hùng hảo hớn, thường cướp của kẻ giàu chia cho người nghèo"*.

Bản Nôm thứ hai là bản khắc in ở Phật Trấn, Quảng Đông, không đề năm có tên là *Văn Doan Diễn Ca* 文緣演歌. Bản nầy chúng tôi nhận được từ nhà sưu tập Trương Ngọc Tường và bắt đầu phiên dịch gần đây. Đây là một bản thơ tuồng dài nhứt và hoàn chỉnh nhứt trong loại nầy. Xin cám ơn nhà sưu tập Trương Ngọc Tường với lòng thành thật biết ơn, không có sự giúp của ông không biết cho đến bao giờ chúng ta mới hiểu được rõ ràng về thơ tuồng nói chung và về chuyện chàng Lía nói riêng.

Bản quốc ngữ : Có hai bản in.

Bản đầu, *Văn Doan Diễn Ca*, in lần thứ nhứt năm 1896, ký tên người làm công việc viết theo bổn cũ, *sửa lại xuôi câu xuôi vần* là Nguyễn Hữu Thoại, sách dầy 100 trang, in tại Sàigòn, nhà in Rey, Curiol & Cie. Quyển nầy, hai năm sau, 1898, được in lại nguyên dạng, không sửa chữa gì cả, tám năm sau nữa, năm 1906, in lần thứ ba cũng thế, chỉ có cái tên Nguyễn Hữu Thoại lần nầy được thay bằng tên Hoàng-Tịnh Paulus-Của và in tại một nhà in khác. Xin nhắc lại, trong ba lần in số trang vẫn là 100 và không thay đổi gì bên trong. Từ đấy về sau, cho tới nay gần một thế kỷ trôi qua, chúng tôi chưa thấy lần in nào khác nữa bản quốc ngữ *Văn Doan Diễn Ca* nầy của Huỳnh Tịnh Của .

Bản thứ nhì, *Thơ Văn Doan*, in lần thứ nhứt, năm 1916, người làm việc bổn cũ soạn lại cho bản nầy là Nguyễn Đăng Hưỡng. Ông gây cho chúng ta một chút bối rối vì ngoài mấy chữ thiệu *"bổn cũ soạn lại"* ông còn thêm *"traduit par"* mà ai cũng hiểu là phiên âm từ bản nôm ra quốc ngữ bởi... Trong trường hợp nầy không thể hiểu *traduit par* là dịch từ chữ Hán ra quốc ngữ vì chuyện Văn Doan là chuyện hoàn toàn Việt Nam. Soạn lại là làm công việc sửa chữa thêm thắt, so với bản gốc phải khác hoặc ít hoặc nhiều. Phiên âm hay phiên dịch là công tác có sao ghi lại như vậy giống theo bản gốc — trừ trường hợp nhầm không cố ý — nhưng với hình thái văn tự khác, nhất là việc phiên từ Nôm ra quốc ngữ thì càng phải tuân theo từng chữ một. *Bổn cũ soạn lại do...* vì vậy không thể nào là *traduit par...* trừ phi người ta chấp nhận nguyên tắc đặc biệt của giai đoạn nầy là khi phiên âm (phiên dịch) thì *có toàn quyền soạn lại chút đỉnh (!).*

Hai bản Hoàng-Tịnh Paulus-Của và Nguyễn Văn Hưởng giống nhau đến 90 phần trăm. Chỗ khác nhau về phần **nói thơ** (xướng) không phải nằm trong các chi tiết mà ở những chữ làm cho câu thơ rõ nghĩa hơn, xuôi vần hơn. Khác biệt nhiều nằm ở chỗ phần hát bội nghĩa là chỗ **nói** *(viết)*, **nói lối** *(tán)*, **hát khách** *(loạn)*, **hát nam** *(vãn)* của hai bản in, bởi vì phần nầy người sửa lại đã dùng tối đa kiến thức thẩm mỹ văn chương và kinh sử của mình. Nói cách khác, sự sáng tác ở đây đã góp phần thật nhiều. Về ý, trên tổng thể, giống nhau toàn vẹn, nhưng trên chi tiết ngôn từ có khác, tuy rằng giá trị nghệ thuật không có gì sai biệt mấy. Khác văn từ không quan trọng lắm vì bản văn không thay đổi nhiều về mặt ý tưởng, bất quá như là những dị bản trong quá trình xuất hiện của một tác phẩm mà thôi. Nhắc lại, cả hai quyển quốc ngữ đều là *thơ-tuồng với các phần hát bội được thêm vô những chỗ nhứt định,* điều nầy khiến cho chúng tôi có lý do để tin rằng bản nôm *Văn Doan Diễn Hí* mà *Di Sản Hán Nôm* mách là một tác phẩm viết ở dạng **thơ-tuồng**.

2. *Trương Ngáo Truyện* 張僥傳.

Chúng ta có một bản Nôm và một bản quốc ngữ.

Bản Nôm: *Trương Ngáo Truyện* 張僥傳, bản tân san năm Mậu Dần (1878), khắc tại Quảng Đông Phật Trấn 廣東佛鎮, Thạnh Nam Tiền tàng bản 盛南錢藏板. Bản nầy chữ nôm khắc rõ nét, đẹp sắc xảo, ít sai lỗi khắc, hầu như không sai lỗi chánh tả, gồm 21 tờ, 41 trang chữ, mỗi trang 10 dòng, mỗi dòng 18 chữ. Tên bản nôm nầy không thấy *Di Sản Hán Nôm Việt Nam* liệt kê. Đây là *tuồng hát bội thuần túy* không có chen lẫn những đoạn thơ để thành một **thơ-tuồng** như theo định nghĩa của chúng ta.

Bản quốc ngữ : *Thơ Trương Ngáo* 張僥 書 bổn cũ dọn lại par La Maison J. Viết, in tại Imprimerie F. H. Schneider, tháng Septembre 1914. In lần thứ nhứt, giá ba cắc. Đây là một **thơ-tuồng** đúng nghĩa với nhiều phần nói lối, hát nam, văn v.v... Phần tuồng đã được sửa chữa từ bản Nôm nên rõ ràng và văn chương hơn, phần thơ xen vào rất hiệp vận và không có những từ vô nghĩa đưa đẩy như *vậy, vay, mà, rằng, mà rằng, vân vi....* Thực hiện quyển *Thơ Trương Ngáo* 書 張僥 nầy và các công trình tương tự, ông chủ nhà J. Viết quả đã làm việc rất ích lợi cho văn hóa nước nhà. Trong trường hợp thơ Trương Ngáo, dạng thơ-tuồng sinh ra từ tuồng, đó là một trường hợp đặc biệt, trên cơ bản, thơ-tuồng sinh ra từ truyện-thơ.

3. *Trương Ngộ diễn ca* 張悟演歌

Chúng ta hiện tại cũng có một bản nôm và một bản quốc ngữ.

Bản Nôm: Trương Ngộ Diễn Ca 張悟演歌, do một người hiệu là Minh Chương 明章氏 đính chánh, phát hành tại Chợ Lớn, Xóm Dầu Phọng (鳳油理 Phụng Du Lý), Quảng Thạnh Nam 廣盛南 phát hành, tàng bản tại Trung Quốc, Phật Trấn 佛鎮, hiệu Thiên Bửu Lâu 天寶樓. Bản nầy gồm 40 tờ, 79 trang, mỗi trang 9 dòng, khắc theo cách của tuồng hát bội nghĩa là chữ lớn chữ nhỏ tùy trường hợp, chữ lớn là các lời nói chính, chữ nhỏ cho tiếng đưa đẩy đầu câu cuối câu và các lời tán, diễu cợt.... Bản nầy tân san năm Quý Mùi (癸未 1883). Bộ *Di Sản Hán Nôm* cũng không thấy nhắc đến quyển *Trương Ngộ Diễn Ca* 張悟演歌 nôm, mặc dầu bản nầy hiện lưu trữ tại Thư Viện Quốc Gia Pháp ở ngay tại Paris.

Đặc biệt đây là một bản **thơ-tuồng nôm** với phần nói thơ và những thành tố của hát bội và những đòi hỏi của nó sau nầy như *khôi hài trong ngôn từ* (cách nói chuyện và chữ dùng của trò Lỗ, so sánh với cách nói của nhân vật Giả Ngu trong tuồng *San Hậu*) cũng như *khôi hài trong hành vi* của một vài nhân vật (con Tọa dấy binh bằng mục đồng).

Điều đáng chú ý là ở hai quyển trên, những phần **nói thơ** như là lời *của tác giả* để mô tả sự kiện xảy ra. Đó là lời của người kể truyện trong kịch cổ điển tây phương, ở quyền nầy, phần nói thơ được quy cho nhân vật và bắt đầu bằng hai chữ *thốt thôi. (Thốt thôi mụ Tiện nói rằng, đến mùa làm* *ruộng mướn phòng đỡ tay)*. Đây là điều bất hợp lý mà những quyển khác không có khiến cho ta dễ đi đến kết luận rằng **thơ-tuồng** Trương Ngộ là quyển — hay là một trong những quyển — xuất hiện sớm nhứt trong loại nầy.

Bản quốc ngữ: chúng ta chỉ có một bản quốc ngữ.

Trương Ngộ diễn ca 張悟演歌, in lần thứ nhì, tháng *Mai,* năm 1913, giá bốn cắc, do Nguyễn Năng Thừa dịch ra quốc ngữ, in tại nhà in F.H. Schneider. Đây là bản phiên âm theo sát bản Nôm, không sửa chữa nhiều, trừ những chữ Nôm quá mắc người đọc không hiểu nghĩa hay cách đọc bèn lựa chữ khác dễ hiểu hơn thay vào. Sự thay đổi nầy nhiều trường hợp làm hại sự chính xác và cái hay của nguyên tác trong việc sử dụng những chữ của thế kỷ vừa qua về những sinh hoạt ở thôn quê. Các đoạn *hát bội* trong *bản quốc ngữ* cũng vậy, theo sát bản Nôm gần như hoàn toàn. Vì bản Nôm đã là **thơ-tuồng** nên ông Nguyễn Năng Thừa chỉ làm công việc phiên âm thôi. Sự phiên âm nào cũng giúp đỡ ít nhiều cho người đi sau về mặt nầy hay mặt khác.

4. *Lang Châu toàn truyện.*

Hiện giờ chưa thấy bản nôm nào, *Di Sản Hán Nôm* cũng không mách được gì hơn về tác phẩm nầy. Chúng ta hiện tại chỉ thấy thơ tuồng *Lang Châu Toàn Truyện* do Huỳnh Tịnh Của sửa theo bản cũ, in lần thứ hai, năm 1905 tại Sàigòn nhà in Commerciale Ménard & Rey. Cũng như các trường hợp trước ta không thể biết Huỳnh Tịnh Của thêm phần tuồng nầy hay người nào đó đã làm công việc nầy trước đó bằng chữ Nôm và Huỳnh Tịnh Của chỉ sửa lại bản cũ và dịch ra chữ quốc ngữ. Phần **tuồng** trong **truyện-thơ** nầy quá sơ lược, chỉ có một vài phần *vãn* (hát nam) và *nói lối* (tán), rất ít phần *loạn* (hát khách) là phần đặc trưng của tuồng hát bội. Sự đóng góp của người **tạo nên yếu tố tuồng** trong tác phẩm nầy tương đối quá khiêm nhường.

5. *Thơ Trần Đại Lang*

Cũng giống như trường hợp trên, ta không thấy bản nôm **thơ-tuồng** Trần Đại Lang. Bản quốc ngữ của nhà J. Viết in lần thứ nhì năm 1915, có những đoạn hát bội trong đó, dầu không phong phú như trong các **thơ tuồng** khác.

6. *Chiêu Quân Cống Hồ.*

Bản Nôm: Bộ *Di Sản Hán Nôm Việt Nam* cho biết hiện ta có bốn bản in Nôm về đề tài Chiêu Quân.Tất cả đều là **truyện-thơ.** Hai bản Chiêu *Quân Cống Hồ Thơ,* do Duy Minh thị soạn, in năm ất hợi (1875), và Minh Chương thị đính chánh, trùng san năm ất dậu (1885) đều in ở Phật Trấn, Quảng Đông, một do Cận Văn Đường khắc ván và một do nhà Thiên Bửu Lâu tàng bản, Hai bản *Chiêu Quân Tân Truyện* và *Chiêu Quân Cống Hồ Tân Truyện* gần đây, in năm Khải Định nhâm tuất (1922) do Nguyễn Tiến Khang hiệu Thanh Tùng biên soạn. Bản Minh Chương thị — hiện lưu trữ tại Thư Viện Quốc Gia Pháp, ký số B.121 Vietnamien — có nhiều tính cách văn chương nhứt. Truyện gồm 68 trang, mỗi trang in theo hàng dọc 12 cặp thơ lục bát với cách viết chữ Nôm rõ ràng dễ đọc.

Bản quốc ngữ: Chiêu Quân Cống Hồ có rất nhiều bản *thơ* quốc ngữ.

Bản thơ của ông Đặng Lễ Nghi đầy 27 trang, in năm 1917, *soạn lại bổn cũ,* in tại Imprimerie de l'Union, có giá trị nhứt. Hình thức *thơ-tuồng* do Maison J. Viết trước đó, *soạn lại bổn cũ có thêm hát nam và hát khách,* xuất bản tại Sàigòn năm 1913 là bản duy nhứt thuộc thể loại thơ-tuồng.

7. *Thơ-tuồng Ông Trượng Tiên Bửu.*

Chúng tôi chỉ có một bản quốc ngữ duy nhất, do ông Nguyễn Bá Thời nói rằng soạn lại theo bản Nôm, nhà xuất bản Phạm Văn Thìn, không đề năm xuất bản, nhưng chúng tôi nghĩ là vào thập niên 40 của thế kỷ 20. Bản nầy *lời nói lối* rất nhiều, có thể là chịu ảnh hưởng của tuồng cải lương đương phát triển mạnh đương thời. Dầu sai chánh tả be bét, quyển nầy cũng đóng góp cụ thể vào kho thơ-tuồng vốn ít ỏi của văn chương Việt.

8. *Thơ-tuồng Thằng Lãnh Bán Heo.*

Cũng như quyển trên, thơ tuồng A-Lãnh Bán Heo (ngoài bìa đề A-Lãnh…, trang trong đề Thằng Lãnh…!) là bản quốc ngữ duy nhất, không có bản Nôm hay quốc ngữ nào khác. Soạn giả là Hoàng Duy Tự, nhà xuất bản Phạm Văn Cường, cũng không đề năm. Nhiều nói lối rất dài, lại còn phần hựu viết cũng rất phong phú chớ không phải đối thoại ngắn ngắn như của thơ tuồng Ông Trượng Tiên Bửu… cho chúng ta suy luận rằng tác giả là người chịu ảnh hưởng nhiều ở thể hát bội. Dĩ nhiên, cả hai tác phẩm trên phần nói thơ là quan trọng nhất cho người xem theo dõi dễ dàng diễn biến của câu chuyện, phần nói của hát bội chỉ cốt làm cho tác phẩm sinh động hơn mà thôi..

Có thể còn nhiều tác phẩm được viết dưới dạng thơ tuồng nữa nhưng ngày nay chúng ta chưa có khả năng sưu tầm đầy đủ. Việc gom góp lại càng nhiều càng tốt các tác phẩm viết bằng thể loại đặc biệt nầy để khảo sát tường tận hơn là công chuyện cấp thiết của những nhà nghiên cứu văn học, nhứt là những ai muốn để tâm tìm hiểu măng văn hóa miền cận Nam.

Để bạn đọc thưởng thức và làm quen với **thơ-tuồng** chúng tôi xin trích đoạn sau đây trong *Thơ Văn Doan,* bản của Huình Tịnh Của như là tài liệu:

Xướng: *(tức người kể truyện)*

> Nói thôi cùng mẹ một lời,
> Con toan lo việc ở đời lập thân.
> Con đà chịu lỗi muôn phần,
> Cúi đầu lạy mẹ xin đừng than van.
> Cút cui mẹ ở Hàng-lang,
> Thế gian khinh dễ xóm làng cười chê.
> Con xin đưa ngựa cho thuê,
> Mẹ thì bán quán dựa kề Hàng-lang.
> Thốt thôi thằng Lía ra đàng,
> Hỏi ai mướn ngựa, tôi dàn đưa đi.
> Dịp đâu may mắn quá kỳ,
> Khách thương đâu bỗng tới thì quá đông.
> Lía hỏi cậu mướn ngựa không,
> Đặng cho tôi thắng cho ròng cậu đi.
> Ngựa tôi hồng tía thiếu chi,
> Kim than, kim bạch, ô chùy cũng hay.
> Còn hai con ngựa tốt thay,
> Kìa thiên ly mã, nọ rày lý vân.
> Mướn thì tiền trước trao thân,
> Đặng tôi thắng ngựa cho cần cậu đi.
> Khách rằng tao chẳng nài chi,
> Tao đưa tiền thì thắng ngựa cho mau.
> Lấy tiền đi một hồi lâu,
> Vừa người vừa ngựa mất đâu chẳng còn.
> Chàng Lía

Tán:

26

Hảo dã chơn hảo dã, chí hoan thị chí hoan. *Xinh a*, âu là ta
noi điểu đạo bôn mang, vọng lâm trung trực khử a.

hát khách :

> Sách mã hoang mang tẩu như phi,
> Uất khúc na từ lộ hiểm nguy.

Xướng:

> Các cậu đợi đã mỏi mê,
> Hỏi thăm hàng xóm nó thì trốn đâu.
> Thằng Lía trốn một hồi lâu,
> Thấy vắng các cậu chạy âu về nhà.

Chàng Lía

tán :

Âu là sách thần mã bôn ba, vọng gia trung trực tấn *a.*

hát khách :

> Mục khán đông tây quan tứ lộ,
> Trừng chiêm nam bắc nhậm bôn ba.

Xướng:

> Canh hai Lía về tới nhà,
> Mụ Lía xem thấy vậy mà hỏi con.
> Đưa khách còn hết hết còn,
> Ít nhiều khá nói sao con trở về?
> Lía bèn thưa hết mọi bề,
> Tôi đi đưa ngựa, người chê kẻ cười.
> Tôi xin đi khóa theo người,
> Ngõ nên danh phận ở đời mới sang.
> Lạy mẹ ở lại Hàng-lang,
> Cho tôi đi khóa tràng an mới đành.

Mẹ Lía

tán:

Con! Hữu khứ hữu khứ, vật hành vật hành. Nay con muốn ứng cử khoa thi, con đi làm sao cho rồi, *a con!* Mẹ thời tuổi quá bảy mươi, con mới hai tám việc đời còn thưa; *có phải a:* nắng mưa ấm lạnh biết nhờ vào đâu, *a con.* Có phải sách thánh nhơn, người có nói rằng: *phụ mẫu tồn bất khả viễn du,* chăng con?

Xướng:

> Thảo xưa là Mẫn tử Khiên,
> Sách còn chép để lưu truyền hậu lai.
> Con đi bỏ mẹ cho ai,
> Con đành lỗi đạo làm trai rõ ràng.
> Đói no mẹ ở Hàng-lang,
> Mẹ dầu có thác biết toan lẽ nào.

Mẹ Lía

tán:

Thời con cũng biết chữ mà, mẹ phải nói lại cho con nghe : trong sách thánh nhơn người có nói rằng: *dưỡng nhi đãi lão, tích cốc phòng cơ,* thì là làm sao a con?

Chàng Lía:

tán:

Dám thưa mẹ, xưa Cam-la thập nhị vi thừa tướng, còn Khương-tử bát thập vi công hầu, có phải a, sách xưa roi dấu đời sau; hậu giác học đòi tiên giác, mới đặng cho; thưa mẹ cho con đi học nào. *Nhơn đồng kim cổ, thế sự vô nan;* mẫu từ an tại thảo trang, cho ấu tử kinh sư dời bước.

hát nam :

> Dời bước mẫu thân an tại,
>> *mẹ ôi,*
> kẻo tấm lòng khoăn khoái đòi cơn.
> Làm người phải biết thiệt hơn,
> thảo thân dốc báo, mười ơn lo đền.

tán:

Như nay mẹ tôi can thì cũng phải, nhưng mà *tử sanh hữu mạng, phú quí cũng tại thiên.*

hát nam :

> Đoái xem xa chốn gia trang,
> phút đâu lố thấy trường an hầu gần.

Xướng:

> Mầng rày đã tới trường an,
> Phố phường trà rượu bánh hàng thiếu chi.
> Uống ăn thôi đã ly bì,
> Cuộc vui còn có thiếu gì nữa đâu.
> Có quan Chưởng Nhuận đi chầu,
> Lía đà xem thấy trước sau tỏ tường.
> Tiền hô hậu ủng chật đường,
> Gươm vàng náp bạc rõ ràng oai nghi.
> Lía bèn đứng nép chẳng đi,
> Dốc lòng chờ đợi vậy thì đã lâu.
> Một hồi thấy những quân hầu,
> Xe đưa quan lớn bải chầu trở ra.
> Lía bèn làm bộ lân la,
> Bẩm cùng thầy đội, tỏ qua sự mình.
> Rằng tôi ở phủ Diên-ninh,
> Chuyên công đèn sách thật tình ba đông.

> Văn chương võ nghệ xảo thông,
> Mồ côi bợ ngợ cậy cùng ông thương.
> Đầu đuôi tự sự dám tường,
> Nhờ ông rộng lượng bẩm chường quan trên.

Thầy Đội:

Thằng kia, tao hỏi: chớ nể phụ mẫu trụ hà thôn quán, tác hà sanh lý mà hay, *a con*?

Xướng:

> Lạy ông tôi dám bày ngay,
> Cha tôi thác rày ở phủ Qui Nhơn.
> Mẹ tôi tuổi đã thất tuần,
> Tôi là trò khó xuất thân cơ hàn.
> Trước là nhờ lượng nhà quan,
> Sau nhờ thầy đội bảo toàn tấm thân.
> Thầy đội nghe nói thương thầm,
> Khá khen thằng Lía mười phần khôn ngoan.
> Mầy ở rằng phủ Qui Nhơn,
> Cũng đồng một xứ một làng cùng tao.
> Để tao vào trước bẩm trao.....

Thơ-tuồng *xuất phát từ thơ* nhưng mang thêm hình thức trình diễn của hát bội nên có giá trị cả hai mặt văn chương và xã hội. Nó vừa cập nhật hóa mảng thơ bình dân cũ về mặt ngôn ngữ vừa đem sự thoi thóp của hát bội, đang có đời sống cung đình vào sinh hoạt văn nghệ trình diễn của những người thật sự cần đến thoại kịch và hí kịch cho đời sống vật chất. Nó giúp cho những người khai phá mảng đất mới của miền Nam vào những năm giao đầu của thế kỷ 19 và 20 vững được tinh thần sống tiếp nối cuộc đời khó khăn khi đặt bước chân lên vùng trinh nguyên hoang địa. Nó trừ được bớt đi phần nào sự đơn lẻ chán chường của người mới trên vùng đất mới. Và dĩ nhiên khi cuộc sống thay đổi với những sự phát triển của kinh tế, giao thông, và các sinh hoạt vật chất khác.... **thơ-tuồng** không còn thích hợp nữa, nó đi vào lãng quên từ từ của nhân thế và người viết lách. Kể từ sau thập niên 20 của thế kỷ nầy ta hình như không còn thấy **thơ-tuồng** nào nữa. Sự có mặt của **Thơ-tuồng** giống như vai trò và sự có mặt của những bản nhạc thành công cách đây một phần tư thế kỷ trong đời sống di tản hiện tại. Chúng ta ai cũng có ít nhiều những bản nhạc nầy trong lòng và thấy rằng mình có nhu cầu để nghe, để nhớ.

Nhưng trong tương lai, chưa chắc nhu cầu đó tồn tại, hoặc có tồn tại thì cũng sẽ biến thể, ta ngày nay chưa biết được biến thể đó sẽ ra thế nào....

2. Chàng Lía: Người hùng Bình Định thời loạn.

Ca Dao Bình Định có câu:

Chiều chiều đứng ngắm Truông Mây,
Cảm thương chàng Lía bị vây giữa rừng.

Truông Mây là một địa danh Bình Định, nơi ngày xưa chàng Lía nổi dậy chống nhau với chánh quyền địa phương rồi chống luôn chánh quyền trung ương theo truyện kể dân gian chàng Lía hay theo truyện Nôm *Văn Doan Diễn Ca* 文緣演歌. Địa danh Truông Mây giờ đây còn hay đã mất, ở chính xác chỗ nào điều đó không quan trọng lắm đối với người làm văn học, quan trọng là chuyện nổi dậy của Lía đã đi vào văn chương không phải của riêng Bình Định mà của cả nước Việt Nam và anh hùng chàng Lía có thể coi là người hùng Bình Định nói riêng và người hảo hớn Việt Nam nói chung.

Thơ chàng Lía chúng tôi sưu tập được, về mặt văn bản có 5 bản như sau:

1. Bản **Nôm** *Văn Doan Diễn Ca*, khắc in không biết năm nào nhưng do Minh Chương thị đính chánh, in ở Phật Trấn, Trung Quốc.

2. Bản **Nôm** viết tay Văn Doan Diễn Hí của Thư Viện Quốc Gia Hà Nội sưu tập, không đề năm. Bản nầy không có giá trị vì chỉ là phần I của bản trên với quá nhiều chữ chép sai, chép thiếu. Tôi cho rằng bản nầy là bản chép lại từ bản trên.

3. Bản **quốc ngữ** *Văn Doan Diễn Ca* do Huình Tịnh Của diễn ra quốc ngữ, bản in lần thứ ba năm 1906 ở Sàigòn.

4. Bản **quốc ngữ** *Văn Doan Diễn Ca* của Nguyễn Đăng Hưỡng in lần thứ nhứt, năm 1906, ở Sàigòn

5. Bản **quốc ngữ** *Vè Chàng Lía* in từng kỳ trên nguyệt san Nhân Loại ở Sàigòn khoảng 1950-1952.

Nhìn chung mấy bản quốc ngữ tương tự nhau, một vài chữ khác biệt nho nhỏ không đáng kể. Bản quan trọng nhứt vì là bản quốc ngữ đầu tiên của loại nầy là bản của học giả Huình Tịnh Của, ông nầy cũng như tất cả những người phiên âm thời bấy giờ làm chuyện *bổn cũ soạn lại* cho xuôi vần xuôi câu nên đã đi lệch xa với nguyên bản Nôm ở một số chữ, trong đó có thể có một vài chữ quan trọng.

Chúng tôi chủ trương đi càng đến gần nguyên bản càng tốt nên cố gắng tìm cho được bản Nôm và đã phiên âm theo đó. Lý do là bản Nôm ra đời sớm nhứt trong các bản và người chủ trương việc khắc in không có quan niệm phải sửa như thế nầy như thế kia cho hợp vần, phải điệu. Họ có sao thì khắc vậy, chữ Nôm có thể khắc sai, nhưng là vô tình chớ không phải do câu cú cục mịch mà bị bẻ giò bẻ lái để có chữ mới — vì mới nên xa với nguyên tác. Do đó phần phiên âm quốc ngữ ở phần sau đi theo một nguyên tắc cơ bản là đọc ngang, *có sao đọc* vậy theo hình thức của chữ Nôm không sửa cho xuôi câu gọn gàng, không theo ý mình để khen chê chữ dùng dở, sai chỗ, khó hiểu…. Nguyên tắc bám theo nguyên văn bản Nôm để đi đến mục tiêu là có được một *bản quốc ngữ gần nguyên tác nhứt nghĩa là gần nhứt với thoại bình dân lúc tác phẩm xuất hiện.* Do đó có thể có những chữ khó hiểu với người đọc bình thường ngày nay. Gặp trường hợp nầy phần nhiều là chúng tôi tra cứu sách vở hay xử dụng kiến thức văn học sở đắc từ các bản văn khác để suy ra nghĩa cần thiết. Sự chú thích ở đây vì vậy hơi nhiều với mục đích giúp người đọc thông hiểu bản văn chính xác hơn.

Trước nhứt nội dung *Văn Doan Diễn Ca* là chuyện một người hùng đặc biệt của Bình Định. Đi tìm người hùng Bình Định qua tuồng nầy thì sẽ hiểu được nội dung bản thơ tuồng nầy:

Văn Doan Diễn Ca là một *truyện dài đời người*. Khác với các tuồng hát bội khác truyện dài quanh một vị hoàng tử hay một nhân vật văn võ tót đời nhưng thi cử lận đận, ba chìm bảy nổi nhưng sau cùng cũng thành công trong việc giúp vua giúp nước, ở đây chuyện bắt đầu bằng một đứa nhỏ nghèo khổ mồ côi cha. Và nó làm hết cách để thoát ra cảnh nghèo đói kể cả ăn trộm, ăn cướp, nói dối, xí gạt người, giụt dọc, tụ bè tụ đảng. Cách nầy coi bộ không được lương thiện và chắc chắn rằng có nhiều người không ưa, nhưng đây là cuốn tiểu thuyết nên người viết đã viết theo ý mình, độc giả đời xưa đời nay tán thành hay không đó là quyền của độc giả, người sáng tạo có quyền đưa ra hình ảnh mình muốn đưa, chưa chắc người sáng tạo đã thích hành vi nhân vật của mình về mặt luân lý, nhưng đưa ra thì cứ đưa vì đó là quyền tưởng tượng về mặt văn chương.

Tôi không chú ý đến chuyện ưa thích, tôi chú ý đến *hình tượng nhân vật* xuất hiện qua cốt truyện. Và tôi thấy người hùng Bình Định *đã biết sống và chết theo cách riêng của mình* không phải ai cũng làm được. vì vậy *Văn Doan Diễn Truyện* đã thành công ở mặt sáng tạo nhân vật

Thằng Lía mất cha khi còn quá nhỏ, cha nó khi sinh tiền vốn là lính, có thể là lính trong phủ của quan lớn trong triều đình. Dầu cho lính của ai thì cuối cùng cũng là lính nghèo, gia đình còn lại càng nghèo hơn khi người lính chết đi lúc còn tương đối trẻ, để lại đứa con còn quá nhỏ với người vợ ở tuổi lỡ làng. Lía phải đi ở mướn độ nhật và đem tiền về nuôi mẹ:

> *Lía nên bảy tuổi càng thương,*
> *Ở với Lục Tường chăn một bầy trâu.*

Canh ba gà mới gáy đầu.
Một mình thằng Lía đuổi trâu ra đồng.

Mở đầu là một bi kịch của tuổi trẻ, còn nhỏ mà phải bươn chải kiếm sống thay vì sống dưới sự bảo bộc của gia đình và được đi học chữ. Ở đợ chăn trâu phải cực khổ, phải có chuyện nầy chuyện kia xảy ra. Có lần đi ăn cắp gà về lo nấu cháo cho mẹ ăn Lía bị mất trâu, trâu không ai coi sóc đã đi lạc vào đất của người hám lợi có tên là Tham Bình. Nó chứng tỏ sự lanh lợi và tính cương trực của mình bằng cách quyết định lấy lại cho được trâu bị người khác bắt giữ đem lại về trả cho chủ. Lía giả làm học trò nghèo lỡ đường phải đi xin ăn, vào nhà Tham Bình quan sát, cuối cùng khi biết được đường đi nước bước thì chờ trời tối ra tay nổi lửa đốt nhà họ, thừa lúc lộn xộn dẫn trâu về.

Rồi Lía nghĩ rằng đi ở đợ không thể khá, Lía xin mẹ cho đi học. Thầy nổi danh giỏi võ là người địa phương, tuy biết danh lém lỉnh của Lía cũng chấp nhận vì nể tình bà già Lía năn nỉ quá, Lía ở nhà thầy mấy năm học được nghề võ cùng một mớ chữ nghĩa đủ dùng.

Hơi trộng trộng rồi động tánh giang hồ Lía bỏ trường ra đi, thầy cho học trò đuổi theo bắt lại không được. Giang hồ, Lía làm nhiều nghề, như cho mướn ngựa, như gánh thuê, ở đâu Lía cũng gạt người lấy của. Đời đưa đẩy Lía được vào làm gia thuộc cho một vị quan cùng quê quán và được tin dùng. Vị quan nhờ Lía đi đòi nợ Lía đòi được tiền nhưng lại nổi hứng đem tiền *đánh me* thua hết sạch. Không dám trở về thú tội Lía bỏ vị quan nầy và lưu lạc giang hồ trở lại. Ngày kia Lía bị bọn cướp chận đường, Lía dùng võ nghệ khuất phục hai đầu đảng của cướp và trở thành thủ lãnh của chúng. Từ đây Lía càng ngày càng bành trướng địa bàn hoạt động và trở nên thủ lãnh của một băng đảng mạnh thế nhiều tiền.

Điều đặc biệt của Lía là chỉ ăn cướp nhà giàu và sẵn sàng chia chác cho người nghèo chung quanh.

Một ngày kia Lía nghĩ rằng làm cướp mãi không phải là con đường tốt, phải đổi cách sống, có ý nghĩa hơn, hợp với xã hội hơn, Lía muốn sống như người xứng đáng, có sự nghiệp được mọi người công nhận: Lía xuống kinh đô để dự thi vì Lía tự biết tài mình hơn người.

Nhưng chuyện đời không dễ dàng như Lía tưởng. Quan chủ khảo là người xấu, ông ta bắt mọi sĩ tử đều phải nộp tiền cho ông bỏ túi thì mới được phép thi. Lía có tiền nhưng *tức khí* không chịu nộp và cãi lại quan nên bị đánh đòn, làm nhục và đuổi trở về. Đêm hôm đó Lía nhứt định đi trả thù, nói khác hơn là đi trừ khử một con sâu dân mọt nước quá lớn. Quan đã hèn hạ lạy lục xin tha nhưng Lía không tha nói rằng để quan sống thì quan sẽ hại thêm nhiều người, sẽ làm bậy bạ nữa chỉ khổ dân thôi. Lía giết hết nhà quan từ lớn chí nhỏ. Lía giết cả đứa nhỏ con của quan nói rằng nó là dòng máu xấu, lớn lên cũng là phường tham tàn mà thôi. Lía chỉ tha cho một người đàn bà đẹp, vợ nhỏ của quan bằng cách bắt theo mình đem về sơn trại.

Đồng đảng cản ngăn hành động nầy vì thấy viễn ảnh không tốt, nhưng Lía cứng đầu không nghe, nói rằng mình không phải là kẻ bình thường như ai nên có thể hành xử được, nạp nàng làm áp trại phu nhân và say mê đắm đuối nhan sắc người đàn bà một con đó.

Nước nhà lúc nầy chánh quyền Trung Ương yếu kém nên Lía ở sơn trại bình yên vô sự, thỏa chí làm vương làm tướng nơi cứ địa của mình. Đến một ngày kia triều đình cử một tướng tài đến dẹp. Quân của Lía thua, thêm nội phản từ người đàn bà mà Lía đem về nói trên nên cơ đồ xây dựng bao nhiêu năm bỗng chốc tan nát. Lía chạy khỏi vòng vây và được lão tiều cho ăn cơm khi quá đói. Cảm thấy *thời* mình đã hết, Lía tự tay cắt đầu tặng lão tiều như Hạng Võ thời xưa.

Lía chết nhưng oai danh vẫn còn, người ta sợ không dám đến gần thây. Lão tiều xin phép đem về chôn cất.

Người viết truyện, để làm vừa lòng chánh quyền hạ những câu như là nghịch với những lời kể trong toàn tác phẩm:

> *Xem qua cho biết chuyện đời,*
> *Oan oan gia báo lẽ trời đâu sai.*

Nguyên cả truyện là cuộc đời lừng lẫy của Lía. Từ lúc nhỏ nghèo rớt mồng tơi đến lúc tiền rừng bạc bể, kẻ hầu người hạ, mặc áo rồng làm vua ngồi coi đoàn hát bội múa hát mua vui cho mình. Tôi gọi Lía là người hùng, *là người biết sống và biết chết.* Thời loạn chúa loạn tôi Lía biết lợi dụng trí thông minh và tài võ dũng của mình để bước lên, trong sự bước lên đó dĩ nhiên có những điều không phù hợp với nhân nghĩa bình thường. Khi lên tuyệt đỉnh quyền lực con người dễ bị sai lầm do say mê tửu sắc, Lía ở trong trường hợp thông thường đó.

Nhìn chung đời Lía đáng khen hơn là đáng trách, Lía quá chí hiếu với mẹ, Lía đầy tình nghĩa với bạn bè, sau nầy là tướng tá của Lía, Lía đối xử thiệt chơn tình với người dưới, Lía ban thưởng không tiếc tiền, Lía không bao giờ ỷ quyền để hống hách.

Và cái chết của Lía thiệt anh hùng:

> *Thất cơ ta mới tới đây,*
> *Thấy ngươi đói khó ta cho cái đầu.*
> *Đầu này giá bạc trăm thoi,*
> *Cho ngươi đem xuống Hòa Thành hiến công.*

> *......Nói thôi mặt đỏ phừng phừng,*
> *Lấy dao Tiều lão vậy mà cầm tay.*

… …Thưa già chớ có gián can,
Tôi là quân tử một lời mà thôi.
Văn Doan là tướng có gan,
Cầm dao cắt cổ hồn đà qui thiên.

Việc say mê nàng Nghĩa nương có thể là chuyện tác giả trái lòng khi đặt bút, ông bắt buộc phải thêm vào truyện để dẫn đến sự thất bại và cái chết của chàng Lía Văn Doan, nếu không thì không thể giải quyết được sự lớn mạnh của Lía. Chẳng lẽ cho Lía thắng triều đình và lên làm vua, càng không thể cho anh về đầu một nhà nước quá ư là bê bối. Phải có cách gì đó cho anh thất bại như những anh hùng Lương Sơn Bạc trong truyện Thủy Hử của Tàu. Nhà văn đã dùng quyền tối thượng của người sáng tác tạo ra một nhân vật nữ để kéo sập sự nghiệp của Văn Doan đồng thời bảo vệ tư tưởng trung quân chính thống. Không thể vì thích người hùng mà ở thế kỷ 18, 19 tạo nên một sự lật đổ vương quyền.

Người bình dân ai cũng thích Lía, ai cũng nể Văn Doan, ai cũng mong được múa tay múa chưn diễn một đoạn nhỏ của quyển *thơ tuồng* độc đáo nầy, một thơ tuồng nói lên sự thối nát của chánh quyền thời chúa Nguyễn, một thơ tuồng dám dựng lên hình ảnh người hùng chống lại triều đình.

Lía, người con hiếu thảo. Người đọc chuyện Văn Doan thấy dễ dàng rằng Lía là đứa con hiếu thảo vô cùng. Phải nói là vô cùng. Lúc nhỏ đi ở mướn để nuôi mẹ đó là chuyện bình thường. Quá hơn bình thường là Lía luôn luôn nghĩ đến mẹ. Thấy mẹ thiệt thời Lía bù đắp bằng khả năng và theo sự suy nghĩ trẻ thơ của mình: Nhỏ thì bẻ bầu bẻ bí của người ta đem về nấu nướng cho mẹ, trọng trọng thì bắt gà bắt vịt bẻ cổ nấu cháo kêu mẹ dậy ăn nhưng sợ mẹ ngại nên nói dối là người ta kỉnh mẹ Lía:

Trái bầu, trái bí, củ khoai,
Lía trộm hoài hoài, gian đã nên gian.

Thốt thôi Lía bắt trộm gà,
Vừa trống vừa mái ôm ra một lần.
Về nhà, canh hõi còn khuya,
Thắp đèn thổi lửa tức thời nấu ăn.
Mẹ già còn ngủ chẳng hay,
Lía nấu vừa rồi kêu mẹ dậy ăn.
Mẹ ôi, còn ngủ làm chi,
Mụ Lía ngó thấy một khi,
Mụ bèn mới hỏi của nầy ở đâu?
Thằng Lía thưa mẹ đặng hay,
Của nầy Lục Tường kỉnh mẹ một mâm.

Lớn lên một chút thì hốt cả lồng gà vịt, quảy cả bầy heo. Tưởng làm gì, té ra cũng vì cái ăn của mẹ mà Lía biết đương thiếu thốn:

Vịt gà nhốt lại một lồng,
Bầy heo lớn nhỏ gánh gồng ra đi.
Gánh về cho mẹ tao ăn,
Lâu ngày thèm thịt, cực thay thân già.

Lía lý luận về sự ăn cắp của mình, nghe cũng xuôi tai: *Tôi mà chẳng thương mẹ già, Tôi đi ăn trộm làm gì mẹ ôi.* Hay quyết liệt và ương ngạnh hơn, cái ương ngạnh của người cùng thế: *Tôi đi ăn cướp đem về mẹ ăn.*

Để ý Lía không vì mình trong hành vi xấu đáng chê trách đó, Lía vì mẹ. Xã hội nào cũng vậy không chấp nhận chuyện đó, ngay cả mẹ Lía cũng không chấp nhận nhưng Lía đã quyết chí, quyết chí vì thương mẹ quá cực nhọc.

Rồi mẹ chết. Lía lúc nầy đã vinh vang huệ hạ nên làm ma cho mẹ linh đình và xây nhà kế bên mộ để tang lâu dài…

Tình cảm và hành động như thế không phải ai cũng có được. Đó cũng là một yếu tố của người biết sống, dám sống theo con đường đã vạch, tiếc rằng xã hội thời trước không thể nào chấp nhận con đường sanh loạn đó.

Lía người quyền biến, mưu chước. Cuộc đời ngang dọc của Lía từ nghèo khổ mà lập nên một cơ đồ, ta có thể giải thích bằng nhiều lý do như may mắn, gặp thời... nhưng không thể nào quên yếu tố nội tại của Lía như quyết tâm, khôn ngoan, quyền biến...

Từ nhỏ Lía đã phát triển yếu tố nầy khi mất trâu thì nhứt định làm kế hỏa công, khi ăn quán không tiền trả thì giả say đá quán, khi cần con dao lớn để hộ thân thì gạt thợ rèn rèn dao rồi vừa múa vừa chạyra xa, khi dẫn ngựa thì nói đủ thứ để người ta nghe tin mình rồi thì chẳng có gì hết..

Hãy nghe:

> *Ngựa tôi, ngựa tía, ngựa hồng,*
> *Ngựa bạch, vậy mà ngựa hắc cũng hay.*
> *Còn hai con ngựa tốt thay,*
> *Ngựa Thiên Lý Mã nó hay hơn người.*
> *Mướn thời tiền trước cậu trao,*
> *Đặng tôi thắng ngựa tức thời cậu đi.*
> *Sai viên ngỡ thiệt những là,*
> *Tiền trước đưa rồi, thắng ngựa cho mau.*
> *Lấy tiền đi một hồi lâu,*
> *Vừa người vừa ngựa, mất âu chẳng còn.*

Nhưng đó là chuyện nhỏ. Chuyện gạt gẫm đầu đường xó chợ. Quyền biến của Lía lớn dần để ứng phó vào chuyện hơi lớn hơn chút đỉnh như cố lấy lòng nhà quan đã nuôi nấng nên quan thương:

> *Thằng Lía vô đặng nhà quan*
> *Ở ăn kiêng nể, thưa trình khôn ngoan.*
> *Tam sai bua việc nhà quan,*
> *Mỗi việc mỗi biết trăm đàng rất hay*

Rồi thì còn biết bao nhiêu việc khác, kể ra thì quá nhiều. Như khi biết chắc rằng mình có thể đánh thắng hai tên đầu đảng cướp thì Lía kiếm chuyện tranh cãi về cái đầu heo, để rồi gây sự đánh nhau và lên làm thủ lãnh. Như muốn đánh làng kia thì giả làm quân lính của một quan lớn đi tuần tra hay đánh giặc gì đó vô làng, để cho làng phụng dịch. Như cho đem hỏa pháo chôn dưới đất để làm kế địa lôi chống sự tấn công của địch…

Tóm lại, Lía *là người hùng của thời loạn*, thời người tay trắng làm nên nếu gặp thời. Nhưng thành công lên làm lãnh tụ, hay gì gì nữa mà không có lòng thương dân nghèo thì cũng chỉ là người nhân chiến tranh làm loạn, kiểu vài tướng của các giáo phái xưa, kiểu Bảy Viễn. Phải có lòng nhân từ, thương người, nghĩ đến người dưới như Văn Doan mới là anh hùng.…

Một bản văn xưa nên trân trọng.

Văn Doan Diễn Ca nhìn chung là một tác phẩm độc đáo của Miền Trung, của Qui Nhơn Bình Định cả trăm năm bị mai một do chiến tranh, nay chúng tôi có cơ may tìm được bản Nôm, dùng sự hiểu biết giới hạn của mình về thứ chữ nầy phiên âm ra quốc ngữ như là biểu lộ sự thán phục và đồng ý với người hùng Bình Định đã can đảm nổi dậy ở Truông Mây trước tình thế không thể đừng.

Về mặt ngôn ngữ thì bản văn Chàng Lía nầy giữ gìn được rất nhiều **từ xưa** nay đã mất cũng như nhiều **cách nói cổ** nay không còn (xin xem cụ thể trong các chú thích). Chữ Nôm nói chung viết theo cách **Nôm Nam** rất dễ đọc nếu ta quen với các bản Nôm của Lục Vân Tiên, Trương Ngáo, Trương Ngộ hay các kinh Nôm của Đức Phật Thầy, của Kim cổ Kỳ quan, của các bài văn tế do Nguyễn Đình Chiểu sáng tác. Cấu tạo chữ Nôm nói chung hợp lý, một số rất lớn tuy *hiện không có mặt* trong các tự điển Nôm lưu hành cho tới những năm gần đây ở trong nước cũng như ở hải ngoại nhưng nhờ sự cấu tạo hợp lý của nó cũng như nhờ văn cảnh ta đọc được hầu như tất cả. Đây là nguồn rất tốt để ta bổ xung một số chữ Nôm lạ vào trong tự điển chữ Nôm để có cái nhìn chân xác hơn về một thứ chữ thuộc văn hóa quí giá của Việt Nam.

Chúng tôi rất hân hạnh giới thiệu với học giới tác phẩm nầy, mọi sự sơ suất hay sai lầm nếu có mong được lượng thứ.

Nguyễn Văn Sâm

(Victorville, CA, Mùa Tạ Ơn 2011)

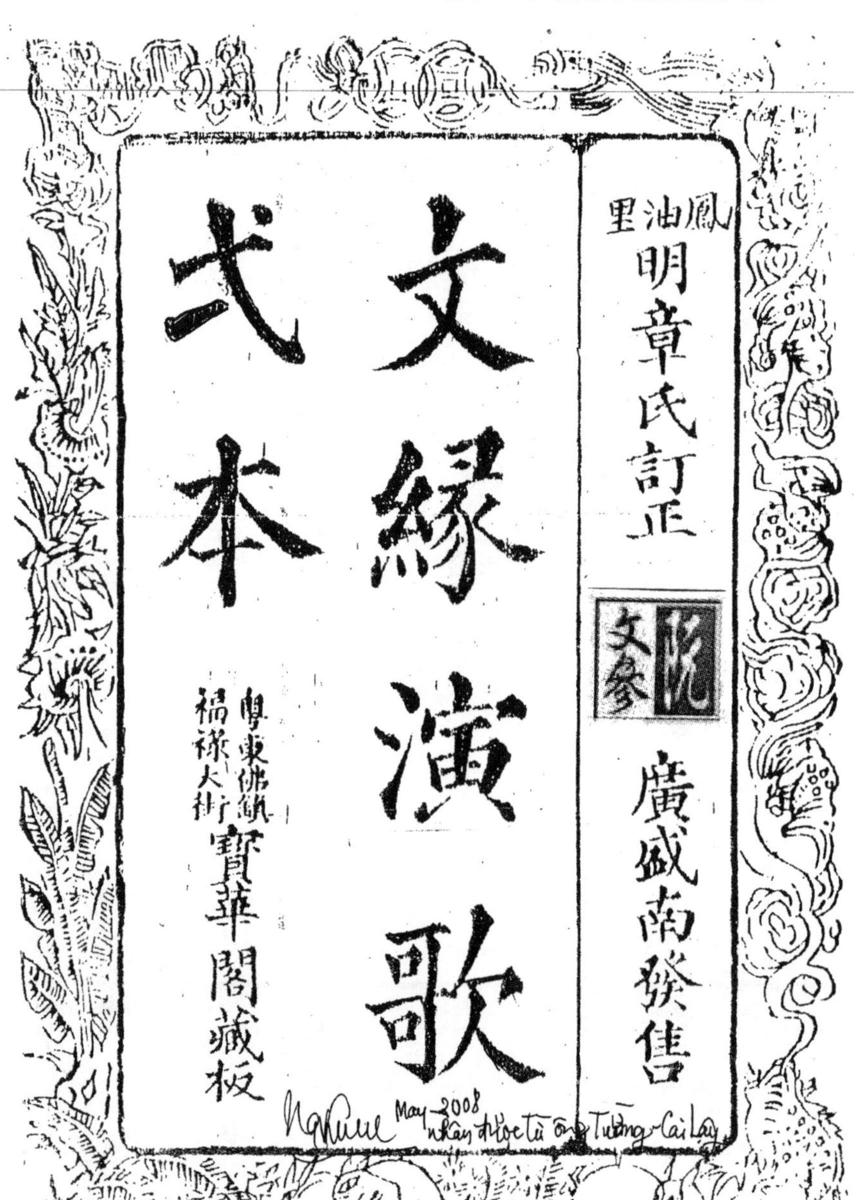

鳳油里明章氏訂正
廣盛南發售
阮文參
文緣演歌
弌本
粵東佛鎮福祿大街寶華閣藏板

固得於府遠仁。於祭癖縣於沔碧溪吒智号住�嬌麵

結姜生昺薆昆時丕運遭嘗嗊吒托娛群俚豎戊兄犕鍫

杯喔喀回養箞慈母腦犖硤戈倘俚昇買吶畔朱屁於嗊

貝爷陸祥俚年罘歲乾倖於頂陸祥眞芠桃犮夷旺舅買

爾頭芠命倘俚逃婁畔仝倘俚逃婁畔仝倘俚底攃唆鯀俚卞昇買倘衜

飢廊鞅飘頴逻纠嗙俚益恢又奷缶年奸說昇俚杯嗞鸞

皮嘹皮買瘄畔芠嗒衜茹夹咦群痦煋畑䰟焰即辰爄嗖

娛毿群胙庄呫俚爄皮汆叫娛嵬哎娛喂群胙胙彡之得辰

。覇周此二辰苦巾　賛曰四璧人噂志呥辰富舆貫是入所

欱如群貧舆睽是以所惡辰昇鍫唱吗嫘俚眸体芠歇峨下買

2   Có người ở phủ Qui Nhơn,
Ở Phù Ly huyện, ở miền Bích Khê[2].
    Cha xưa lính trụ thảy về[3],
Vợ chồng kết nghĩa, sanh rày một con.
    Thời trời vận khiến thon von[4]
Cha thác mẹ còn, Lía chịu mồ côi[5].
    Hái rau, bắt ốc lần hồi,
Dưỡng nuôi từ mẫu tháng ngày trải qua[6].
    Thằng Lía thôi mới nói ra,
Cho con ở mướn với ông Lục Tường[7].
    Lía nên bảy tuổi càng thương
Ở với Lục Tường chăn một bầy trâu.
    Canh ba gà mới gáy đầu,
Một mình thằng Lía đuổi trâu ra đồng[8].
    Thằng Lía để trâu ăn rong[9],
Lía bèn thôi mới thẳng xông vào làng.
    Trái bầu, trái bí, củ khoai,
Lía trộm hoài hoài, gian đã nên gian[10].
    Thốt thôi Lía bắt trộm gà,
Vừa trống vừa mái ôm ra một lần[11].
    Về nhà, canh hỡi còn khuya,
Thắp đèn thổi lửa tức thời nấu ăn.
    Mẹ già còn ngủ chẳng hay,[12]
Lía nấu vừa rồi kêu mẹ dậy ăn.
    Mẹ ôi, còn ngủ làm chi,
Người thì giàu có, ta thì khó khăn[13].

Tán: *Dạ, dám thưa mẹ, trong sách thánh nhân, người có
nói rằng:*
    Phú dữ quí thị nhơn sở dục, *còn như:*
    Bần dữ tiện thị nhơn sở ố[14] *là phải lắm mẹ.*

Xướng: Mụ Lía ngó thấy một khi[15],
Mụ bèn mới

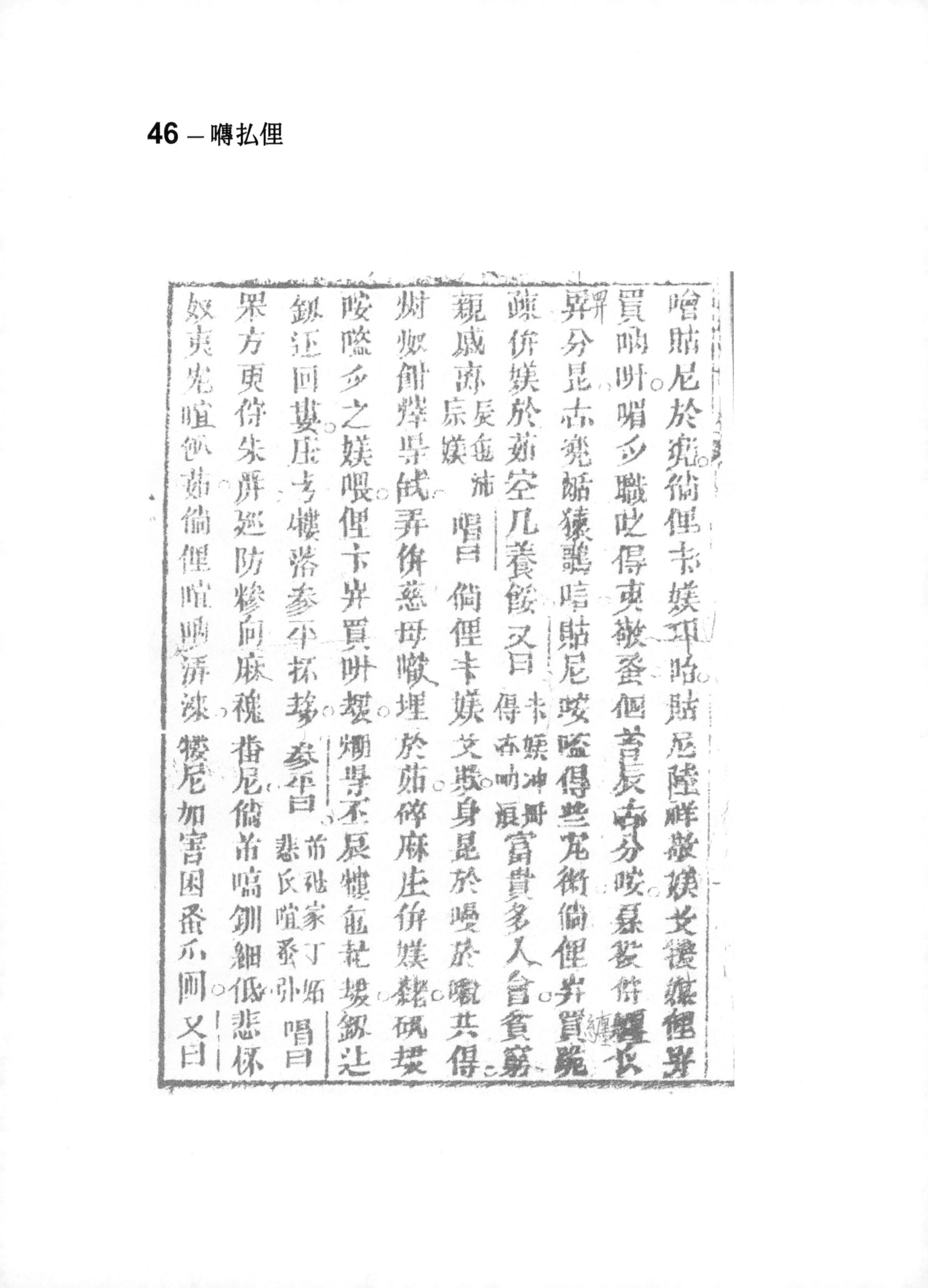

3   hỏi của nầy ở đâu[16]?
Thằng Lía thưa mẹ đặng hay,
Của nầy Lục Tường kỉnh mẹ một mâm[17].
Mụ Lía thôi mới nói ra,
Mầy làm chức gì, người lại kỉnh tao[18]?
Tớ đầy[19] thời có phần ăn,
Trăm việc giữ gìn ấy là phận con[20].
Có đâu thịt béo gà ngon,
Của nầy ăn trộm người ta đem về[21].
Thằng Lía thôi mới quì thưa[22],
Thương mẹ ở nhà không kẻ dưỡng nuôi[23].

Lại nói: *Thưa mẹ, trong sách Người có nói rằng:*
Phú quí đa nhơn hội,
Bần cùng thân thích ly[24], *thời đã phải lắm mẹ!*

Xướng: Thằng Lía thưa mẹ một khi,
Thân con ở mướn ở thuê cùng người.
Đói no cơm tẻ ngày hai[25],
Lòng thương từ mẫu hôm mai ở nhà.
Tôi mà chẳng thương mẹ già[26],
Tôi đi ăn trộm làm gì mẹ ôi[27]!
Lía bèn thôi mới ra đi,
Rạng ngày vậy thì trâu đã mất đi[28].
Kiếm trên kiếm dưới hồi lâu,
Chẳng ngờ trâu lạc, Tham Bình bắt đi[29].

Tham Bình: *Nào trẻ gia đinh đó bây! Ậy, nghe tao dặn:*

Xướng: Bốn phương canh giữ cho nghiêm,
Tuần phòng tám hướng mà coi phen nầy.
Thằng nào xao xuyến[30] tới đây,
Bây bắt nó lại đem ngay vào nhà.
Thằng Lía nghe nói rụng rời[31],
Trâu nầy gia hại, khốn tao làm vầy[32].

Lại nói:

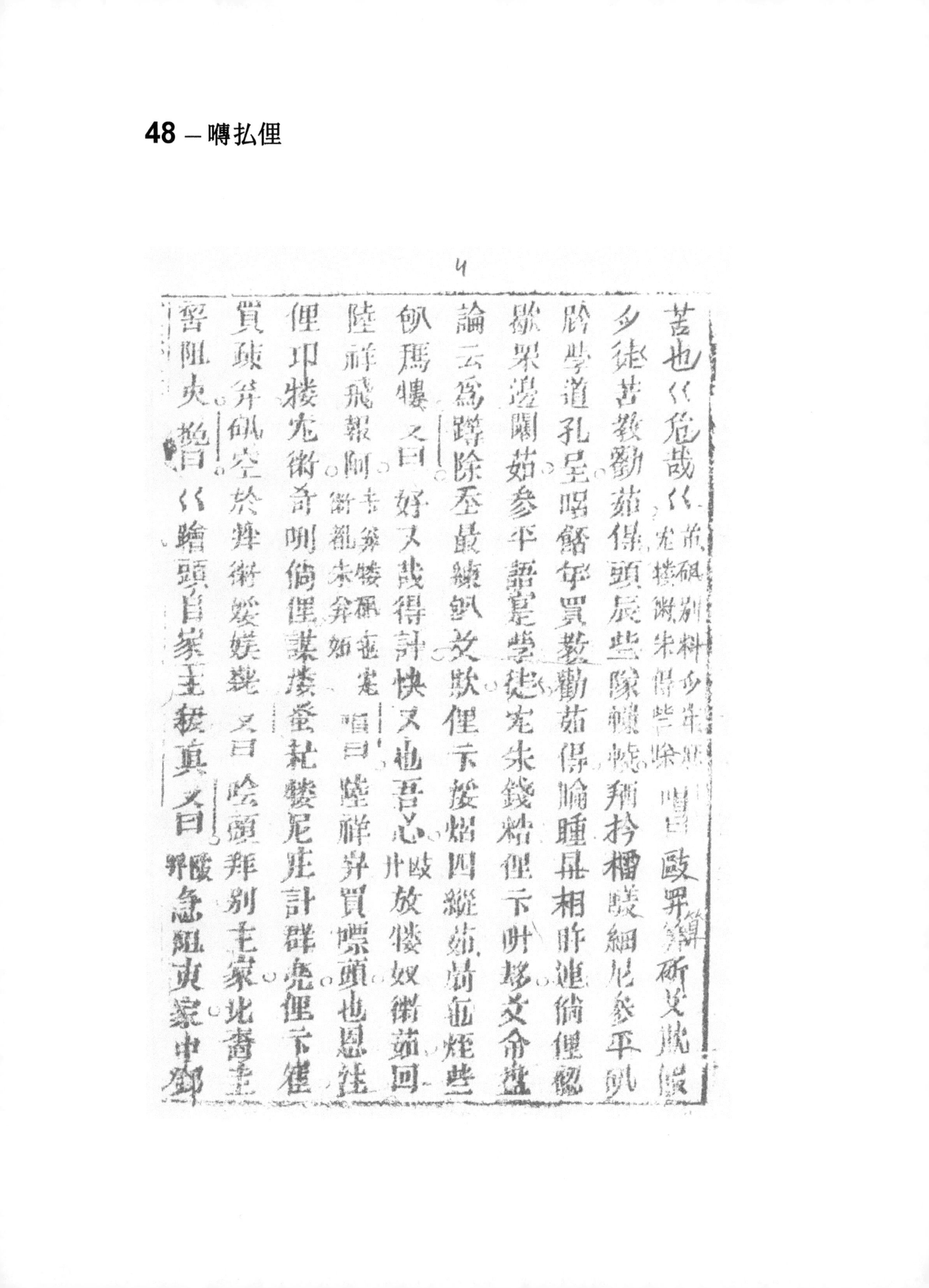

4   Khổ dã, khổ dã!
Nguy tai, nguy tai[33]!
Nào tôi biết liệu làm sao, mà đem trâu về, cho người ta chừ[34]?

Xướng: Âu là toan chước một khi,
Giả làm trò khó, giáo khuyên[35] nhà người.
        Đầu thời ta đội nón cời[36],
Tay cầm roi ngựa tới nơi Tham Bình.
        Tôi nay học đạo Khổng Trình[37],
Lỡ bữa nên mới giáo khuyên nhà người.
        Trợn tròng con mắt ngó lên[38],
Thằng Lía nhìn hết bốn bên cửa nhà.
        Tham Bình ngỡ thiệt học trò,
Đem cho tiền gạo, Lía bèn ra đi[39].
        Một mình bàn luận vân vi[40],
Đứng chờ trời tối lẻn vào một khi.
        Lía bèn nổi lửa tứ tung[41],
Nhà rày đã cháy, ta vào mở trâu[42].

Lại nói: Hảo hảo tai đắc kế, khoái khoái dã ngô tâm[43]!
Âu là: Phóng trâu nọ về nhà, hồi Lục Tường phi báo *a!*
Thưa ông, trâu tôi đã đem về đủ cho ông đó!

Xướng: Lục Tường thôi mới lắc đầu,
Giả ơn Chú Lía đặng trâu đem về.
        Khá khen thằng Lía mưu sâu,
Tao mất trâu này chẳng kể còn đâu.
        Lía bèn thôi mới, thưa ông,
Tôi không ở nữa, về nuôi mẹ già[44].

Lại nói: Cúi đầu bái biệt chủ gia,
Bắc mặt quê xưa trở lại[45].

Vãn: Bắc mặt quê xưa trở lại,
Cúi đầu từ gia chủ dời chơn.

Lại nói: *Âu là:* Kíp trở lại gia trung,
đặng

吀報来𢤞母。阿 乱𠳒。遥望山川步又輕奔𣴓𡬷路𢠩吾情
唱𠳒 衛蒸𨀒吏嫌咍砳𬚸𨻫𣇜世事䟦㶺阻𨃸𨁥吏𡛔陸
砳嗔𢬣學文章窮得。媒俚買吶共𣋚嵋咍奸咹紫茆峨𤈜
𢊊𨖲𡍢𨖳別名𣋚咍𡀳𡗶𠴍㐌邏𠫾偒俚吶𨃅𢩮𪅲𩙌𦎛。
庄群盗刼𠇍之。嗔嫌唉宠砳𦀊法始不辰自事星戈 爻曰
朱媄冲册圣人不學不知理待老何爲。媄阿 唱曰 媒俚喧吶
奇併𣋚它悶學文章其傳多宑朱嫌安弄。畧𠰚固孝娄廾
得咧 又曰。嗔嫌𦀊畧奇𧡊真。娄𣋚融隨從上路 搶曰 以拼
嫌𦀊頭泊歳 嵗高嘗曰 媄卞 如梓嫌宠𣋚拶尋師學道如意埃
麻浪渚如𡀯𣋚𡎥廾。父在觀其志。父没觀其行。三年無改

5 ngõ báo lai từ mẫu[46] *a!*

Loạn: Diêu vọng sơn xuyên bộ bộ khinh,
Bôn ba đoạt lộ khoái ngô tình[47].

Xướng: Về nhà, thưa lại mẹ hay,
Tôi chăn trâu rày, thế sự dễ tôi[48].
Trở về thưa lại mẹ hay,
Tôi xin đi học văn chương[49] cùng người.
Mụ Lía mới nói cùng con,
Mầy hay gian giảo, thầy nào dạy con[50].
Làng trên xóm dưới biết danh,
Con hay trộm cướp tiếng đồn đã lâu.
Thằng Lía nói hết căn nguyên[51],
Tôi nay chẳng còn trộm cướp làm chi[52].
Xin mẹ hãy đem tôi đi,
Lên đó vậy thì tự sự trình qua.

Lại nói: *Thưa mẹ, trong sách thánh nhơn người có nói*
rằng: Nhơn bất học, bất tri lý,
đãi lão hà vi[53] *a mẹ?*

Xướng: Mụ Lía nghe nói khá thương,
Con đà muốn học văn chương[54] cùng người.
Làm sao cho mẹ yên lòng,
Trước là có hiếu, sau là người khen[55].

Lại nói: Xin mẹ già trước khá dời chơn
Sau con trẻ tùy tòng thượng lộ[56].

Vãn: Sau con trẻ tùy tòng thượng lộ.
Thương mẹ già đầu bạc tuổi cao[57],

Tán: *Thưa mẹ: Như nay mẹ đem con đi tầm sư học đạo,*
như ý ai mà rằng, chớ như: Ý con, nay là:

Phụ tại, quan kỳ chí,
Phụ một, quan kỳ hành.
Tam niên vô cải

於父之道可謂孝乎挽目拤命分泊單狐感併没媒濱瀲
伐行扰忍賒准主鄉人兇亟細圿中候棋唱曰媄昆炆買
跳無柴嘲媒俚丞辰覘澆媒俚買疎其柴硯宠昆炆學行
共谷學習奴覘摭挼嘤虢奴抔盗鶪得此悲除奴亀術茄
硯它嚇呢庄群如智奸貪盗刧亀瞭夕唛硪媄養身腦嘵
悲除奴悶兴行丕年硯沛尋止圿柴嗅柴唯保秘疎恩氏
婆辰硯吀坤恩師曰些呢俚昆喧柴弟事父事師立身行
正道阿唱曰媒它弔保暑婆昆須奇學朱年道企增頭自
也尊師吹嗔晃祂那硯阻術倘俚嗟媄呐衖鋆睆唎媄丕
辰暴婆蹤花昆庶婁厦阻衖嫛祮芰欵帆妱猪庶麻奴托

6   ư phụ chi đạo,
     Khả vị hiếu hồ[58]!

Vãn: Nghĩ mình phận bạc đơn cô,
Cám thương nỗi mẹ lụy tuôn hai hàng.
     Bắc nhìn[59] xa chốn quê hương.
Phút đâu đã tới trường trung[60] hầu kề.

Xướng: Mẹ con thôi mới bước vô
Thầy chào mụ Lía, vậy thời đi đâu?
     Mụ Lía mới thưa cùng thầy,
Tôi đem con dại[61] học hành cùng ông.
     Ngày xưa nó đi chăn trâu,
Rủ nhau[62] nó bắt trộm gà người ta.
     Bây giờ nó đã về nhà,
Tôi đà răn dạy, chẳng còn như xưa.
     Gian tham trộm cướp đã chừa,
Làm ăn nuôi mẹ, dưỡng thân tháng ngày.
     Bây giờ nó muốn[63] học hành
Vậy nên tôi phải tìm lên trường thầy.
     Xin thầy dạy bảo trẻ thơ,
Ơn ấy, sau thời tôi sẽ đền ơn.

Thầy: *Mụ nói đã hết lời, thôi thời ta dạy. Lía, con nghe thầy dặn:*
     Sự phụ sự sư, lập thân hành chánh đạo[64] *nghe a!*

Xướng: Mụ đà dặn bảo trước sau,
Con tua khá học cho nên đạo mầu[65].
     Cúi đầu từ giã tôn sư
Xin gởi[66] con trẻ đặng tôi trở về.
     Thằng Lía nghe mẹ nói về,
Chạy theo dặn mẹ vậy thời trước sau.
     Giò hoa[67] con để sau hè,
Trở về mẹ cất một khi[68] vào nhà
     Chớ để mà nó mất

7

đi,

Giò hoa dầu mất[69], ngày sau chẳng lành.

Thầy nghe Lía nói, lắc đầu

Thằng nầy gian hùng, nó chẳng sợ tao.

Thầy kêu thằng Lía trở vào,

Hỏi mầy nói nhỏ nói to chuyện gì?

Lía bèn đặt gối thưa qua,

Dặn mẹ tôi về trả nợ người ta[70].

Chớ để mà nó tới nhà,

Trước là xấu mẹ, sau là thẹn ông[71].

Cái thằng ăn nói trớ trênh[72],

Tao nghe mầy dặn giò hoa tỏ tường.

Giò hoa mầy để sau hè,

Dặn mẹ mầy về mà cất có khi[73].

Mới nói thôi lại chối đi,

Mầy thằng ăn cướp, tao đà biết danh.

Mẹ mầy là gái trớ trênh,

Kiếm lời trau chuốt cho con học hành.

Gạo tiền chẳng có một đồng,

Gia hại cho thầy, lại mất danh tao.

Lại nói: *Nghe tao dặn, như mầy muốn học hành thời bỏ gian tham, mới đặng cho!*

Hành ác chi nhơn, như ma đao chi thạch, bất kiến kỳ tổn, nhật hữu sở khuy[74] *nớ, con à.*

Xướng:

Thằng Lía học đặng ba năm,

Ăn ở trường thầy, tuổi đã mười ba.

Học trò tính đặng hai trăm[75],

Thằng Lía chẳng sợ một trò, làm song[76].

Vắng thầy ta lại phóng lao,

Tập nhảy hàng rào[77], võ nghệ tinh thông,

Thầy về điểm lại học trò,

Thằng Lía thôi mới vậy

麻茬楼学徒悲奇喧㤽悲㙠㭪俚宠術朱㤽学徒噲拜跛

蓮㙠㭪徒俚噴㳦朱鏡尊師喧㖂㗇唭讲㗊祂咋俚㝵

㑸又曰拼尊師安在㘴中朱弟子逍遥徒俚乱曰別自尊

長步輕天雁曲那羣險路難面看東西覩不見澄贴南北

是無聞唱曰徒監徒不鈉羣拉歐迬迈丕麻拱空㖿㗊

俚留㳦認俚踦晚辰叫咻学徒悲㗊體駿雄買保徔俚些

㖂令柴俚叫喑学徒悲㗊㖂嗬宛㗊㤽憲婼㗊羔字褪一日為

師㗊学艾毋拱咋如㖭又曰徒㗿㳦多得閙立身行道辰

盂㗁㚀麻崔渚群如悲麻㭪㗊赤咋於讚除唱曰悲術㹭

夷其些㳦浪悲㙠拏麻庄體盂龍尾盂柴艾攬众悲㙠㙠㘞古

8   mà mất đi[78].

Học trò bây khá nghe lời
Bây đi bắt Lía đem về cho tao.
Học trò cúi lạy thưa lên,
Đi bắt trò Lía, xin thêm cho nhiều.
Tôn sư nghe nói nực cười.
Thương hại trẻ nầy sợ Lía lắm thay!

Lại nói: Lạy Tôn sư an tại trường trung,
Cho đệ tử truy tầm trò Lía.

Loạn: Biệt từ tôn trưởng bộ khinh khinh
Khuất khúc na từ hiểm lộ nan.
Diện khán đông tây, quan bất kiến
Trừng chiêm nam bắc thị vô văn[79].

Xướng: Trò giám[80], trò biện[81] kiếm tìm,
Khắp hết trên dưới vậy mà cũng không.
Ngó ra thấy Lía tập nghề,
Dựng chiếu Lía nhảy, miệng thời kêu la
Học trò xem thấy hãi hùng
Mới bảo trò Lía, ta vâng lịnh thầy.
Lía kêu bớ học trò bây
Tao vâng lời thầy, lọ phải bắt tao.
Chữ rằng: nhứt nhựt vi sư
Tao học một ngày cũng sợ như cha.

Lại nói: *Ớ, học trò ôi!*
Hễ làm người, muốn lập thân hành đạo, thời tao
vâng đó, mà thôi chớ. Còn như bây mà bắt, tao có
sợ ở mô.
Chừ thời:

Xướng: Bây về thưa lại cùng thầy,
Rằng bây đi tìm, mà chẳng thấy tao.
Gà nầy tao cho một lồng[82]
Chúng bây đi đã có

泰

功鈫筝嗿悲容夷朱盓矯釜當翅旅勞習芯學徒羅買啊

浪埃唆鵾嗜嚧扨得些學徒吽瘥艾欺徒芮無杯數趙朱

來些杯奴宠衒柴朱奴沛亟鉾奴羆卧俚下嚨吶嚥嗔芇

盓亦監易卧令柴學徒些怹揮無刼纓縛夷盂辰朱毛俚

卞體學徒無移摧艾巧學徒我陵徒俚多箕宗台盓願共

唱壹死壹生學徒崔買保瘥筈些朱罷打扇庄他學徒些

分多旺左支右翼立多中軍長棍艾布朱淵蘭于艾傳底

防些恍徒沛麻叕灾斜塘坡池打插迸橰俚下吶學徒；

喂盓咋朱嗜嗅娘咧旺學徒即陣押無打俚盂辰恪似如

鯎俚下拖歡多双學徒我冠動弄奇伢都辰界夷披牭都

9   công kiếm tìm.
Xin bây dung lại cho tao,
Kẻo tao đương mắc phóng lao tập nghề.
Học trò thôi mới nói rằng:
"Ai ăn gà mầy trộm cướp người ta."
Học trò kêu nhau một khi,
Trò nào vô bắt nó đi cho rồi[83].
Ta bắt nó đem về thầy
Cho nó phải đòn, kẻo nó dể ngươi[84].
Lía bèn nghe nói nực cười
Nào tao có dám dể ngươi lịnh thầy.
Học trò ta kíp áp vô
Lấy dây trói lại, vậy thời cho mau.
Lía bèn thấy học trò vô
Đá thôi một cái, học trò ngã lăn.
Trò Lía làm dữ lắm thay
Tao nguyện cùng mầy, nhứt tử nhứt sanh[85].
Học trò thôi mới bảo nhau,
Xúm ta cho đủ, đánh rày chẳng tha.
Học trò ta phân làm ba
Tả chi hữu dực, lập làm trung quân.
Trường côn một bó cho ròng,
Làng cang[86] một vác để phòng ta quăng.
Trò nào mà đi tay không,
Kiếm đường đi trốn, đánh đòn mười roi.
Lía bèn kêu, học trò ôi!
Tao sợ cho mầy khóc mẹ la cha.
Học trò tức giận áp vô
Đánh Lía vậy thời khác tợ như ong.
Lía bèn đỡ hết làm song
Học trò ngã xuống, động lòng khá thương.
Đứa thời thôi lại gãy tay,

10

10 Đứa thời lỗ đầu, đứa lại[87] dập xương,
Lía bèn xem thấy sợ thay
Mẹ cha nó biết ắt rày kiếm tao,
Mẹ thời tuổi tác đã già,
Tiền đâu mà chạy câu tra[88] cho làng.
Vịt gà nhốt lại một lồng,
Bầy heo lớn nhỏ gánh gồng ra đi.
Gánh về cho mẹ tao ăn,
Lâu ngày thèm thịt, cực thay thân già.

Lại nói: *Như nay mà tôi đánh con người ta, chi cho khỏi*
xóm làng người hay đặng, chăng là khổ lắm mà!
Khổ dã, khổ dã!
Nguy tai, nguy tai!
Âu là:
Cất gánh[89] nọ lên vai,
Đặng tìm phương tị tử a^{90}!

Loạn: Hoang mang tị tử vọng sanh phương
Viễn tẩu cao phi dĩ thoát nguy[91].

Xướng: Về nhà kêu bớ mẹ già,
Vịt gà con gánh đem về mẹ ăn.
Mụ Lía thôi mới chạy ra
Vịt gà đâu rày con gánh về đây[92]?
Thằng nầy trộm cướp hoài hoài
Nó đà chẳng sợ, đem gông về nhà.
Tao thời một lẫn một già[93].
Sanh con, thôi lại oan gia cùng mầy.
Có mầy tao lại thêm lo,
Cơm ăn chẳng đặng, thịt xương gầy mòn[94].
Thấy mầy muốn học văn chương,
Nên tao tìm thầy, lặn suối trèo non.
Tưởng là mẹ đặng nhờ con,
Hay đâu con lại chẳng thương mẹ già[95].
Bây giờ con lại bỏ thầy,
Học hành chẳng tưởng

11

11   quen rày tánh lung[96].
Cứ đi khắp xóm khắp làng,
Trộm gà trộm vịt người ta hoài hoài.
Con đà chẳng tưởng mẹ già,
Bây giờ còn sống vậy mà làm chi?

Tán: *Thời mẹ cũng tưởng có con, mà dạy bảo con nghe lời, thời sách có nói rằng:*
Hiếu thuận hoàn sanh hiếu thuận tử *ai ngờ vô phước, cho nên tôi sản xuất ngỗ nghịch nhi*[97].
Tôi cũng thường dạy bảo lắm chút, nhưng mà nó cũng không nghe.
Thôi thôi sống làm chi nữa nào[98]!

Xướng: Lía nghe mẹ nói một khi,
Hai hàng nước mắt ròng ròng như mưa.
Mẹ sanh con có một mình,
Nỡ nào mẹ chẳng thương tình con thơ?
Công mẹ chín tháng cưu mang,
Tam niên nhũ bộ, mười ân chưa đền.

Lại nói: *Trăm lạy mẹ, mẹ thấy làm vậy cho nên mẹ buồn, mẹ muốn thác thời cũng phải, nhưng mà:*
Bành Tổ niên cao hà tại?
Còn: Nhan Hồi thọ yểu[99] hà thời *a mẹ*[100]!

Xướng: Nói thôi cùng mẹ một lời,
Toan việc ở đời buôn bán làm ăn.
Con đà quá lỗi muôn phần,
Cúi đầu lạy mẹ dung tình cho con,
Cút cui mẹ ở hàng lang[101],
Thế gian khinh dể, xóm làng cười chê.
Con xin đưa ngựa mà thôi[102]
Mẹ thời bán quán vậy mà hàng lang.
Thốt thôi thằng Lía ra đi,
Hỏi ai mướn ngựa vậy mà tôi đưa.
Phút đâu mới nói vừa rồi[103],

12

箋商之屢穡又徊尼俚嗨前嶝驩空卬朱礵勝卽辰崩
驩硏驩紫驩紅驩白丕麻驩黑棋哈群仁肜驩卒台驩于
里馬奴哈欣得喝辰錢界前挵玥佩勝驩節辰崩覩差貝
語窒仍开錢界逐未勝驩朱毛袍錢玥芰圎㢆㪽得㪽驩
杜感庄群又目好业以至歡以阿嗔蹊鳥道奔彤望林中直
去阿乩昔策馬荒芒步又輕屈㪽那辭險路危唱讵各前
叫龜獸睎盞待偈尼跨龜痄嗨㢆塚还廊辻庄別偈尼
奴迟彬兒㪽其弃地弃廊盞㪽鄒嗰乣礼㪽獲跨悵庄體
俚㪽各苗界買丕辰吽移偈俚連芰圎㢆懺㯱異買逐㪽
術㹉又目川策神馬荒芒望家申嗔去
之㽵竒今二四 乩目目看東西

12   Khách thương một lũ dầy dầy[104] tới nơi.

Lía hỏi cậu mướn ngựa không,
Đặng cho tôi thắng[105] tức thời cậu đi.

Ngựa tôi, ngựa tía, ngựa hồng,
Ngựa bạch, vậy mà ngựa hắc[106] cũng hay.

Còn hai con ngựa tốt thay,
Ngựa Thiên Lý Mã[107] nó hay hơn người.

Mướn thời tiền trước cậu trao,
Đặng tôi thắng ngựa tức thời cậu đi.

Sai viên[108] ngỡ thiệt những là,
Tiền trước đưa rồi, thắng ngựa cho mau.

Lấy tiền đi một hồi lâu,
Vừa người vừa ngựa, mất âu chẳng còn[109].

Lại nói: Hảo dã, hảo dã!

Chí hoan, chí hoan! *Xinh a!*

Noi điểu đạo bôn phi,

Vọng lâm trung trực khứ[110] *a!*

Loạn: Sách mã hoang mang bộ bộ khinh

Khuất khúc na từ hiểm lộ nguy[111].

Xướng: Các cậu[112] kêu đã hết hơi

Tao đợi thằng nầy, đứng đã mỏi chưn[113].

Hỏi thăm xóm dưới làng trên

Chẳng biết thằng nầy, nó trốn đi đâu.

Vái cùng ông Địa, ông Làng

Tao bắt đặng mầy làm lễ một heo[114].

Đứng hoài chẳng thấy Lía về

Các cậu thôi mới vậy thì ra đi.

Thằng Lía trốn một hồi lâu,

Thấy vắng thôi mới chạy u về nhà[115].

Lại nói: *Âu là:*

Sách thần mã hoang mang

Vọng gia trung trực khứ[116] *a!*

Loạn: Mục khán đông tây

觀四路澄貼南北任奔影　眼目更紅俚樹潤施媒俚粘鹽

不麻嗨晁逞容晲歐哈群益　竟可閩半晁阻衛俚卞權眉

疎戈佩空逞驅世間晲唭佩蹀其媒芝廟歌嘆彩科竟得

朱衢群媒咏夾行榔味晁彭秤鸞弄多官　媒舂電於晁休

去丕勿竹丬岭昆開應葬科詩其得升嘔唠多牛安訓衛物

埃麻啚欺謂爆詑辰聖人得啊浪災母存不可遠遊正

古洱閩欺謂爆詑辰聖人得啊浪災母存不可遠遊正

唱討解界閩于籌冊群窩辰各傳後來晁彭補媒埃儍

正昇道坒昆決情移似敗媒於竹擸埋變昆衛帝體媒發

文閩喧沖冊聖人得古唠浪係界　養兒待老積穀防饑

幵丬牢俚閩略略十弍篇承相如姜子七拾爲

阿晁未媒初智甘羅冲

13   quan tứ lộ,
Trừng chiêm nam bắc nhậm bôn phi[117].

Xướng: Canh hai Lía về tới nhà,[118]
Mụ Lía xem thấy vậy mà hỏi con.
              Đưa khách hỡi hết hay còn?
Ít nhiều khá nói, sao con trở về?
              Lía bèn thôi mới thưa qua,
Tôi không đưa ngựa[119], thế gian chê cười.
              Tôi thưa cùng mẹ một lời
Tôi xin đi khóa[120] theo người cho xong.
              Lạy mẹ ở lại hàng lang,
Cho con đi khóa dốc lòng làm quan.

[Mụ Lía] tán: *Ớ con, ớ con!*
              Hưu khứ hưu khứ, vật hành vật hành[121]!
*Nay con muốn ứng cử khoa thi cùng người là con đi làm
sao cho đặng a con! Con chẳng biết thời mẹ đã bảy mươi
dĩ ngoại, còn con hai tám khôn tường, có phải a, khi mưa
nắng lấy ai mà tư trợ a con[122]?*
              Thời thánh nhân người có nói rằng:
              Phụ mẫu tồn bất khả viễn du chăng con[123]?

Xướng: Thảo xưa là Mẫn tử Khiên,
Sách còn chép để danh truyền hậu lai.
              Con đi bỏ mẹ ai nuôi,
Chăng lỗi đạo trời, con quyết tình đi?
              Đói no mẹ ở hàng lang,
Mai sau con về có thấy mẹ đâu[124]!

Lại nói:
*Thời con cũng biết chữ đó mà, mẹ nói lại cho con nghe,
trong sách Thánh nhơn người có nói rằng, hễ là:*
*Dưỡng nhi đãi lão, tích cốc phòng cơ[125] là làm sao a
con?*

Lía: *Dạ dám thưa mẹ:*
              Xưa Cam La *có phải* thập nhị vi Thừa Tướng.
Còn như:
              Khương Tử thất thập vi

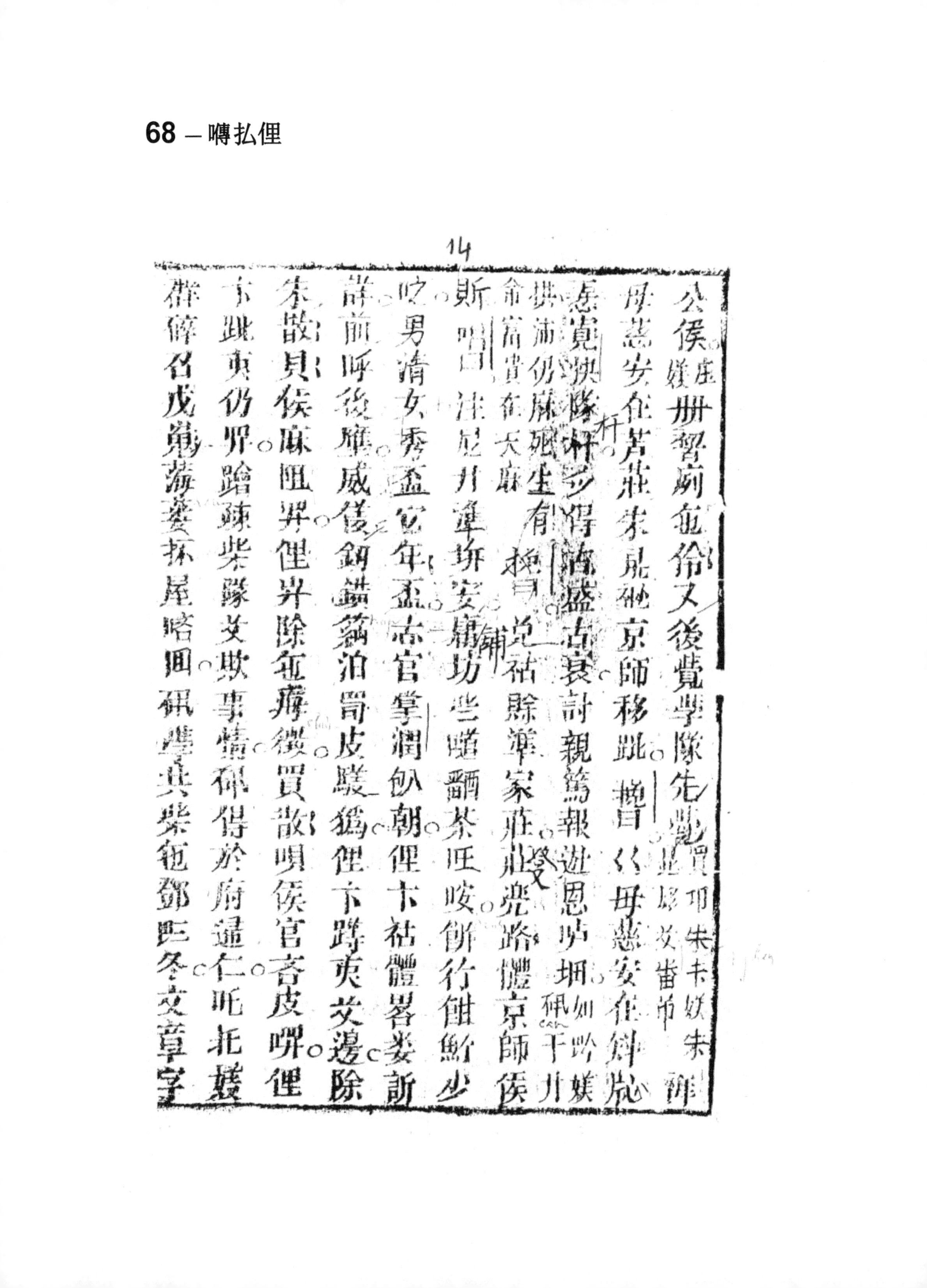

14

14　　　　　　　　　　Công hầu[126] *chăng mẹ?*
　　　　　　　Sách xưa lời đã rành rành[127],
　　　　　　　Hậu giác học đòi tiên giác[128], *mới đặng cho*
　　　　　　　Thưa mẹ cho con đi một phen nào[129]*!*
　　　　　　　Lạy mẫu từ an tại lư trang[130],
　　　　　　　Cho con trẻ kinh sư dời bước.

Vãn:　　　　　Dời bước mẫu từ an tại,
　　　　　　　Kẻo tấm lòng khoăn khoái[131] đòi cơn.
　　　　　　　　Làm người có thạnh có suy,
　　　　　　　Thảo thân dốc báo, mười ân lo đền[132].

Như nay mẹ tôi can là cũng phải[133]*, nhưng mà tử sanh hữu mạng, phú quí tại thiên mà.*

Vãn:　　　　　Đoái xem xa chốn gia trang,
　　　　　　　Phút đâu lố thấy kinh sư hầu gần[134].

Xướng:　　　Chỗ nầy là chốn Trường An[135],
　　　　　　　Phố phường ta dạo[136], rượu trà uống ăn.
　　　　　　　　Bánh hàng cơm cá thiếu chi,
　　　　　　　Nam thanh nữ tú vui đà nên vui.
　　　　　　　　Có quan Chưởng Nhuận vào chầu
　　　　　　　Lía bèn xem thấy trước sau tỏ tường.
　　　　　　　　Tiền hô hậu ủng uy nghi[137].
　　　　　　　Gươm vàng náp[138] bạc, tư bề ngựa voi.
　　　　　　　　Lía bèn đứng lại một bên,
　　　　　　　Chờ cho tan buổi hầu mà trở ra[139].
　　　　　　　　Lía thôi chờ đã mỏi chưn,
　　　　　　　Mới tan buổi hầu, quan lớn vừa ra.
　　　　　　　　Lía bèn bước lại những là[140],
　　　　　　　Hỏi thưa thầy đội một khi sự tình.
　　　　　　　　Tôi người ở phủ Qui Nhơn,
　　　　　　　Cha thác mẹ còn, tôi chịu mồ côi.
　　　　　　　　Hái rau bắt ốc lần hồi,
　　　　　　　Tôi học cùng thầy đã đặng ba đông.
　　　　　　　　Văn chương chữ

義精通附奴年蕭陳舁於其。又曰。備箸蓋你去毋住銅前
買他。居於佃處養身。兩唱曰。裤舁砾買誰臨眈氣托易於
府逮个媒辰綵要坤孃砾界士善爻欺規寒署界瀏筋管
連姜淑柴隊養身腑辱奇呐偁乳坤頑盗體眉呐勤慈奇
佇鉴體臨哦逞仁乏不尻於爻廓兊爹補燒盗
呈官就燒盗飢候逞共柴隊跣飯裤舁昚署婆事精掌
潤界買呐浪昆他茹得如體剝盗赤功奴征細低辰候飯池
奴剁弄饼台俾昝隂舁候碎又唱曰佇俚無玔茹官於
唻堅唋踈昆禛三差補役茹官每役每別炅唐眈昨舁
差爻役朱成貝兒志哥買鹹英雄赤俱於府逮仁仁買買

15 nghĩa tinh thông,
Đói no[141] nên phải thưa ông ở cùng.

[Thầy Đội] Lại nói: *Thằng kia, tao hỏi, chớ mầy:*
Nễ phụ mẫu trú hà thôn quán?
Tha cư ư hà xứ dưỡng thân[142] a con?

Xướng: Lạy ông, tôi mới bày ngay,
Cha tôi thác rày ở phủ Qui Nhơn.
Mẹ thời già yếu khôn đi.
Tôi là sĩ khó một khi cơ hàn.
Trước là nhờ đức quan trên,
Sau nhờ thầy đội dưỡng thân tháng ngày[143].
Khá khen thằng nhỏ khôn ngoan,
Tao thấy mầy nói động lòng khá thương.
Tao thấy mầy ở Qui Nhơn,
Làm vầy con ở một làng cùng ông,
Một làng đâu nỡ bỏ nhau,[144]
Tao trình quan lớn, theo tao vào hầu.
Lía cùng thầy đội bước vào
Lạy trình Ông Lớn trước sau sự tình.
Chưởng Nhuận thôi mới nói rằng
Con trẻ nhà người, như thể cháu tao[145].
Có công nó đã tới đây,
Thời nuôi trẻ nó, kẻo lòng thương thay!

Lía: *Dạ, nay ông nuôi tôi, tôi lạy ông: bách bách phước.*

Xướng: Thằng Lía vô đặng nhà quan
Ở ăn kiêng nể, thưa trình khôn ngoan[146].
Tam sai bua việc nhà quan[147],
Mỗi việc mỗi biết trăm đàng rất hay.
Ông sai một việc cho thành,
Nam nhi chí cả mới nên anh hùng.
Có người ở phủ Qui Nhơn
Hai trăm quan

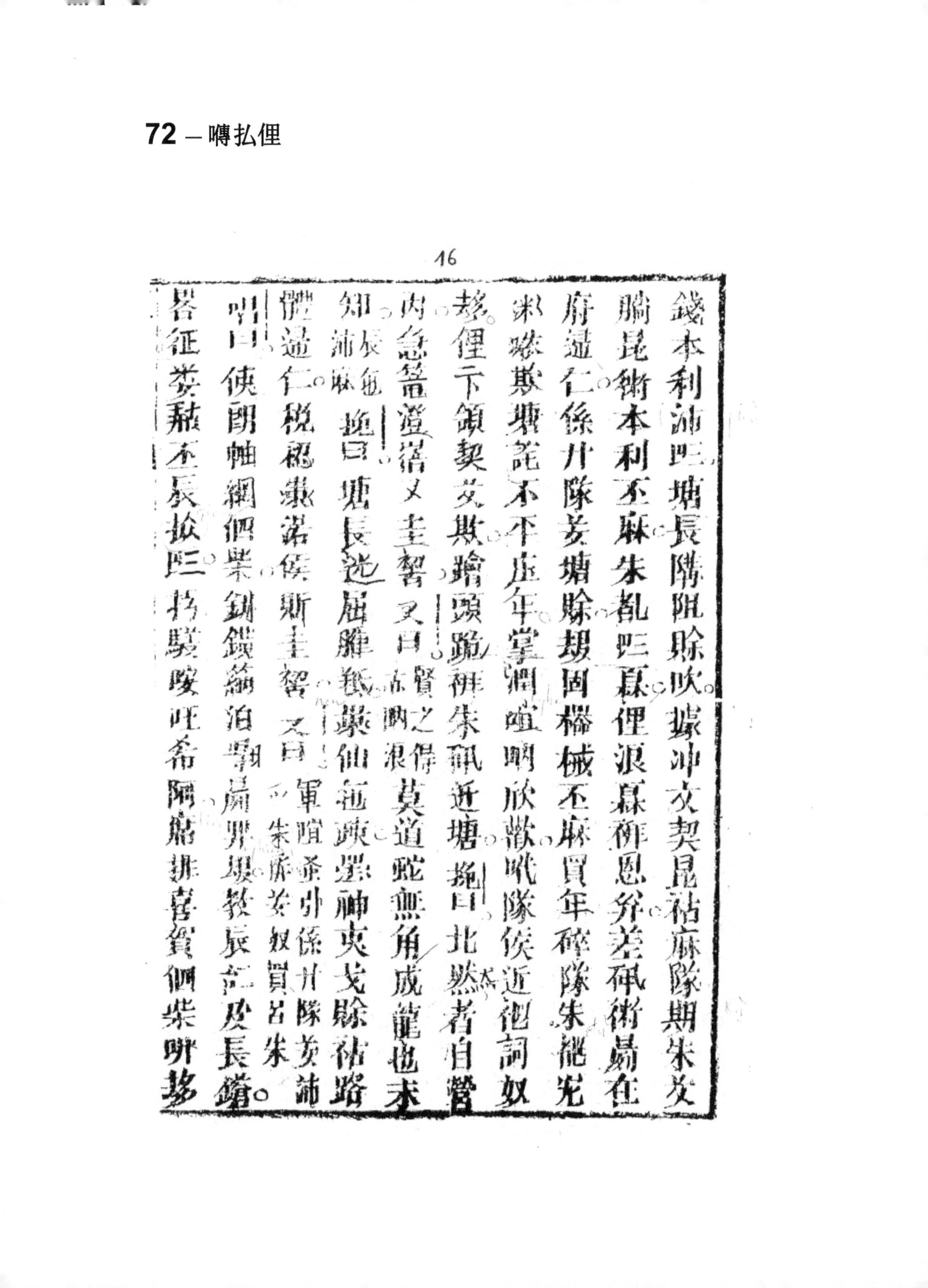

16

16   tiền, vốn lời phải ba[148].

Đàng tràng cách trở xa xuôi,
Cứ trong văn khế con xem mà đòi.

Kỳ cho một tháng con về
Vốn lời vậy mà cho đủ ba trăm.

Lía rằng trăm lạy ơn ông,
Sai tôi về rày tại phủ Qui Nhơn.

Hễ là đòi nợ đường xa,
Đi có khí giới vậy mà mới nên[149].

Tôi đòi cho đủ đem về,
E khi đường sá bất bình[150] chẳng nên.

Chưởng Nhuận nghe nói hân hoan,
Dạy đòi hầu cận lấy tờ nó đi.

Lía bèn lãnh khế một khi
Cúi đầu quì lạy cho tôi lên đường.

Vãn: Bắc mặt giã từ dinh nội,
Kíp trông chừng vọi vọi quê xưa.

Lại nói: *Hèn chi người có nói rằng*
Mạc đạo xà vô giác,
Thành long dã vị tri[151] *thời đã phải mà!*

Vãn: Đường trường quanh quất ruột dê,
Non tiên đã trải, bãi thần lại qua.

Xa xem lố thấy Qui Nhơn,
Đoái nhìn non nước hầu gần quê xưa[152].

Lại nói: *Quân, nghe tao dặn, hễ là, đòi nợ phải làm cho*
nghiêm[153]*, nợ nó mới trả cho*

Xướng: Sửa sang dù võng tớ thầy,
Gươm vàng náp bạc ngày rày ra đi.

Giáo thời hai cặp trường thương,
Trước chiêng sau trống vậy thời gióng ba.

Nghỉ ngựa ăn uống hì hà,
Tiệc bày hỉ hạ tớ thầy ra đi.

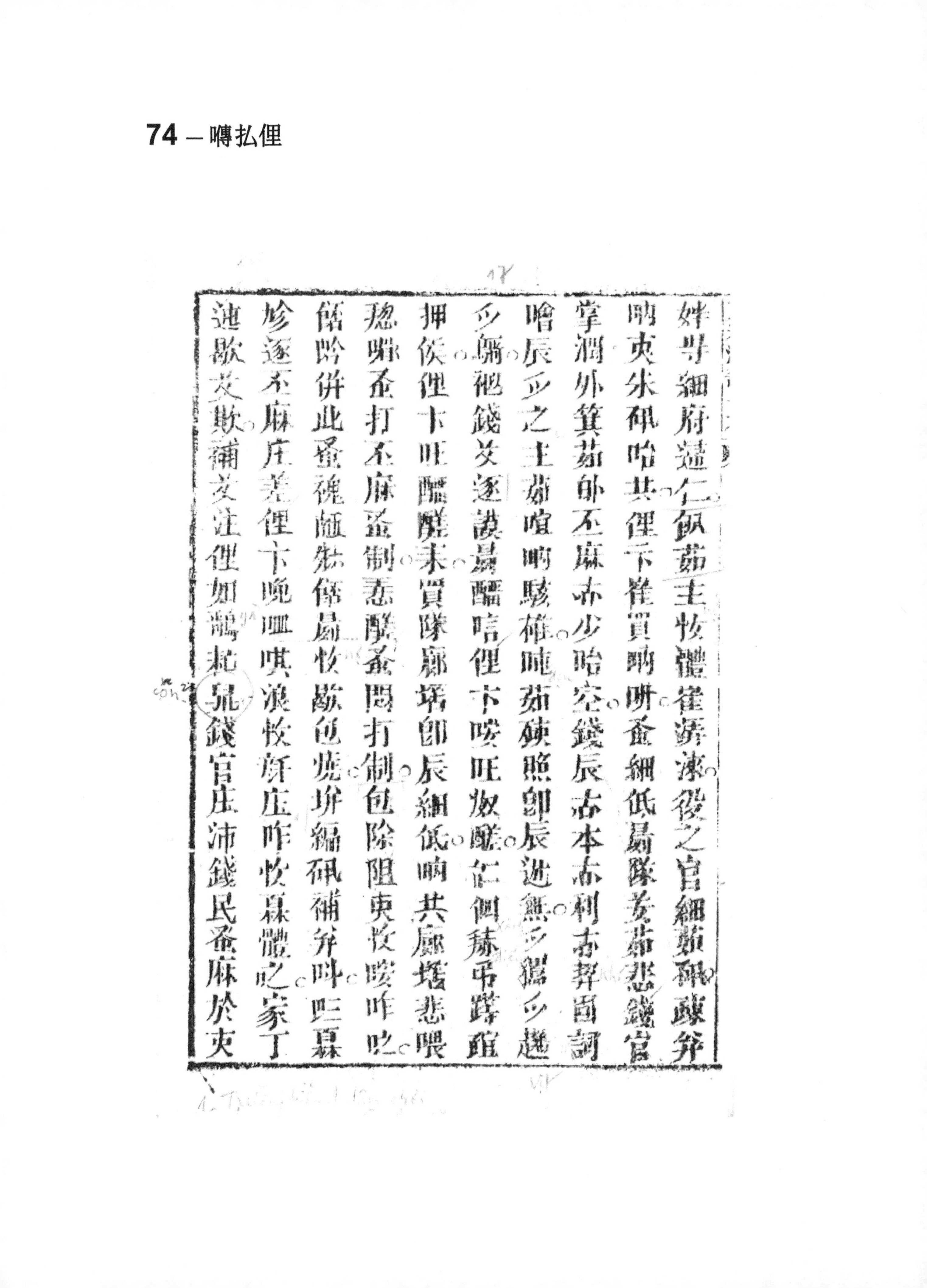

17   Nửa ngày tới phủ Qui Nhơn,
Vào nhà, chủ nợ thấy thôi rụng rời[154].
       Việc chi quan tới nhà tôi,
Thưa ông nói lại cho tôi hay cùng.
       Lía bèn thôi mới nói ra,
Tao tới đây rày đòi nợ nhà bây[155].
       Tiền quan Chưởng Nhuận ngoài kia,
Nhà ngươi vậy mà có thiếu hay không?
       Tiền thời có vốn có lời,
Có khế[156] có tờ, hỏi thời làm chi.
       Chủ nhà nghe nói hãi hùng,
Dọn nhà trải chiếu tức thời mời vô.
       Làm heo làm vịt làm gà,
Lấy tiền một chục mua rày rượu ngon.
       Lía bèn ăn uống no say,
Hai tớ xách điếu đứng ngay áp hầu.
       Lía bèn uống rượu say rồi,
Mới đòi làng xóm tức thời tới đây.
       Nói cùng làng xóm bây ôi!
Hốt me tao đánh vậy mà tao chơi,
       Lòng say tao muốn đánh chơi,
Bao giờ trở lại, thua ăn sợ gì.
       Bữa nay tính thử tao coi,
Năm sáu bữa rày thua hết bao nhiêu[157]?
       Trường biên tôi bỏ ông kêu[158],
Ba trăm chín chục vậy mà chẳng sai[159],
       Lía bèn mỉm miệng cười rằng,
Thua ngàn chẳng sợ, thua trăm thấy gì.
       Gia đinh trốn hết một khi,
Bỏ một chú Lía như gà mất con[160].
       Tiền quan chẳng phải tiền dân,
Tao mà ở lại

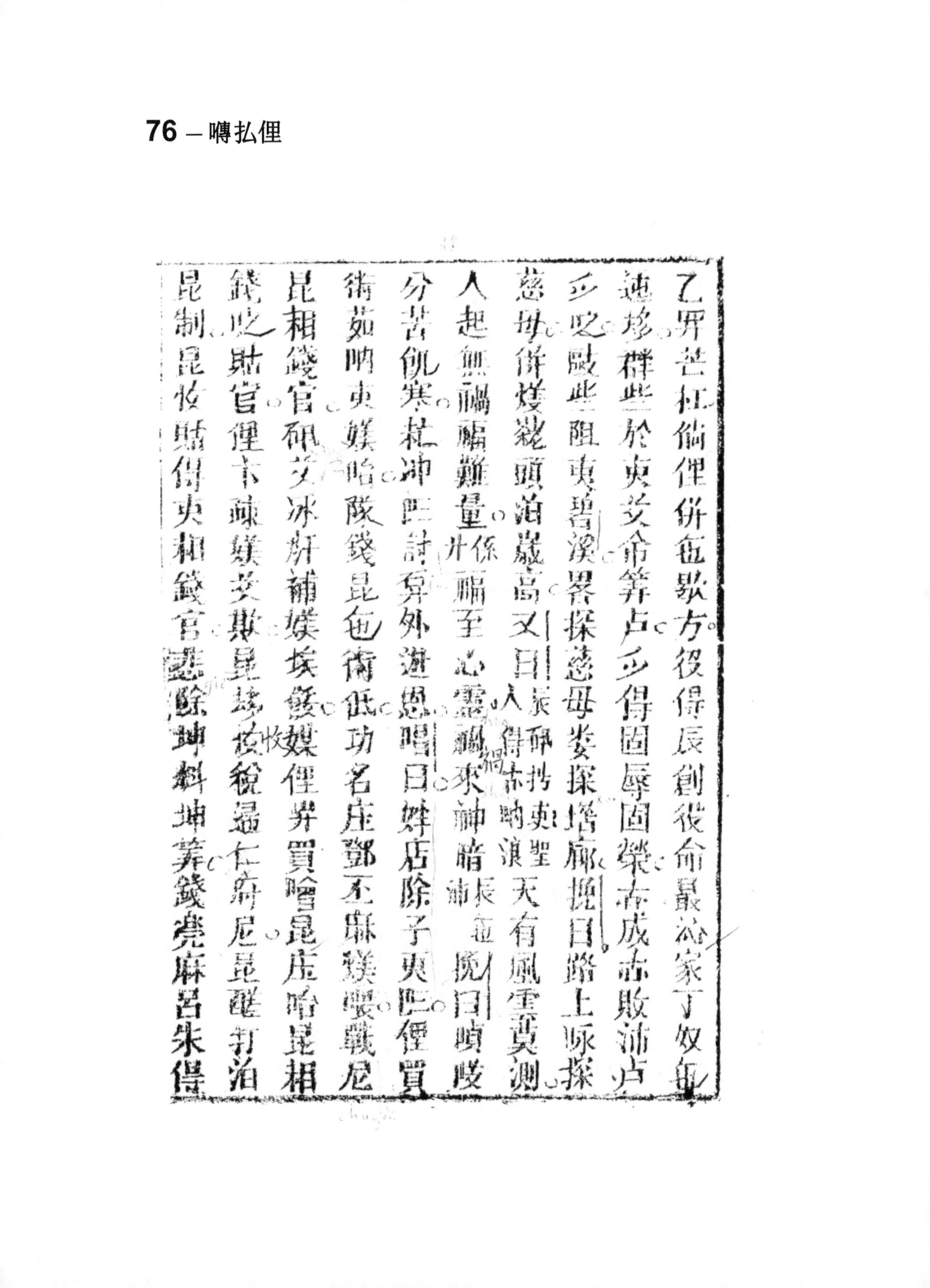

18
ắt là mang gông.

Thằng Lía tính đã hết phương,
Việc người thời sáng, việc mình tối tăm.

Gia đinh nó đã trốn đi,
Còn ta ở lại một mình toan lo.

Làm người có nhục có vinh,[161]
Có thành có bại phải lo làm gì.

Âu ta trở lại Bích Khê,
Trước thăm từ mẫu, sau thăm xóm làng.

Vãn:
Lộ thượng viếng thăm từ mẫu,
Thương mẹ già đầu bạc tuổi cao[162].

Lại nói: *Thời tôi nghĩ lại, Thánh nhân người có nói rằng :*

Thiên hữu phong vân mạc trắc,
Nhơn khởi vô họa phước nan lường[163].

hễ là:

Phước chí tâm linh,
Họa lai thần ám[164] *thời đã phải!*

Vãn:
Riêng than phận khó cơ hàn,
Mất trong ba thảo, lỗi ngoài mười ân[165].

Xướng:
Nửa đêm giờ tí canh ba,
Lía mới về nhà nói lại mẹ hay[166].

Đòi tiền con đã về đây,
Công danh chẳng đặng vậy mà mẹ ôi!

Chuyến[167] nầy con mắc tiền quan.
Tôi một băng ngàn[168] bỏ mẹ ai nuôi.

Mụ Lía thôi mới hỏi con,
Chẳng hay con mắc tiền gì của quan.

Lía bèn thưa mẹ một khi,
Con đi thâu thuế Qui Nhơn phủ nầy.

Con say, đánh bạc con chơi,
Con thua của người, lại mắc tiền quan[169].

Bây giờ khôn liệu khôn toan,
Tiền đâu mà trả cho người

媄喂嬀辰斯坦賒禿。娄固嬰移庄體然昆功媄㟥騰鳩芒

禰煤煭潺佩寒、夷佑硏蹄共媄苁厠。昆㟓蝬翅光衛媄唉

罷廾呂妾錢官娄廾媄底麻餕身毵苁店拱赤餘辥庄欣

遙驕四導體之媄俚喧呐苁欺塊彩魄散至辰我凌又曰

昆行赤呐両麻日又待客不貪。群夜又牧財不富婦人貪

媄咋凉昆阿

財則死鳥貪食則亡。麻唱曰牢昆庄俳多唉昆造光柹宄

杠術苑媄展巖索奄毵體囚考極媄它咋台昆麻赤孝媄

毵嗊喧干諫於代多唉昆麻庄喧痾干番尼媄庄忿昆多

唉又曰劼廾唉劼仍儿

吃又曰為富不仁損人利己民散聚財。

貪官詐險多之阿媄唱曰俚卞庄喧痾干俚苁冰辥崔買

19   mẹ ôi!
              Mẹ thời gần đất xa trời,
Sau có biến dời, chẳng thấy mặt con[170].
              Công mẹ chín tháng cưu mang,
Bỏ mẹ đói khát cơ hàn lại thương.
              Tôi thưa cùng mẹ một lời,
Con đi ăn cướp đem về mẹ ăn.
              Trước là trả nợ tiền quan,
Sau là mẹ để mà nuôi thân già.
              Một đêm cũng có dư ngàn[171],
Chẳng hơn đưa ngựa ba ngày thấy chi.
              Mụ Lía nghe nói một khi,
Hồn phi phách tán, vậy thì ngã lăn.

Lại nói: *Con đừng có nói hung[172] mà mẹ sợ lắm con à.*
              Nhựt nhựt đãi khách bất bần,

   còn:
              Dạ dạ thâu tài bất phú[173].

   Có phải:
              Nhơn tham tài tắc tử,
              Điểu tham thực tắc vong[174] *mà!*

Xướng: Sao con chẳng tính làm ăn,
Con khiến đem tróng đem gông về nhà[175].
              Mẹ thời tuổi tác đã già,
Thấy tù khảo kẹp mẹ đà sợ thay.
              Con mà có hiếu mẹ già,
Xin nghe can gián ở đời làm ăn.
              Con mà chẳng nghe lời can,
Phen nầy mẹ chẳng nhìn con làm gì.

Lại nói: *Dạ, dám thưa mẹ, nay đi ăn cướp là ăn cướp những*
   kẻ
              Vi phú bất nhân,
              Tổn nhân lợi kỷ,
              Dân tán tụ tài,
              Tham quan trá hiểm.
              mà để của nó làm chi a mẹ[176].

Xướng: Lía bèn chẳng nghe lời can,
Lía một băng ngàn thôi mới

嗬緱次日如娝䘚干辰善惡到頭終有報高彩遠走也難

荒庥如些縱麻沛沛升人窮則變物極則反沛麻娝耗㐀㠏頁

荒㪷姊麻异係升望林山道去阿乱日奔波奪路走如影追尋豪傑聚娄

羅唱目戈媄修戈欺細尼戈踄錢辰迋莊俚下筭料戈

俞陕些嗃夾扴真戈鈿馭舘䰂舡旺唆庯排拼虸衣兮戈

升唆胡㶧恭麻㧓俚下假旺㿗錢砂舘俚㨆馭䅻戈欺媄

扴媄舘䏶㱿錢俚呂䰠㖮赤㪷舡空舘八體㖞陣台哈

舘崔買唖庯唆旺空錢奴夾打飢塔庯㶧姤埃喧罪㨆

細東立年東假䓝奴㖞㦬來㤄些二須㚔分㦬隨衞俚祜庄

䏶埃燒步行問䰉空埃㧓壙㕛戈注另𡁻鄉賒又㻮庴些

20   ra đi[177].

Lại nói: *Như mẹ tôi can thời đã phải, hễ là:*
              Thiện ác đáo đầu chung hữu báo
              Cao phi viễn tẩu dã nan tàng[178].
          mà như ta túng mà phải đi[179] đó mà thôi,
hễ là: Nhân cùng tắc biến,
              Vật cực tắc phản *thời là phải mà!*
              Mẹ già đã lui chưn
âu là: Vọng lâm sơn trực khứ[180] *a!*

Loạn: Bôn ba đoạt lộ tẩu như phi,
              Truy tầm hào kiệt, tụ lâu la.

Xướng: Qua non Bến Đá[181] một khi,
          Tới đà vừa hết tiền thì sạch trơn[182].
               Lía bèn toan liệu một mình,
          Âu ta ghé lại nghỉ chưn một hồi.
               Vào quán rượu thịt uống ăn,
          Tiệc bày cơm cá ê hề một mâm[183].
               Mụ quán tính hết năm tiền,
          Lía trả sáu đồng có lấy hay không[184]?
               Quán nhân[185] thấy nói giận thay,
          Hay là ăn cướp no lòng mà đi?
               Lía bèn giả uống rượu say,
          Đá quán, Lía chạy vào rừng một khi.
               Mụ quán thôi mới la làng[186],
          Ăn uống không tiền, nó lại đánh tui[187].
               Xóm làng đâu đó ai ai,
          Nghe la chạy tới, đông đà nên đông.
               Đá quán[188], nó đã mất rồi,
          Chúng ta tua khá phân nhau trở về[189].
               Lía xem chẳng thấy ai theo,
          Bộ hành vắng vẻ không ai đi đường[190].
               Thấy một chú lính hồi hương,
          Xa xa dặm đường, ta

21 kíp chạy theo.

Lại nói: Đại khiếu lai thúc thúc,
Đình bộ đình bộ, đãi chi đãi chi *đã nào*[191]*!*

Xướng: Chú lính nghe nói một khi,
Dừng chưn đứng lại, kêu tao việc gì?
Lía bèn năn nỉ duyên do[192],
Tôi học trò khó, lỡ đường một khi.
Mẹ cha tôi ở xa đường,
Tìm thầy, tôi học thí công[193] cùng thầy.
Bây giờ tiền hết sạch không,
Phải đi khuyên giáo[194] về nuôi mẹ già.
Chú thời đường hỡi còn xa,
Tôi xin gánh thế nhờ cùng bữa cơm.

Lại nói: *Thưa chú làm phước cho tôi nào, hễ là:*
Nhất sanh hành thiện, thiên gia phước,
Tích thiện chi nhân đại cát xương[195].
hễ chú làm phước thời chú gặp phước mà!

Lính: *Nay con nói đã hết lời, thời chú đưa cho con gánh cho chú nghe!*

Xướng: Chú lính ngỡ thiệt người ngay,
Trao bầu cùng túi Lía bèn gánh đi.
Lía xem khắp hết tứ vi[196].
Đâm đầu Lía chạy tức thì dường tên[197].
Trong rừng vắng vẻ không ai,
Coi chừng chú lính còn xa dặm đường.
Lía bèn để xuống một khi,
Mở ra lấy hết lụa tiền đũi thao[198].

Lại nói: *Như tôi nói với mẹ tôi, tôi đi ăn cướp, nhưng là*
Vi phú bất nhân,
tới nay mà tôi đi cũng xa, lại đói bụng, tôi ăn của người ta, tôi lại phá quán người ta là cũng bất đắc dĩ. Cơ hàn khởi đạo tâm[199] *là phải mà.*

Vãn: Ruột đà đòi đoạn

捽撒若巾年沛媛昆分稀叉曰殿直指山前林中進步阿

亂目奪路奔波望林中取其財物快吾心唱目注另界買

樅燒叫悵庄體乾毆庄群注另鈉㐌敗嚧陣徜昆湟奴麻

蘇肝蚤跪決杯珇嘴蚤顧打托冲棱庄他俚戈塊㦮艾欺

祐澄注另固跪杯嬌毆界些怠臥廓唅探署鍊打教拎疴

嗨探廓塔於低古別署鍊戶嗷斯賒署鍊呎買叫無庄吩

昆悶鍊麻物之翁俚界買呐哯祇鍊艾葩教麻長鑔署鍊

暗呐㳽涑�勾偝昆湟呐麻蘇肝將䍃剗骹脈昆鍊核教

長鑔㲻吃俚卜假斬艾欺砰鍊不辰底排㒱㒱與署鍊買呐

云為㢲教艾葩鐵辰㧡貫俚㐅鍊注庄奈嗔鍊朱㐀企貫

22
héo don[200],

Khó khăn nên phải mẹ con phân lìa.

Lại nói: *Âu là:*

Trực chỉ sơn tiền,
Lâm trung tiến bộ[201] a!

Loạn:
Đoạt lộ bôn ba vọng lâm trung
Thủ kỳ tài vật, khoái ngô tâm[202].

Xướng:
Chú lính thôi mới chạy theo,
Kêu hoài chẳng thấy, mất âu chẳng còn.
Chú lính kiếm đã hết hơi,
Giận thằng con nít nó mà to gan.
Tao theo quyết bắt đặng mầy,
Tao nguyền đánh thác trong rừng chẳng tha.
Lía qua khỏi núi một khi,
Xem chừng chú lính có theo bắt rày.
Âu là ta kíp vào làng,
Hỏi thăm thợ rèn đánh giáo cầm tay[203].
Hỏi thăm làng xóm ở đây,
Có biết thợ rèn, họ ở gần xa.
Thợ rèn ra, mới kêu vô,
Chẳng hay con muốn rèn mà vật chi?
Thằng Lía thôi mới nói ra,
Tôi rèn một lưỡi giáo mà trường thương.
Thợ rèn nghe nói rụng rời,
Cái thằng con nít nói mà to gan.
Tướng mầy như thể cò ma[204],
Con rèn cây giáo trường thương làm gì?
Lía bèn giả chước một khi,
Tôi rèn vậy thì để giữ bầy trâu.
Thợ rèn mới nói vân vi[205],
Cái giáo một lưỡi, tiền thì năm quan.
Lía bèn thưa chú chẳng nài,
Xin rèn cho tốt mấy quan

庄㳇醫鍊打教開婁嗽浪幹隨賣㾦循號俚曰教丑倧佩

於兇唱曰俚浪碎庄古讀德教丑倧碎讀少吃署鍊卽輝

艾欺丐倘昆湟吶麻鬢唯嘴枕麻教古虛蚤鍊丐恪卽辰

朱邟俚卞假㪣吶墟俚㼿花草枕頭趮疽又曰阿好奪得辰

鎗壹件吾心快樂欣歡歐开嗔阿直指到山頭望林中進步阿

亂曰荒芒奪路走如彤取得長鎗快吾情唱曰署鍊芽買

羅廊埃嗔倘乾劫屙教碎叫罪尋鎬無回㤗㝎斯最些毛

阻術說崔備卅規俚皮㙮皮眶咧胗無聞祗㟃幹卒㞢台

咧醫鍊屙抄稱㹜些㐬教些㾨藏來悲除彔鎦各頭婁羅

又曰㘉直指山頭追㪷㗅豪傑阿亂曰別了林中步又行尋

23   chẳng sờn[206].

Thợ rèn đánh giáo hồi lâu,
Nói rằng cán chắc lại thêm lưỡi dài.

Lía: *Chú rèn cái lưỡi giáo xấu lắm, tôi có mua ở đâu.*

Xướng: Lía rằng tôi chẳng có mua,
Lưỡi giáo xấu lắm, tôi mua làm gì[207].
Thợ rèn tức giận một khi,
Cái thằng con nít nói mà tầm phơ[208].
Mầy đâm mà giáo có hư,
Tao rèn cái khác tức thời cho ngươi[209].
Lía bèn giả chước ra sân,
Lía đi hoa thảo[210], đâm đầu chạy ngay.

Lại nói: *Hảo a!* Đoạt đắc trường thương nhứt kiện,
Ngô tâm khoái lạc hân hoan.
   Xinh a, âu là:
Trực chỉ đáo sơn đầu,
Vọng lâm trung tiến bộ *a!*

Loạn: Hoang mang đoạt lộ tẩu như phi,
Thủ đắc trường thương khoái ngô tình.

Xướng: Thợ rèn thôi mới la làng[211],
Ai dè thằng nhỏ cướp rày giáo tui.
Kêu la tìm kiếm vô hồi,
Trời đà gần tối, ta mau trở về.
Thốt thôi thằng Lía ra đi[212],
Vừa đi vừa nhắm, khen nay vô hồi.
Lưỡi dài, cán tốt lắm thay,
Khen thợ rèn rày cầm xứng tay ta.
Cái giáo ta đã sắm rồi[213],
Bây giờ tìm kiếm các đầu lâu la[214].

Lại nói: *Âu là* Trực chỉ sơn đầu,
Truy tầm hào kiệt *a*

Loạn: Biệt liễu lâm trung bộ bộ hành,

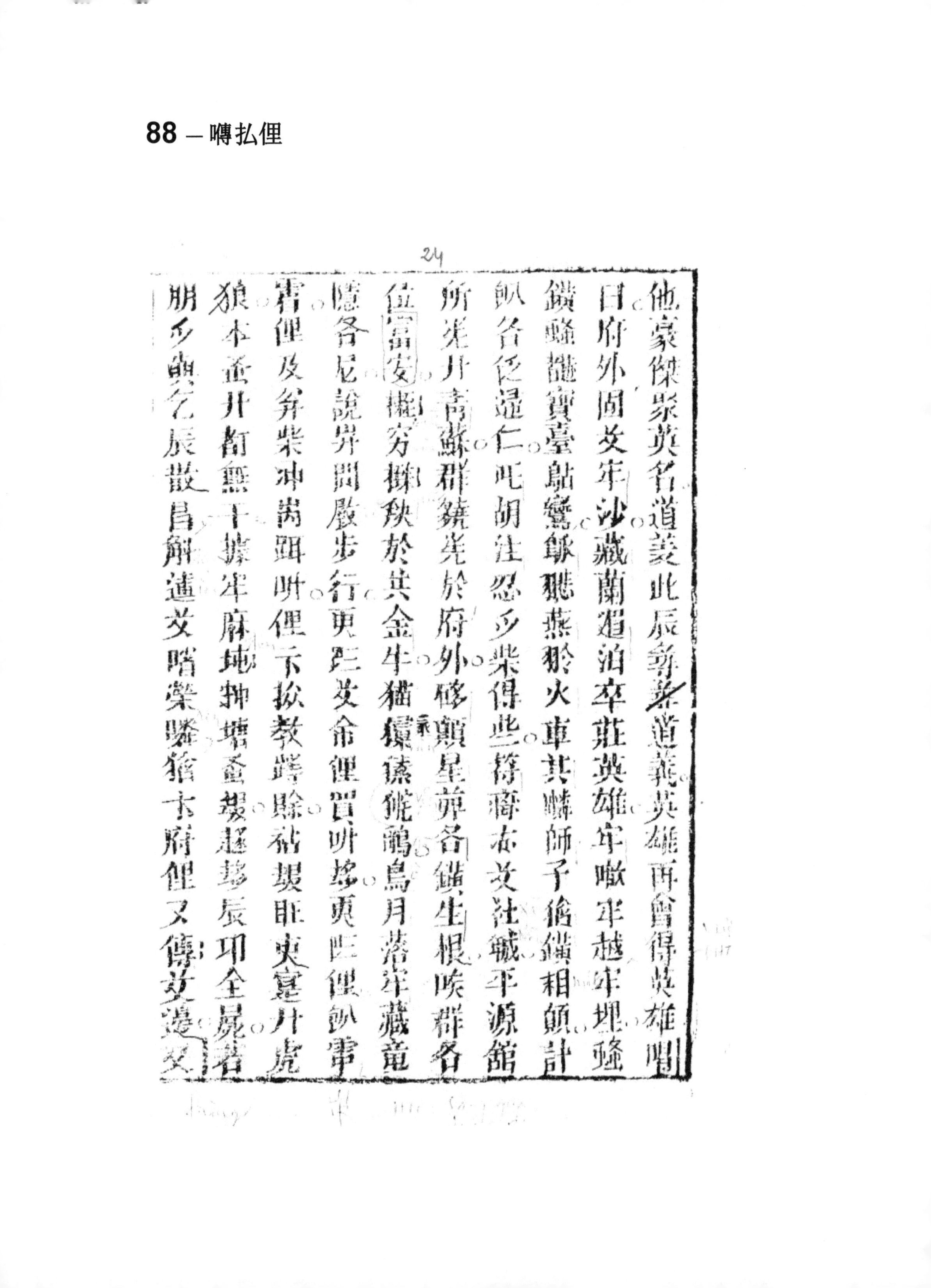

24   Tầm tha hào kiệt tụ anh danh.
              Đạo nghĩa thử thời tầm đạo nghĩa,
              Anh hùng tái hội đắc anh hùng.

Xướng: Phủ ngoài có một Sao Sa,
Tàng Lan, Mây Bạc tót trang anh hùng[215].
              Sao Hôm, Sao Vượt, Sao Mai,
Rồng Vàng, Rồng Đỏ, Bửu Đài, Chim Loan.
              Cò Bay, Én Liệng, Hỏa Xa
Kỳ Lân, Sư Tử, Hùm Vàng, Mắt Đen.
              Kể vào các bợm Qui Nhơn,
Cha Hồ, Chú Nhẫn làm thầy người ta[216].
              Phù Ly có một Xã Nên,
Bình Nguyên quán sở, tên là Thanh Tô.
              Còn nhiều tên ở phủ ngoài,
Đá Đen, Tinh Lá, Cát Vàng, Sanh Căn.
              Hãy còn các vị Phú Yên,
Chổi Cùn, Chổi Quét, ở cùng Kim Ngưu.
              Mèo Vằn, Chó Vện, Gà Ô.
Nguyệt Lạc, Sao Tàng, Long Ẩn, các nơi.
              Thốt thôi vắng vẻ bộ hành,
Canh ba một mình Lía mới ra đi.
              Canh ba Lía vào Truông Mây,
Lía gặp ông thầy trong núi nhảy ra.
              Lía bèn chống giáo đứng xa,
Xem đi nhắm lại thiệt là hổ lang.
              Vốn tao là đứa vô can,
Cớ sao mà đón giữa đàng tao đi?
              Chạy đi thời đặng toàn thây,
Nhược bằng làm dữ ắt thì tan xương[217].
              Hộc lên một tiếng vang rền,
Hùm bèn phủ Lía, Lía tràng[218] một bên.

Lại nói:

25

25 *Ông bắt tôi chết, tôi đánh ông chết,*
                Lía bèn triển hổ thần oai,
                Lía đấm một đấm, Lía đá một đá.

Loạn: Nhứt thân cự địch, hổ đề đương

Lại nói: Quái sát tha mãnh hổ,
                Chân độc thú đại can[219].

Nói thiệt:
                Như chạy đi thời đó đặng toàn thây,
                Bằng đón mỗ thời ngươi tan xác.
Ờ ờ cái là tại mầy!

Xướng: Hùm sao mà dám cả gan,
                Tao nguyện phen nầy đánh thác chẳng tha.
                    Lía đâm một giáo ngang hầu,
                Hùm bèn bắt đặng rút thâu vào lòng[220].
                    Tới lui hai sức cũng đồng,
                Nên trang hào kiệt anh hùng vừa hai.
                    Lía bèn ra sức thần oai,
                Trương Phi một đá lác tai lỗ đầu[221].
                    Hùm bèn ngã xuống làm xong[222],
                Lía ta xem thấy trong lòng vui thay.

Lại nói: Mới ra oai thần võ,
                Hổ lang đã vong thân[223].
Như cớ sự nầy:
                Tại nhà ngươi làm dữ
                Chớ trách mỗ không lành.
                Vì mạng căn ngươi đã tới tuần,
                Nên ta phải ra tài đả tử.

Xướng: Lướt vào non nọ một khi,
                Tới đó vậy thì ta sẽ nghỉ chưn.
                    Cha Hồ, chú Nhẫn làm thầy[224]
                Cùng nhau đồng sức đồng lòng vừa hai.
                    Cả kêu Hồ, Nhẫn hai bây,
                Tao là thằng Lía băng ngàn tìm bây.
                    Tao nguyền đối địch cùng mầy,

26

托嫽尼蚕庄咋之吭胡郎陣艾欺冲槌丕辰并買趂界俑

俚喈哟多半瞥空唨唶英雄廾蚕忍滇筋偕包烧蚕咋朱

喈麻托欺容俚卞皮呐皮哄試悲聚覚於尼楼尼細低丕

伴共悲嗨悲丕辰固召咭空咤胡住忍呐狼喈血亦弄蚕

易庄朱俚共胡忍嗊唉屡娆丕辰沵縣符撲旺得指買呀

彩皮彣呐妌导細尼俚卞假硑艾欺呐狼漆喢狂易悲

喂咤胡撫柚唤唻娘蚕漆喢猩鼻少之志謀於在弄蚕央

彩猩衝朱俚喈視咤胡弄買呌彣細茄媒鶴丕辰謨狂魏

猩卞嗨艾庙猩尼價半買買唉喪媒狼衆吕迸買硑備击

半住謨卯亦胡狼艾遂辰高掺買硑祢艾錢鍐朱媒狼黑

26   Sống thác phen nầy tao chẳng sợ chi.
Cha Hồ tức giận một khi,
Trong rừng vậy thì thôi mới chạy ra.
Thằng Lía mầy nói làm sao
Mầy không nghe tiếng anh hùng là tao.
Nhẫn rằng sức bậu bao nhiêu
Tao sợ cho mầy mà thác khi không.
Lía bèn vừa nói vừa cười,
Hai bây tụ đảng[225] ở nơi rừng nầy.
Tới đây làm bạn cùng bây,
Hỏi bây vậy thời có chịu hay không?
Cha Hồ, chú Nhẫn nói rằng,
Mầy đã có lòng, tao dễ chẳng cho.
Lía cùng Hồ, Nhẫn reo cười,
Rủ nhau vậy thời xuống huyện Phù Ly.
Ba ngươi thôi mới ra đi
Vừa đi vừa nói nửa ngày tới nơi.
Lía bèn giả chước một khi,
Nói rằng thèm thịt heo rày, bây ôi!
Cha Hồ vỗ tay reo cười
Em tao thèm thịt heo rày thiếu chi.
Chí mưu ở tại lòng tao,
Quyết bắt heo về cho Lía mầy coi.
Cha Hồ thôi mới ra đi,
Tới nhà mụ Hạc vậy thì mua heo.
Coi heo bèn hỏi một lời,
Heo nầy giá bán mấy quan hỡi dì?
Mụ rằng chúng trả mười quan,
Tôi chưa có bán, chú mua đặng nào?
Hồ rằng một chục thời cao,
Chín quan tôi bắt giao tiền khuyết[226] cho.
Mụ rằng mức

27

意半朱阻無菷潽倍鑽㞟唧。獷辰胡㭪㕔來。摶蓮胡越㣔

尼㞟㛚鸘㝁買越燒哥吽廟琭起扇獷砘塔廉左馬棧

呀唉抲庄骭些毛㐄術博獷卞越囬㜕㜕克㞟細體政㞟

㭪獷尼庄俞嗎㕔打焗多㗂㞟麻些噯又艇旺㗂皮束旺

胡卞買嗨戈爻廊英倫些結㞟㜕㠯頭獷尼別敬朱埃忍

共爷忰唎卅㐄頭獷尼些敬胡兄叮叮英倫嚶相庄英倫

胡岌紫拱杏些敬㭗㗂群如旺

㞟朱旺胡㝁麻　保卅敬㔾得長廿沛唱日㗂喧陣㝁

台才之吔胡唉㞟叩頭獷㞟辰對嚴其番埃麻勝陣㝁扇頭

獷㣔⽇貧之奴唉於其虎奴吏卅㠯㜤艾朋㕔於漠唱日

獷㣔⽇　衆悲唎貝狛庄㣔身爲㞟币㐄卹於唱日

宕辰預翠貴瓶分㕔分㕔㞟辰買喧胡日咱說心中火螫

27   ấy bán cho,
Trở vô trầu nước vội vàng đem ra.
    Heo thời Hồ bắt đã rồi,
Vác lên Hồ chạy về nơi Gò Cà[227].
    Mụ Hạc thôi mới chạy theo,
Cả kêu làng xóm, cướp rày heo tui[228].
    Xóm làng tở mở chạy ra,
Ăn cướp chẳng thấy, ta mau trở về.
    Vác heo bèn chạy hồi lâu
Phút đâu đã tới thấy âu Gò Cà.
    Heo nầy chẳng khá mở ra,
Đánh lửa làm thịt vậy mà ta ăn.
    Ăn thịt uống rượu vừa rồi,
Cha Hồ bèn mới hỏi qua một lời.
    Anh em ta kết đã lâu,
Cái đầu heo nầy biết kỉnh cho ai[229]?
    Nhẫn cùng các tướng nói ra,
Cái đầu heo nầy ta kỉnh Hồ huynh.

Lại nói: *Anh em ôi! Vả chăng anh em ta còn nhỏ lắm. Còn như cha Hồ tuổi tác cũng lớn, ta kỉnh lại cho cha Hồ thôi mà.*
    Hễ là kính lão đắc tràng[230] là phải mà.

Xướng: Lía nghe tức giận lắm thay,
Tài chi cha Hồ ăn đặng đầu heo.
    Vậy thời đối địch cùng tao,
Ai mà thắng trận ăn rày đầu heo[231].

Tán: *Hèn chi nó ăn ở cùng nhau, nó lại nói kiếng nhau một bè, có đặng ở đâu! Bây nói với nhau chăng là vị thân vị kỷ, nào có đặng ở mô.*

Xướng: Không thời chặt bốn chặt năm,
Phân ba phân bảy, tao thời mới nghe.

Hồ: Thính thuyết tâm trung hỏa phát,

28

聞言面上通紅，才之印撥欖掀歪䬧之姻似鷔單設俺蚤
聚众山頭自此向來兄怕忍同死生不不不從上下之言夾
奈絪吟唱升昆湟蚤買米唱無唱夾
安敢出言當阻，阿唱曰胡浪偹俚無名，牢唱亦敢敵才共
蚤唱買叻吃歡戈蚤宜匹代唆姮皮匹俚下戸買說哑唆
故魏代眉夾貌扛胡忍然檔輝又丐偹昆湟奴局輕蚤聚
蚤多伴毎装唤唱偹俚於虎少回跙外小子無名蚤願當
尼打托庄他俚陣拎教跙哑艾蚤对敵試唱此魂一生一
死當尼埃珅又柴唆祀頭攫吒胡爹陣吡哑跙佩挑俚又
垬塊鋪胡拎鈬部撈獻呷才敢俚年壮英雄核拎核杯楼
恢俚挑艾教巾嵩鼻腑吒胡護茆少奴泟忍冲棲異買断

28   Văn ngôn diện thượng thông hồng.
Tài chi ngươi bẻ nạng chống trời,
Sức chi gã lấy ngao lường biển[232].
Như anh em tao tụ chúng sơn đầu, tự thử hướng lai,
huynh đệ nhẫn đồng tử sanh bất nại tới nay. Mầy là
con nít, tao mới cho mầy vô, mầy lại: Bất tùng
thượng hạ chi ngôn,
lại An cảm xuất ngôn đương trở[233] *a!*

Xướng: Hồ rằng thằng Lía vô danh,
Sao mầy có dám địch tài cùng tao.
Mầy mới ăn cướp hôm qua[234],
Tao thiệt ba đời ăn cướp vừa ba.
Lía bèn thôi mới thốt ra
Ăn cướp nhiều đời mầy lại nhiều gông.
Hồ, Nhẫn mặt đỏ phừng phừng[235],
Cái thằng con nít nó rày khinh tao.
Chúng tao làm bạn đã lâu,
Hỡi mầy thằng Lía ở đâu làm vầy?
Phủ ngoài tiểu tử vô danh,
Tao nguyện phen nầy, đánh thác chẳng tha.
Lía giận cầm giáo nhảy ra.
Một tao đối địch hai mầy thử coi.
Nhứt sanh nhứt tử phen nầy,
Ai đặng làm thầy ăn lấy đầu heo[236].
Cha Hồ nổi giận bước ra,
Nhảy vào đâm Lía, Lía tràng khỏi thương.
Hồ cầm hai bộ lao bay[237],
Ra tài phóng Lía nên trang anh hùng.
Cây cầm, cây bắt, cây thâu,
Lía đâm một giáo trúng rày ngang hông[238].
Cha Hồ ngã xuống làm xong[239].
Chú Nhẫn trong rừng thôi mới ra tay.

29

29   Tay cầm song kiếm những là,
Bước vào chém Lía vậy mà như bay[240].
        Lía bèn ra sức thần oai,
Lía đâm một giáo trúng mà ngang vai.
        Chú Nhẫn ngã xuống khá thương[241],
Lía nói một lời, tao hỏi hai bây.
        Chúng bây rày đã thua tao.
Còn ai tranh tớ tranh thầy[242] nữa thôi?
        Cha Hồ chú Nhẫn nói ra[243],
Kỉnh dâng chú Lía[244] ăn rày đầu heo.
        Thằng Lía vỗ tay bèn cười,
Ai ngờ tao đặng làm thầy chúng bây.
        Anh em đã phục tao rồi,
Thời nghe lịnh mỗ, cãi tao chém đầu.
        Tờ đòi khắp hết đâu đâu[245],
Nơi nơi tựu tới, đông đà nên đông.
        Lía bèn mới nói lời nầy:
Anh em sanh tử cũng đồng chớ ly[246].
        Lời rao khắp hết ai ai,
Tội thời tao chém, công thời thưởng cho.
        Cải tên tao lại: Văn Doan[247],
Chớ kêu Chú Lía, thế gian chê cười.
        Xúm nhau tính đặng năm mươi[248],
Các vị anh tài, đủ mặt theo đây[249].
        Rủ nhau ta xuống làng trong,
Tới đó ta sẽ dầu lòng[250] toan đương.
        Nhà nào đại phú bất nhân[251],
Thời ta hỡi đánh mở hàng đầu tay[252].
        Thốt thôi cơm nước vừa rồi,
Ba người ba võng[253] dầy dầy ra đi.
        Trước chiêng sau trống nghinh ngang[254]
Gò Cà, Bến Đá[255]

斛無芒園，細縶安窗姅辱。文緣弥綑無亭坐趖模亭悲遑。

後近該亭守夯冲廊趖叱唅頭非謝上官庄唵弇欲隊砨。

役之文緣買叭艾欺。哪廁圣古卽辰徃民。

細得低冲廊些沛嵒燒夷也繞卬麻棚官斋沿。

多声牢沛夾古役之些卡求易姊眛非嗒卡。衆砨本社。

宠禮怅弁噅兜細愚民禮開惘弁祕訃。文緣曰：朱廊弥些。

夷姊斛廊。唱曰：

貧苦宗麻。刿弁旬梛垚殏扲接搋跻麻文迊。

忍壞旺夷闁娄金穏色建咗胡悲嬰坮廊嘖裙嘌頭絶辰。

唎齐得沛喧枛眡胡牢鄧衆衆。釸躓鍋泊綑帲迊昂晦節。

嬬监刿無金瓹嗒媒細低朱祥媒监棚呂艾欺照花試汇。

排唰諾荼　媒曰：

荥糊家丁姊悲杯仜显獷麻刿官斋低　唱曰：

30   kéo vô một đoàn.
        Tới chợ Phú Yên[256] nửa ngày,
Văn Doan xuống võng vô đình ngồi ngay.
        Mõ đình bây kíp nổi lên[257],
Cai đình thủ khoán[258] trong làng chạy ra.
        Cúi đầu bái tạ thượng quan,[259]
Chẳng hay Ông Lớn đòi tôi việc gì?
        Văn Doan mới nói một khi,
Vâng lời thánh chỉ tức thì vãng dân[260].

Lại nói: *Nay có Quan lớn tới, người đây. Trong làng ta phải xúm nhau lại ít nhiều, đặng mà mừng Quan lớn, chớ làm thinh sao phải, nớ. Có việc chi ta thưa cho dễ đó mà thôi. Dạ thưa:*

        Chúng tôi bổn xã,
        Đem lễ mừng ông.
        Xin đoái tới ngu dân,
        Lễ mọn mừng ông lấy thảo.

Văn Doan: *Thôi ta cho làng lại đó, kẻo làng bần khổ lắm mà[261]!*

Xướng: Có ông Câu Liễu đã già[262],
Tay cầm cây gậy đứng mà một bên.
        Nhìn đi nhắm lại hồi lâu,
Tao nhìn đã thiệt cha Hồ bây ôi!
        Xóm làng chắt lưỡi lắc đầu,
Già thời nói lẫn, người nào[263] nghe cha.
        Cha Hồ sao đặng vinh vang,
Gươm vàng náp bạc võng dù nghinh ngang.
        Hỏi nhà mụ Giám kéo vô,
Tao nghe tiếng mụ tới đây cho tường.
        Mụ Giám mừng rỡ một khi,
Chiếu hoa hai dãy, bày ra nước trà[264].

Mụ Giám: *Nào, trẻ gia đinh đó bây, bắt hai con heo cho lớn, làm thịt đi, mà mừng quan lớn đây.*
Xướng:

媒监伴诺揪哘。醋睹唉哐不麻奴酲、文缘舁買呐哶。店勝
些拔㘉麻呲哈呢胡喧呐债瞜众硏踈夷英武哳庀天
噅略监踈英　謀不及蟲沛稠發須夷汇床英罾些庄筭
片廾娄苦料麻庀　唱曰　嗔英打丙店跤斜婵翁畏廊塔
奴陷文缘㘎哮关欺。恚仃吶怪枉名英雄。又曰　孟嗨悲功
十年燈火武磑精通麻聚众山頭自此向来、脐謀事在人。
些㘉入于家肉之帉麻卢凌之異底然英係廾謀事在人。又曰
成事在天。昨嗳箕　唱曰　曽又破爛㘈哗。傳垛媒监絅無
㘈㘉貼錢鐀泊先哗斜婵麻托卽辰庄铷。又曰　眼嗟命
泊从时皇天从伽睦齔龟神嗔怨殟各前　軍曰　泊帝㘈鏽
店㘤朱廌糾　唱曰　媒监界哏叫盃泊鏽艾烶埕麻
麻折溚宋制

31   Mụ Giám cơm nước dọn ra,
Rượu thịt ăn uống vậy mà no say.
          Văn Doan thôi mới nói ra,
Đêm nay ta nghỉ, sáng mà sẽ hay.
          Cha Hồ nghe nói trái tai,
Chúng tôi thưa lại[265] anh Hai lời nầy.

Lại nói: *Dạ, dám thưa anh Hai, hễ là:*
          Mưu bất cập lượng *có phải*
          Họa phát tu du[266] *chăng, anh Hai?*
          Trước ta chẳng toan lo,
          Là sau [ắt] khó liệu[267] *lắm mà!*

Xướng: Xin anh đánh nội đêm nay,
Kẻo nữa sáng ngày làng xóm nó hay.
          Văn Doan quở mắng một khi,
Bây[268] đừng nói quấy, uổng danh anh hùng.

Lại nói: *Tao hỏi bây, công thập niên đăng hỏa, võ nghệ*
     tinh thông, mà tụ chúng sơn đầu, tự thử hướng lai,
     nay ta đã nhập vu gia nội chi trung[269] mà lo nỗi chi,
     thôi để mặc anh, hễ là:
          Mưu sự tại nhơn, thành sự tại thiên[270] *sợ mần răng*
          kia!
Xướng: Tưng tưng[271] vừa rạng ngày ra,
Truyền bắt mụ Giám trói vô cột nhà.
          Của tiền vàng bạc đem ra,
Kẻo nữa mà thác tức thì chẳng chơi.

[Mụ Giám] **Lại nói:**
          Ôi ! Ta mạng bạc, ta mạng bạc[272]!
          Khiếu hoàng thiên, khiếu hoàng thiên!
          Ngưỡng thán dã quỉ thần,
          Xin thứ tay, các cậu!

Quân: *Nào vàng bạc đâu chỉ ra cho mau, kẻo mà chết,*
     chớ chẳng chơi.

Xướng: Mụ Giám la khóc kêu trời,
Bạc vàng một chóe chôn mà trước sân[273].

鑙文緣頁軍　抔獵少鴰礼麻頭瓝祭柒唆維似酷發

纐媒盬絲嘩羅廊　哝奴陌廊瑞　晚叫廊趾埃又雜得順

發員硎酱尼咘胡耙㖞塊鸞疎旎　媒盬奴它迪搋絲曰

哨說雷廷之怒吾間面上生煙　忞唹胡你不謹関防麻底厨

朱奴它走脫界你罪不雜容渓最屍萬斬且將咎刀仍昵胡麻英斬首咘厨患吏

難相救買亦莢胡耙辰陛英庵些結愿共燒生死典同㧑首諫

缶啟扁嫲嘗罪肖女并著　亂曰你罪膺譏斬首仍一番諫

過失不忍之又曰胡辰啦㐱他嫲氏啦㐱番弥諫阿庹麻如自一番

節以前能衷蚕自蘇以後不容昇掫曰又嗜甚愁竣至危

32

Văn Doan mới bảo quân ta,
Bắt heo làm thịt, lễ mà đầu tay[274].
Tế rồi ăn uống no say,
Sổ dây mụ Giám chạy ra la làng[275].
Ở làng xóm ơi, ăn cướp, ăn cướp, bớ làng xóm!
Miệng kêu làng xóm ai ai,
Lạy người xin cứu với tôi phen nầy.
Cha Hồ mất vía hồn kinh[276],
Thưa anh, mụ Giám nó đà trốn đi.

Doan:
Thính thuyết lôi đình chi nộ,
Ngô văn diện thượng sinh yên[277].
Ở Hồ, tao hỏi:
Nễ bất cẩn quan phòng,
Mà để cho nó đà chạy thoát, *thôi!*
Nễ tội bất nan dung,
Quyết toái thi vạn đoạn[278] *thôi.*
Đao phủ khá vâng lời, tương cha Hồ trảm thủ[279].

Nhẫn: *Dạ dạ, dám thưa anh Hai, như tội cha Hồ thời đã đáng, nhưng mà anh nghĩ lại cho cha Hồ nhờ, thời ba anh em ta kết nguyền cùng nhau, sanh tử dữ đồng, hoạn nạn tương cứu, mới có một phen, trăm lạy anh Hai. Cho em xin đi nào[280]!*

Lại nói: *Như nay có chú Nhẫn can gián đã hết lời thôi thời tao tha đó, chớ như tội mầy, nữa là:*

Loạn:
Nễ tội ưng cai trảm thủ, *nhưng mà*
Nhứt phiên quá thất bất nhẫn chi[281].

Lại nói: *Hồ, ậy, nghe tao dặn, nay tao nghe can gián lắm, tao chẳng nỡ, tao tha đó, ậy, nghe tao dặn a!*
Như tự tư dĩ tiền *thời tao tha,*
Tự tư dĩ hậu, bất dung[282] *thôi.*

Báo: *Dạ dạ:*
Thậm cấp, thậm cấp!
Chí nguy, chí nguy!

33

是兵來四蹀廊塔钜府丽。

傅吒胡卜奇叫才此芰陣羔帝朱别

泣東西查探朱玗頭柴奴崔吒胡喧吶皮末

娥廊兵拎搭羆亏敖咿塔廊咴鏺斜麻被羗社廊叫泣東

兩得於被酒毛宠米茄胡曰

文緣眼睇柴移保蹲英催群咴丕之字淚人死譜名虎

逃生卡未啫英毛解救各俺斜底丕乙井啉审唱曰

死留炭丕買年膝各俺鄰偵例婓蛮差諸將怡宠兵呀扇先

封胡忽獻後習丕庶燕騎鼹穗左支月落年藏在翼丕

辰星蒂碳顯真諸將蛮妽差未列啩麻拒民廊蛮魂又曰

33   Thị binh lai tứ lộ[283].
             Làng xóm đã phủ vây *rồi!*.

Văn Doan: Bất úy, bất úy!
                Mạc kinh, mạc kinh[284]!
                Truyền cha Hồ, ngươi khá ra tài,
                Thử một trận dường nào cho biết!

Xướng: Xã làng rao khắp đông tây,
                Ví bắt cho đặng đầu thầy nó thôi[285].
                    Cha Hồ nghe nói vừa rồi,
                Hồ mới ra tài cự chúng làng binh.
                    Cầm lao trăm cái phóng ra,
                Xóm làng sợ chạy kẻo mà bị gai[286].
                    Xã làng kêu khắp đông tây,
                Người nào bị dấu[287], mau đem về nhà.

Hồ: *Ôi thôi!* Phen nầy khôn thoát tử,
             Đà khó nỗi đào sanh *rồi!*
             Dạ dạ thưa anh Hai,
             Xin anh mau giải cứu các em,
             Kẻo để vậy ắt là lăm hại[288].

Xướng: Văn Doan quở mắng vang dầy[289],
                Hễ đứng anh hùng còn sợ làm chi.
                    Chữ rằng: Nhơn tử lưu danh,
                Hổ tử lưu bì[290], vậy mới nên trai.
                    Các em vâng thửa lời anh
                Tao sai chư tướng đem binh ra rày.
                    Tiên phong Hồ, Nhẫn hai bây,
                Hậu tập vậy thời Én Liệng, Cò Bay
                    Tả chi Nguyệt Lạc, Sao Tàng,
                Hữu dực vậy thời Tinh Lá, Đá Đen.
                    Chư tướng tao đã sai rồi,
                Kéo ra mà cự dân làng tao coi[291].

[Các tướng] **Lại nói:**

34   *Như nay anh Hai sai các em ra mà cự với dân binh*
trong xã, thôi, Hảo a!

> Phỉ bấy như mã phùng Bá Nhạc,
> Toại thay dường bằng điểu ngộ phong[292].
> *Nói thiệt:* Chỉ can qua tận sát quan binh,
> Thề hết sức phá tan Bích Xã *thôi!*

Xướng: Nói thôi làng xã bây hay,
Chạy đi khỏi thác, ở rày tan xương.
      Bốn phương làng xã ứng lên,
Tao quyết cùng mầy nhứt tử nhứt sanh.
      Tiên phong hậu tập áp vô,
Bốn phương làng xã đông đà nên đông.
      Dầy dầy cờ phất trống giong,
Trường côn giáo cái đánh nhau đùng đùng.

Làng: *Hảo a!* Đại khoái, đại khoái!
      Chí hoan, chí hoan!
      Lâu la đà tẩu thoát trận trung,
      Chúng ta phải phủ vây cho nghiêm nhặt *a!*

Lâu la: *Dạ dạ, dám thưa anh Hai:*
      Đẳng đẳng hồi thọ tội,
      Cự tha bất thắng chi.
      Thưa: Ca ca xuất lữ chi tài,
      Chớ: Ngu huynh đệ *là* tất nan cản cự[293].

Xướng: Cúi đầu trăm lạy anh Hai,
Chúng tôi hết sức ra tay anh hùng.
      Các làng nhiều kẻ hiền tài,
Xin anh tua khá giúp chưng trận nầy.

Doan: Thính thuyết tâm trung hỏa phát,
      Ngô văn diện thượng thông hồng[294].
      Sao chẳng ra tài xuất trận cầm binh,
      Nay sao

35

夾纏身受縛阿。明日。交綠崔買傳呷成辰大利辰審

明才畑巢遊誰實又焯越進及珥麻朵達。交綠叶賠各廊

就乳訥細涤審呐其奴蘸奴庄朱悲喧病査呐料饒阻衝

錢辰査朱姬所整得巡唆饒宠衝若脉麻庄喧査姘菱

古托辰有畔窃又日於麻塔喂如悲庄喧麻打庄埋

35 lại thằng thân thọ phọc[295] *a!*

Xướng: Văn Doan thôi mới truyền ra,
Tuất thời đại lợi thời tao ra tài.
    Đèn sào mười ngọn song song,
Đốt hai mươi cặp đặng mà dựng lên,
    Văn Doan kêu bớ các làng,
Lớn nhỏ đều tới cho tao nói cùng.
    Nó giàu nó chẳng cho bây,
Nghe lời tao nói kéo nhau trở về.
    Tiền thời tao cho năm ngàn,
Kẻ nhiều người ít chia nhau đem về.
    Nhược bằng mà chẳng nghe tao,
Nữa sau có thác thời đừng kêu oan.

Lại nói: *Ở làng xóm ơi! Như bây chẳng nghe mà đánh, chẳng may có lổ đầu, gãy xương đi nữa, là nó cũng không cho bây tiền bạc chi mà còn có thác bỏ vợ bỏ con đi, chẳng nên, mà có phải a.*

Thế nhân xuất lực *là* vô ích chi công[296].

Xướng: Xã làng nghe nói một khi,
Giả ân ăn cướp có nhân hơn mình.
    Kêu nhau ta kíp vác tiền,
Về nhà ta tính chia nhau ít nhiều.
    Văn Doan thôi mới kéo ra,
Ba người ba võng, giáo gươm chật đường.
    Gò Cà, Bến Đá trông chừng,
Giã từ làng xã, sơn trung ta về.

Loạn: Biệt liễu Phú Yên vọng trại trung
Thủ đắc kim tiền ....[297]

Xướng: Đi thôi đã tới Gò Cà,
Văn Doan thôi

36 mới nói ra lời nầy.
Nay tao đã đặng bạc vàng,
Phải làm một tiệc lễ rày Tiên Sư[298].
Cho đòi Hồ, Nhẫn ra đây,
Đặng tao dạy bảo việc làm cho bây!

Lại nói: *Nay các em có biết việc lễ Tiên Sư hay là không?*
Ngã ái kỳ đại lễ,
Ngã ái kỳ đại nhạc[299].
Chớ nào Hỏa Xa, Mây Bạc đó bây!

Xướng: Hỏa Xa, Mây Bạc vâng lời,
Xuống bắt heo về[300] mà lễ Tiên Sư.

Lại nói: *Dạ dạ, thưa anh Hai, nay sai hai em xuống bắt heo về mà làm lễ Tiên Sư, chi*
Hảo dã chân hảo dã,
Chí hoan thị chí hoan.
Lạy anh Hai ở lại sơn trung
Cho tiểu đệ Trường an thượng lộ.

Vãn: Cho tiểu đệ Trường An thượng lộ,
Dặm bao nài sương tuyết gian nan.
Cho hay hễ đáng làm trai,
Nghĩa nhân vẹn giữ, thảo thân lăm đền.
Bấy lâu nay ở chốn sơn lâm cùng cốc, nào biết ai là ai. Như nay ta xuống Trường an, vui cha chả là vui.

Vãn: Đường trường quanh quất ruột dê,
Non tiên đã trải, núi thần lại qua.

Xướng: Hai người xuống đã gần nơi,
Âu là giã bạn dưới thuyền mới lên[301].
Có heo bán, mua cho![302]
Mụ Bân[303] nghe hỏi kêu vô,
Hối con trải chiếu, cau trầu bưng ra.
Trầu cau ăn nghỉ hồi lâu[304],
Hai người mới hỏi, heo dì mấy quan?
Nói thiệt cùng

37   cậu một lời,
Heo nầy hai chục cậu rày mua chăng?
    Hai chục dì nói quá cao,
Chớ như trả mụ tiền đồng một quan.
    Mụ Bân nghe nói giận thay,
Vun trôn, đá đít, đi ngay vào nhà[305].
    Hai người cổi trật áo ra,
Bắt heo trói lại, vác mà chạy ngay.
    Chạy lên Bến Đá, Gò Cà,
Mụ Bân heo mất, chạy theo la làng[306].
Ở làng xóm, ăn cướp, ăn cướp!
    Tri hô làng xóm vang dầy,
Nói là ăn cướp bắt rày heo tui.
    Làng xóm chạy tới đã đông
Trường côn giáo cái[307] hơn ba mươi người.
    Kiếm tìm chẳng thấy nó đâu,
Ăn cướp đã mất, ta âu trở về.
    Mụ Bân tiếc của chạy theo
Chạy vô chưn núi thấy mà kêu lên.
Ở làng xóm, ăn cướp nó ở đây, ở làng xóm!

Xướng: Chớ nào Én Liệng [308]đó bây,
Bảo mụ trở về, kẻo nữa thác oan,

Lại nói: *Ma mà bắt mụ Bân chớ, mụ chẳng biết chúng ta là bộ hạ Văn Doan sao mụ? Cái là tại mụ nghe[309]!*

Xướng: Chớ nào gia tướng đó bây,
Hái gai móc mèo bỏ vào lồn mụ Bân.
    Mụ Bân mất vía hồn kinh,
Gai bỏ vào lồn, ngoắc ngắc[310] chạy ra
    Nói rằng: Ôn dịch bắt bây,
Hùm tha sấu nuốt cả bầy quân hoang.[311]
    Nầy đoạn gia tướng Văn Doan,

燒龍炎東它過東立四於拔双观分鬼分次叱洲坐制

鑽吊泊爛焊金松赤幀㙂尼綠坐㙂山砾使㯑盤莘春

畐照花疎坐古圖八室堂卅。一家爲主玉麻朱吹哥叫

忍弑㑣嗔喧金封耽覺觮失悲㫒胡辰少官該注忍不

守事在家釜少主寨暗慈此些耽役導㙂金衝拔辰署

秥炎鉦綱條律歸朱溯昆㽵吒胡喧吶馬塊蹧頭踈夷㚆

弑廁尼　又曰　睹監英卡觀些升卤荒党子聚众山

頭於㽵弑少仍調意硘欧跙間言窪長㣈官迬得哈叩乙

掘地無牙瓜升天大羽毛妻阿　唱曰　緑浪玉共升踩係

莘英雄生死奈包字浪武犕出身死于刀劎智於理常各

38   Xúm nhau đủ mặt, đông đà quá đông,
Lập làm chín cặp song song
Phân ngôi phân thứ ba vòng[312] ngồi chơi.
Lư vàng điếu bạc sáng ngời,
Kim tùng xích tụi treo nơi Doan ngồi.
Mâm son, bát sứ, lồng bàn,
Sáo treo bốn bức, chiếu hoa trải ngồi.
Có đồ bát bửu chưng ra,
Nhứt gia vi chủ[313] vậy mà cho xuê.
Cả kêu Hồ, Nhẫn hai em,
Nghe tao phong chức ngày rày cho bây.
Cha Hồ thời làm Quan Cai,
Chú Nhẫn vậy thời Thủ Sự tại gia.
Tao làm chúa trại thay bây
Ba ta chức việc ngày rày đã xong.
Đi thời trước trống sau chiêng
Võng điều lót gấm, cho ròng con trai.
Cha Hồ nghe nói kinh hồn,
Cúi đầu thưa lại Anh Hai lời nầy.

Lại nói: *Dạ dạ dám thưa Anh Hai, chẳng nên mà!*
Vả ta là hung hoang đãng tử, tụ chúng sơn đầu, nay
anh Hai làm những điều ấy, tôi e thế gian: ngôn dực
trường phi *quan trên người hay đặng, ắt là khổ lắm,
có phải a*[314] *!*
Quật địa vô nha trảo
Thăng thiên khiếm vũ mao[315] *a, anh.*

Xướng: Doan rằng vậy cũng là trai,
Hễ đáng anh hùng sanh tử nài bao!
Chữ rằng võ tướng xuất gia,
Tử vu đao kiếm xưa nay lẽ thường.

俺哪俠窳妻。傳朱爸寨尋埋應侯綠吡少古遊擾拮橛神

尼孟賜孟嘲旺胡暗屈艾欺。傳朱爸寨少辰朱毛綠浪並

唝旺胡祖舐㩟歸㦬扇櫼嘲旺胡喧吶溠涷監踈兒長艾

廟庄娍 又日 晗監卡英缸自天子以至於諸侯。并㘪蚌

古太过少歪麻古多官多霸朱床㙮妹古砤唥天下㣔屯

桔橄辰胅廟井过㙮渚黔要缸桔楓胅錦 緣日 魘麻吪

潲天子傳晗刊。沛人無遠慮必有近憂。要庄 缘日

胡匜㦬懷無閑居之不禁阿俺群君子居城市 恪如 沓庄

遇風群小人居林泉如黄蔁遥水。唱日 庄喧胡忍舐鵃鳥

悲怡生筆曰哨低即辰。曰詞涷酹朱㙮㳘隊伴偈就扇出

非雁目㬱期限:四尋胅过㗖餚鉆頭庄他䰾㹴燕黔哪廟㳘

39   Các em vâng thửa lời anh,
Truyền cho các trại ngày mai ứng hầu.
    Doan dạy làm cổ mười mâm,
Cất rạp trong nầy, tao hát tao chơi.
    Cha Hồ vội vã một khi,
Truyền cho các trại làm thì cho mau.
    Doan rằng, nào bớ cha Hồ
Lấy hai cây gấm che rày rạp chơi.
    Cha Hồ nghe nói rụng rời,
Dám thưa huynh trưởng một lời chẳng nên.

Lại nói: *Dạ, dám thưa Anh Hai, chẳng nên đâu mà!*
Tự Thiên tử dĩ chí ư chư hầu *đi nữa, là không có thái quá làm vậy; mà có làm quan làm bá cho lắm đi nữa, có cất rạp thời bằng vải là quá đi chớ. Nay Anh Hai cất rạp bằng gấm.* Tôi e thiên hạ người đồn, tới Thiên tử người hay đặng, *có phải* nhân vô viễn lự, tất hữu cận ưu[316] *chăng anh?*

Doan: *Ma mà bắt Cha Hồ, đã dại hoài....*
Vô nhàn cư chi bất lạc *là mần răng a em, còn*
Quân tử cư thành thị *ví chẳng khác như* bằng điểu **ngộ phong**, *còn* Tiểu nhân cư lâm tuyền, như hoàng long ngộ thủy.

Xướng: Chẳng nghe Hồ Nhẫn hai bây
Sắm sanh bút mực ra đây tức thời.
    Viết tờ đóng dấu cho đi,
Xuống đòi bạn hát tựu rày Truông Mây.
    Tao cho kỳ hẹn ba ngày
Bằng quá bốn bữa, chém đầu chẳng tha.
    Cò Bay, Én liệng vâng lời,

40

隊伴偈即辰達低。又曰。臣乞領金言望長安直進囚

乱曰。欽承帥將到長安。請來諸戲就林山景物青光

情好好快哉我意志歡〈。又曰。奉長兄並往坝安隨人

本伴前來林內。衡　挽曰。方又駁騍琭軒冰澄山上發人

棋坝安。唱曰。战得尔㐌侯斯燕䶒買嗨㶁戀廟尼𧶅

些哪令娿𠸦尔隊伴偈就暴事邌嗨眉𣋺計之𡨸辨些尔

妬得麻俊难。又曰。蚕貝眉〈尔妬辰戶別令井唉唱

曰。燕䶒浪𡚵斫高段些個别雄豪哰㘃埃麻㐌舞題

好些些别是得又咍。又曰。得計真〈其謀好〈些饭唱曰

𦤾蜍承項蜍别玉隱破玉咍床麻。唱曰。袄顛些𠳮

文集某書二十二

40	Xuống đòi bạn hát[317] tức thời lên đây.
Lại nói:	Thần khất lãnh kim ngôn Vọng Trường an trực tiến[318].
Loạn:	Khâm thừa soái tướng đáo Trường an Thỉnh lai chư hí tựu lâm san. Cảnh vật thanh quang, tình hảo hảo Khoái tai ngã ý, chí hoan hoan[319].
Lại nói:	Phụng trưởng huynh trực vãng Trường an Tùy bổn bạn tiền lai lâm nội. *Xong!*
Vãn:	Phăng phăng dong ruổi dặm ngàn, Băng chừng sơn thượng phút kề Trường an.
Xướng:	Hai người xuống đã hầu gần, Én Liệng mới hỏi Cò Bay lời nầy. Nay ta vâng lịnh Anh Hai, Xuống đòi bạn hát tựu rày Truông Mây, Hỏi mầy có kế chi không, Kẻo ta xuống đó người mà nghi nan.
Lại nói:	*Tao với mầy xuống đó thời họ biết mình là ăn cướp, chi khỏi người bắt ta đi, chớ chẳng không.*
Xướng:	Én Liệng rằng có chước cao, Âu ta giả lính hùng hào ra đi.[320] Ai mà vạch lá tìm sâu Gian ta ta biết, thiệt người người hay.
Lại nói:	Đắc kế chân đắc kế Kỳ mưu hảo kỳ mưu! *Như hai ta giả đặng làm rứa là :* Rắn có chưn rắn biết, Ngọc ẩn đá ngọc hay, *là phải lắm mà!*
Xướng:	Áo đen ta kíp

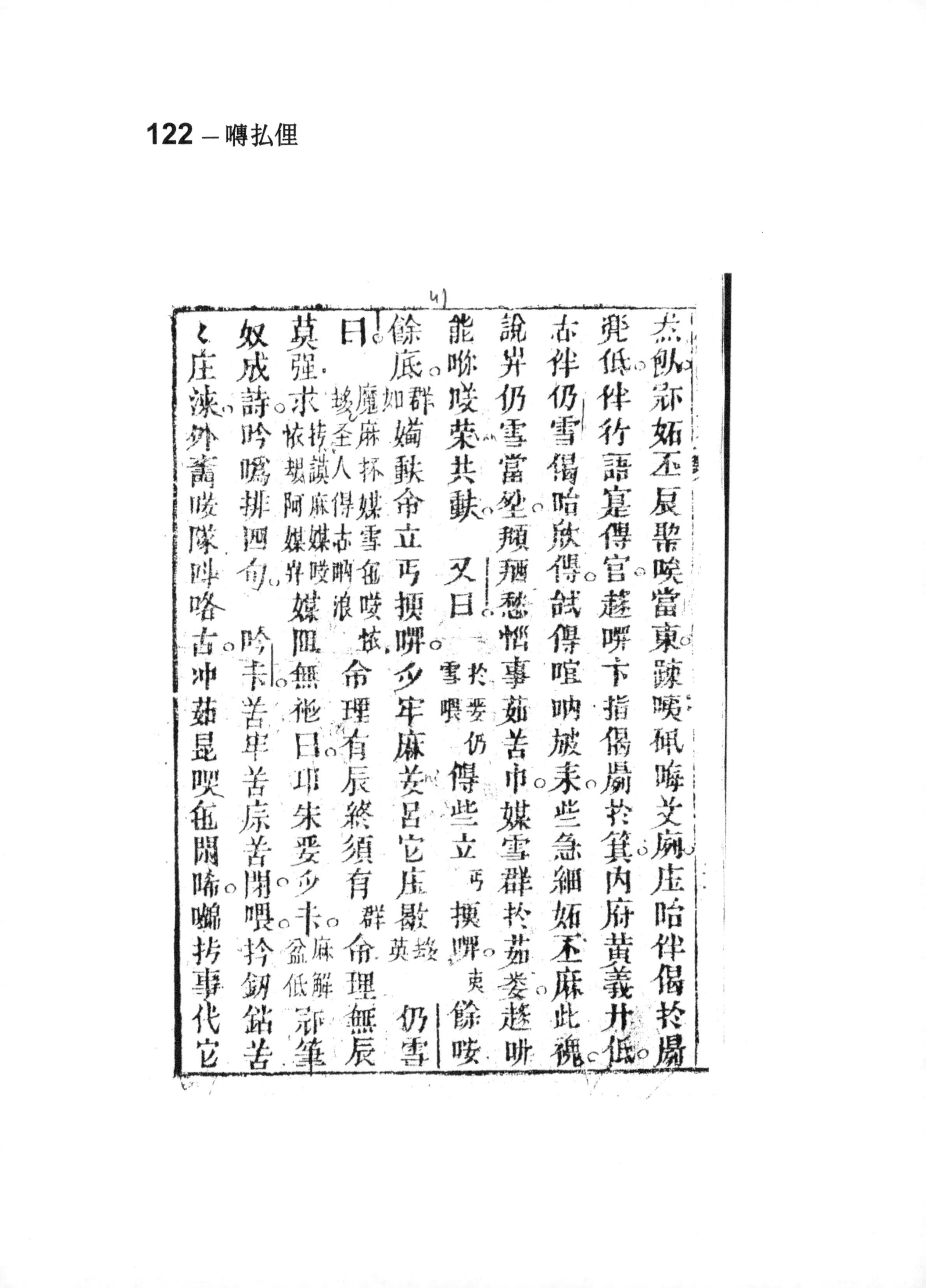

41 　　　　　　　　mặc vào[321],
Xuống đó vậy thời chợ hãy đương đông.

　　　Thưa dì tôi hỏi một lời,
Chẳng hay bạn hát ở rày đâu đây?

　　　Bạn hàng ngỡ thiệt người quan,
Chạy ra bèn chỉ hát rày ở kia.

　　　Nội phủ Hoàng Nghĩa là đây,
Có bạn Nhưng Tiết[322] hát hay hơn người

　　　Hai người nghe nói vừa rồi,
Ta kíp tới đó vậy mà thử coi.

　　　Thốt thôi[323] Nhưng Tiết đương ngồi.
Khoanh tay sầu não sự nhà khó khăn[324].

　　　Mụ Tiết còn ở nhà sau,
Chạy ra năn nỉ[325] than van cùng chồng.

Lại nói:　　*Ở anh Nhưng Tiết ơi!*
Người ta lập *cái* gánh ra,
Lại dư ăn dư để*, còn như* vợ chồng mình lập cái gánh ra, làm sao mà nợ trả đà chẳng hết *đi anh.*

Nhưng Tiết:　*Ma mà bắt mụ Tiết đã than hoài đi[326]!*
Thánh nhân người có nói rằng:
Mạng lý hữu thời chung tu hữu
Còn: Mạng lý vô thời mạc cưỡng cầu.
nghĩ mô mà mụ than hoài đi a mụ, thôi!
Mụ trở vô lấy viết,
Đặng cho anh làm thơ *mà giải buồn đây!*
Xuống bút nọ thành thi,
Ngâm vài bài tứ cú.

Ngâm thơ:　Khó sao khó lắm khó bấy ôi!
Cầm gươm chém khó, khó chẳng rời.
Ngoài cửa nợ đòi kêu rát cổ
Trong nhà con khóc đã mòn hơi[327].
Ngẫm nghĩ sự đời đà

42   cay đắng
Nhà rách ba căn ngó thấy trời.
Hết thời vận khó qua đời thái,
Khó một hai năm, dễ khó đời[328].

Xướng: Ngó ra trước cửa một khi,
Thấy ngươi khăn thẩm, áo thì sắc đen.
                        Hai người bước tới hỏi rằng:
Ở nhà Nhưng Tiết vậy mà ở đây[329]?
                        Tao quân Ông lớn xuống đây,
Cho đòi bạn hát, hát rày khai tiên
                        Nhưng Tiết ngỡ thực người quan
Áo tràng gài giải, chưn liền bước ra[330].
                        Miệng mời hai cậu vào nhà
Giường cao chiếu trải, liền ngồi nghỉ chưn.

Lại nói: *Nay quan lớn người dạy đòi bạn hát, đặng hát lễ tiên sư, bây có biết chữ hay là không?*
Hàm khẩu chiếu thư, thân đương uy trọng a Nhưng Tiết!

Xướng: Có tờ trong đãy lấy ra
Trao cho Nhưng Tiết, lòng mà sợ thay.
                        Nhưng Tiết ngỡ thật cất đi
Bỏ vô trong hộp, không hay việc gì.
                        Giờ thân hai cậu trở về
Mụ Tiết thôi mới hỏi chồng một khi.
                        Tờ quan đòi hát làm sao
Anh không có giữ tờ mà anh coi.
                        Nhưng Tiết lấy tờ đọc lên
Thấy tên Văn Lía rụng rời tay chưn.

Lại nói: *Ôi, mụ Tiết ôi! Phen nầy thác mà thôi chớ chẳng không, để anh đọc lại cho em nghe*

Vậy có thư rằng:
                        Nay đặng ngày cát nhựt lương

辰孟偶礼先師阤餂喧昆偶得电古嗜隊昆連偶在串連

魂詞阤陀餂辰連外罘餂辰盃鈷郭们古呐賒吹庄咻连

塘帝朱塊兵盃偶朱阤庄少泊錢罘并礼袰阤袒此矜夫

唱曰　读未軟媌喂洲噴咳辰運災殘魏皮啂共昆媌

悲喂番尼不辰庄耕功亮　又曰　詞麻喝朱阤杳庄恪召

大木流江不得回故阿幾　难乾痛切久命則須與久今朝

分兩路何日得相逢　喂未　嫡軟咳喂皮未噴咳

辰運附員浚尼　又曰　喂婆雪喂岜咱砯并分弹妳

糠之妻不可下堂　拱別文乩字至人得古呐滇槽

之妻不可下堂貧賤之交莫可忘　如番尼要連喝串水

浮東海月落西兜不見家　喂婆　咳曰　血流滿面愁萬

43   thần,

Tao hát lễ Tiên Sư ba bữa.
Nghe con hát người đồn có tiếng
Đòi con lên hát tại Truông Mây.
Coi tờ Cha ba bữa thời lên
Ngoài bốn bữa thời tao chém quách.
Đừng có nói xa xôi chẳng sợ
Trốn đàng nào cho khỏi binh tao.
Hát cho cha chẳng thiếu bạc tiền
Trước là lễ, sau cha coi thử.
Nay thơ.

Xướng: Đọc rồi, chồng vợ khóc ròng
Riêng than thời vận tai ương nhiều bề.
              Trối cùng con vợ, bây ôi!
Phen nầy vậy thời chẳng sống đặng đâu!

Lại nói: *Ôi mụ Tiết ôi! Như nay anh chịu tờ mà hát cho*
Cha, ví chẳng khác
              Đại mộc lưu giang, bất đắc hồi cố, *đi em à*
Nan càng thống thiết, nan càng thống thiết,
Mạng tắc tu du, mệnh tắc tu du[331].
Kim triều phân lưỡng lộ
Hà nhật đắc tương phùng[332] *rồi em ôi !*

Xướng: Vợ chồng than khóc vừa rồi
Riêng than thời vận thon von nỗi nầy.

Lại nói: *Ôi anh Tiết ôi! đã hay tôi là phận đàn bà, cũng*
biết một hai chữ, thánh nhân người có nói rằng:
              Tào khang chi thê, bất khả hạ đường,
Bần tiện chi giao mạc khả vong[333].
Như phen nầy anh lên hát Truông Mây cho nhà
Cha, ví chẳng khác:
Thủy phù Đông hải, nguyệt lạc Tây đoài, bất kiến
lai[334] *rồi anh ôi!*

Thán: Huyết lưu mãn diện sầu vạn đoạn,

朦眼目沉㐌淚生悲只是𥊛綠常莫測嗟乎夫婦淚交流

唱曰　媒瓢阻無冲茹祂稲坭𦝿頭麻底㐌塔舟弑氾

伴𣤼嘞浪媒雪底喪埃𦝿媒瓢喧嗨咪洞吶滇仍學茹叱

得隊伴𣤼喧吶噠𣘃几𥣁錢糚得朱越鷗貼朱功艾梗古

媒瓢欺意算卜阻衛多来𥐧点寒咩榮屓仍雪不麻奇倂

礼生請珥紙得夷赤嬋䏾細茹亀裏迕滝顔烟報朱来礼

生買唱炎欺喪主不辰就位朱毛館洗夷貝芻躬酒旬㐌

獻来辰讀文　　讀文曰　嗚呼嗳㤞可惜眉撑群眼各為

從多伋嬡埃欣𤄯𢵰嗂多奈將帳慢炎佐過呲咭俤朋

𤔾撑群㦪蹄常𠱈幾箕瘟朔兜㐌嫦㖮昆蹤埃保僕茹𥚄

44 Nhãn mục trầm hồ lệ sinh bi[335].
Chỉ thị lương duyên thường mạc trắc,
Ta hồ phu phụ lệ giao lưu[336].

Xướng: Mụ bầu trở vô trong nhà
Lấy rổ đi chợ, đầu mà để tang[337].
Đi thôi hai dãy bạn hàng[338]
Chào rằng mụ Tiết để tang ai rày?
Mụ bầu nghe hỏi khóc ròng
Nói rằng nhưng Tiết nhà Cha người đòi[339].
Bạn hàng nghe nói xót xa,
Kẻ cho tiền gạo, người cho vịt gà[340].
Của cho đặng một gánh đầy,
Mụ bầu khi ấy toan lo trở về.
Làm rồi ba cỗ đem ra,
Tế rày Nhưng Tiết vậy mà khá thương[341].
Lễ sanh thỉnh đặng hai người,
Lại có đàn thổi[342], tới nhà đã đông.
Chớ nào trẻ trong nhà đó bây, lên nhang đèn đi cho rồi!
Lễ sanh mới xướng một khi,
Tang chủ vậy thì tựu vị cho mau.
Quán tẩy lại với cúc cung,[343]
Tửu tuần sơ hiến[344], rồi thời đọc văn.

Văn tế: *Ô hô! Hỡi ôi!*
Khá tiếc mày xanh còn cốt cách
Làm tuồng làm kép đố ai hơn[345]!
Hết lớp vô vồn làm Liêu tướng,
Khoác màn phụ tá quá rất hay.
Thương bấy xuân xanh còn bay nhảy
Nào hay già gấp chẳng biết đâu[346]!
Hỡi ôi!
Vợ yếu con thơ ai bảo bọc,
Nhà xiêu

45

靑敎䏧埃𠄩。自𡎝賒𨻫𡗶去別。夫妻兩別𣈜𦓡哈。昆扲低

𡛔唉於低。倈英姑年它紀姑。信成礼別仁義𢴨繡鳴句醽

落伴玉蓮塘。伏帷尚亭 唱曰。𡛔昆淩𥄮𦝄𣗓老甑扲

粧當墜渚咹倈𣈙共𡞕喉浪卞速𣳔𣹓渚咹物之哥吶陌

媒飄𠸛婦人难化別吃麻吶。又曰 媒嘆媒戊宗媒𨑗 別姑麻丼保丼

妻死夫從里如群夫死妻從嫁沛辰它麻 唱曰 尼廁仍𩅹差

𠽖各𠇍即辰𠓀細爻其去詞請𠰘些。低𢬣朱各𠇍𧛊麻耶

哈。各𠊛補𠏦買𠰺當尼𨔍姑乙卄托𢫫。英𠏦接乃阻衛𡗉

共昆嫡爻欺鳴調倘𦓡婚奴於賒悲㗂衛𨑮斜女如蘢吶

𤏧雀買卄𢫫。𢯢𥭯梗𦲿蓮塘爻欺茹吒期赤𠃅𢭗㝵近㘨

45
      cửa xổ[347] lấy ai làm,
Từ rày xa cách trời có biết,
Phu thê lưỡng biệt đất nào hay.
Con ở đây, vợ hỡi ở đây,
Thấy anh đó, sao mà mất đó!
Tín thành lễ biệt,
Nhân nghĩa tống chung.
Vài tuần rượu lạt,
Bạn ngọc lên đàng.
Phục duy thượng hưởng.

Xướng:
      Vợ con lăn khóc đã rồi,
Lão bầu cầm đũa đang ngồi chưa ăn[348].
      Thấy con cùng vợ than rằng,
Bèn rơi nước mắt, chửa ăn vật gì.
      Cả kêu bớ mụ bầu ơi:
Phụ nhơn nan hóa biết gì mà lo.

Lại nói: *Mụ ơi, mụ dại lắm, mụ chẳng biết đó mà thôi, hễ là:*

      Thê tử, phu tòng lý,

còn như:
      Phu tử, thê tòng giá *thời đã phải mà!*

Xướng:
      Nầy lời nhưng Tiết sai đòi,
Các kép tức thời đã tới một khi.
      Có tờ thỉnh hát ta đây,
Trao cho các kép coi mà đặng hay.
      Các người xem thấy mới hay,
Phen nầy lên đó, ắt là thác đi.
      Anh em[349] ai nấy trở về,
Trối cùng con vợ một khi vài điều.
      Thằng nào vợ nó ở xa,
Bây nhắn về nhà, kẻo nữa nó trông[350].
      Kêu nhau thôi mới ra đi,
Gánh rương gánh trống lên đường một khi.
      Nhà Cha kỳ có ba ngày,
Nếu gần hơn bốn

40

飡鈷頭莊嘲皴跻皴喫皴咳体昆其媸斷脐侉噈脐墢皮

卬艸導尼廂奶等引浪众悲　賛曰

上別如凖斯安营娜庄昇恪係廾赤綝舞調之官得陣庒

辰打矼旺攞辰狀棋他渚如粉連喝串靈朱茹眃庄廾肴

宗孟引悲朝庄茹吡辰繞侼侯下宗迎之証悲孟吏庄別

理扐得体邗得鈷渚庄調阿喧　唱曰

卟圖達堂近旺灺鐄弟洎坒蝖盡蹭冊振擀罰皮

又曰　各俺蚕宰朱古次古庄斜女喝倍奴辻奴視卬

奴卑吱軍無憐虎無頭郭磐庄劍爆鐵辰瘁羽双又教禁竹朝旺汜

光卟啁鑁鏑洎教起劍爆鐵辰瘁羽双又教禁竹朝旺汜

46   bữa[351] chém đầu chẳng
                     Vừa đi vừa khóc vừa than,
             Thấy con cùng vợ đoạn tràng héo don[352].
                     Ra đi vừa đặng nửa ngày
             Nầy lời nhưng Tiết dặn rằng chúng bây.

Tán: Tao nói nội bạn hát cho anh em biết, như chốn
Tràng an doanh liễu chăng là khác, hễ là có lầm lỗi
điều chi, quan người giận lắm thời đánh năm ba roi,
thời người cũng tha. Chớ như nay lên hát Truông
Mây cho nhà Cha, chăng là khó lắm, tao dặn bây:
vả chăng nhà Cha thời nhiều người hầu hạ lắm; lạ
chi chứng bây, tao lại chẳng biết, lí lắc[353]người
thấy đặng, người chém chớ chẳng chơi *nghe a!*

Xướng: Văn Doan truyền bớ quân bây,
             Đem ra đồ đạc chưng lên ba vòng[354].
                     Lư vàng, điếu bạc, chưn đèn,
             Lồng bàn, gối sách[355] chắn treo tư bề.

Lại nói: *Các em, nghe anh dặn:*
                     Làm sao cho có thứ có tự,
                     Kẻo nữa hát bội nó lên nó coi đặng.
                     Nó lại chê quân vô tướng, hổ vô đầu[356].
             Tao hay đặng, tao chém quách, chớ chẳng chơi.

Xướng: Bao nhiêu khí giới đem ra,
             Gươm vàng náp bạc, giáo siêu sáng lòe.
                     Gươm thời tuốt vỏ song song
             Giáo cắm hàng rào ba dãy

尖撑伴喝連龜細屁祆長棋解跳
醻唱艾礦貼吒朱眉仍雪啝礦醹
又曰○喈監卡吒䤈室唱兒無類
旺礦醹未昨唭体教禁睚行又曰
走夫昆唱曰字浪人有尊单口無上下
緣曰瘦�昆庄別家酒中不語真君子
魔麻杯倚仍雪昆同席共吒�文
鈉昆�文緣曰仍雪喧吶屛㯷三
㦖七魄㠶延夫吶
辰吒朔延唱曰仍雪喧吶屛㯷
院教吒制
共伴喝悲喂沓尼艾托麻崔庄群文緣曰
低盂嗨唱曰文緣買嗨艾廂庄哈昆蕆玉麻
此𨉓

47   cho xinh[357].

Bạn hát lên đã tới nơi,
Áo tràng gài giải[358], bước vào lạy Cha.
Văn Doan bạch cúc rót ra[359],
Rượu ngon một chén của Cha cho mầy.
Nhưng Tiết bưng chén rượu đầy,
Cúi đầu thưa lại một lời cùng Cha,

Lại nói: *Dạ dám thưa Cha, tôi không dám nào.*
Vả tôi là: Xướng nhi vô loại, đâu dám đồng tịch[360] *cùng Cha nào!*

Văn Doan: *Ma mà bắt thằng Nhưng Tiết. Con dại lắm, con chẳng biết, ậy*
Tửu trung bất ngữ chân quân tử,
Còn: Tài thượng phân minh đại trượng phu[361] *chăng con?*

Xướng: Chữ rằng: "Nhân hữu tôn ti,
Khẩu vô thượng hạ[362], chấp gì chúng bây."
Lão bầu uống chén rượu rồi,
Ngó ra thấy giáo cắm ngay hai hàng.

Lại nói: *Trăm lạy Cha, Cha đòi con lên hát hầu cha, con thấy giáo cùng gươm, con sợ lắm cha.*

Văn Doan: *Con dại, con không biết, cha phân lại cho con tường. Như giáo cha cắm làm vậy,*
Như thằng nào hát hay, thời Cha thưởng,
Còn thằng nào hát dở, thời cha xóc trên ngọn giáo Cha chơi.

Xướng: Nhưng Tiết nghe nói rụng rời,
Tam hồn thất phách đã bay lên trời.
Nói cùng bạn hát bây ôi!
Phen nầy một thác mà thôi[363] chẳng còn!

Văn Doan: *Nào quân hầu đó bây, đòi thằng nhưng Tiết lên đây, tao hỏi thử nào!*

Xướng: Văn Doan mới hỏi một lời,
Chẳng hay con sắm vậy mà tuồng chi[364]?
Nhưng Tiết

跪郭踈迻昆藏従末喝本子思 綠曰

兵馬渏報警朱吒辰俺所係卅得鞋真末保卅死迍辰別論麻渌塘

天子道須當憂日管如卅得托末保卅死迍辰別論麻渌塘

馬得些多之朱 唱曰 吒吱補子思多偶従三國丕麻

年吒吱妑麻花

吒媿三國赤智赤才孔明諸葛論代固名各俺哪俠廟要

悲急臥城裾袄朱蚕裾袄薜蚫貼蚕昆螪猛矇鄧蕃拎朝

吒胡注忍红得謌辰救錦踪頭踈戈 又曰 睹監踈要红庄年祐市

女奴屯雛圣皐得 唱曰 綠浪國有鳥王保跨英雄 又曰

功古師卅苦宗英

群咋多之兼末群底多之衣鑄埴徟埃計升賺 又曰

悲瘵悲庄別生死由皆有定祐算来由命不由人

48   quì xuống thưa lên,
Con sắm tuồng rồi hát bổn Tử Tư[365].

Doan: *Chẳng nên đâu con a, con chẳng biết,* cha phân lại
cho *con nghe. Như Tử Tư* là tướng có tài, lại có trí,
đem binh mã về *báo thù cho cha, thời đã phải,* hễ
là:
Vi nhân chi tử, phụ thù bất cộng đái thiên, tử đạo tu
đương ái nhật *thời là phải, là người sống kia, chớ
như người thác rồi, hễ là*
Tử giả thời biệt luận,
*Còn ở mô mà đào mồ mả người ta làm chi, cho nên
cha chê đó mà thôi*[366].

Xướng: Cha chê, bỏ Tử Tư đi,
Hát tuồng Tam quốc vậy mà Cha coi.
                  Tam quốc có trí có tài,
Khổng Minh Gia Cát trọn đời có danh[367].
                  Các em vâng thửa lời anh,
Bây kíp vào thành lấy áo cho tao.
                  Lấy áo mảng bào của tao,
Con rồng năm móng đặng tao cầm chầu[368].
                  Cha Hồ, chú Nhẫn hai người,
Đều thời mất vía, cúi đầu thưa qua.

Lại nói: *Dạ dám thưa anh Hai, chẳng nên nào!
Nữa, nó đồn tới Thánh hoàng, người hay đặng có
phải là khổ lắm anh*[369].

Xướng: Doan rằng quốc hữu vi vương
Hễ đấng anh hùng còn sợ làm chi.
                  Sắm rồi còn để làm chi,
Y cẩm dạ hành, ai kể là trai[370].

Lại nói: *Bây dại, bây chẳng biết, sách có chữ rằng :*
Sanh tử viết giai hữu định *có phải*
Toan lai do mạng, bất do nhân[371] *mà phải!*
Quân hầu đó bây,

49

打媚文綠鑷吡囸朔沒達祜戰棠移盃台非旗指教東西

踈辻署要瓵賞麦辰偄朶禮吡鉡泊光𠻹盃朱伴喝底麻

礼僙繞皮裩𩛍鉡泊號哰朱昆少礼珇麻呿㵢仍雪曰

朱吡昆裤吡百福唱曰文綠呵䫋連奇唎仍雪曰

屙先師又曰客末麻喝料得㗳得辰踈吡矜昆辻喝

粉光𠻹芒帶隊帽兼�朱末緣悲須可遴牘僕醫礼

托麻渚藏從仍雪咋柱戊辰�害各彶托窕尼傜燒篇

囬𦵡辰吡多從𦝄底制罪唱曰吡𥃞昨悔鉝棠窂悲悶

保低末吡� 應侯唱曰床井�偶醬偶朱吡低偼井

渜隊偄仍雪辻朱蚕緣曰仍雪喧吡咓如喝準㛪

仍雪喧吡咓如喝準㛪嬌安

49   *xuống đòi thằng nhưng Tiết lên*
cho tao bảo đây.

[Nhưng Tiết:] [372]   *Thưa Cha, con ứng hầu.*

Doan: *Nhưng Tiết, nghe Cha dạy. Như hát chốn Tràng an*
chăng là khác, chớ hát cho Cha đây, hễ là, ba hồi
trống thời làm tuồng, bằng để bốn hồi trống, thời
Cha chém quách chớ chẳng chơi![373]

Xướng: Cha Hồ sợ hối đã vang,
Sao bây muốn thác, mà chưa sắm tuồng[374].
                    Nhưng Tiết sợ đổ mồ hôi,
Thương hại các kép thác oan phen nầy.
                    Bảo nhau son phấn đem ra
Mang đai đội mão, sắm đi cho rồi.
                    Chúng bây tua khá lòng thành,
Sắm sửa trầu rượu lễ rày Tiên Sư.

Lại nói: *Chúng bây kéo lên mà lạy Ông lớn, rồi mà hát,*
kẻo người quở.
Dạ dám thưa Cha, nay con lên hát cho Cha, con lạy
Cha bách bách phước.

Xướng: Văn Doan hả hả cười lên,
Khá khen nhưng Tiết lễ nghi nhiều bề.
                    Lấy năm nén bạc đem ra,
Cho con xíu lễ đặng mà chia nhau[375].

Nhưng Tiết: *Nay tôi lên hát, trước là cho Cha coi, sau là*
các cậu, các chú coi. Tôi bái các cậu các chú bá bá
phước!

Xướng: Cha Hồ, các tướng thưa lên
Trước anh đã thưởng, sau thời em cho.
                    Lấy ba nén bạc đem ra,
Tao cho bạn hát để mà đánh me[376].
                    Văn Doan xây ba hồi chầu,
Nổi lên trống chiến[377], vang dầy vui thay.
                    Phất cờ, chỉ giáo đông tây,

坐門卭㧅𢧚嘹𠀧徒　孔明出頭曰　嶺㷔燒玉渃汈涌
鐄。辰太平運嗎𡛔車。𢭸刘主扶安𡢐治。圭寓沔南土。砙𥒥
𠰺孔明自吾𡗶執運聖皇。𦟐志篤定衛漢室。如些𠯇𥘀恒排
𠇮鬼。吶謀𠎊咋鳥魂。陣咍頻北魏奸雄。咁閉党東吳賊輩
廾頭使𢯦細咱堂卭論談國事。陶　唱曰。文缘喧𠓨行𢒎。
𢬣錯弑𨦀賞才孔明。旺胡注忍埃。又冲惷喜樂蹎麻踈戈
又曰。　卡妾君共樂兮臣共樂。如群應乎天而順乎人。麻
唱曰　文緣快意嗔蓮。胡忍𢬣泊缸𤓢梗。𠈺老甌𨆢𥾽。
𡢐邊。別它𡗶雅麻㖡賭尼。文緣𢷣酤洞〻。冲𥋵𠻆㗅𣛤嘹
𠀧徒。　刘玄曰。如些　𥘀朱利渃𨀐沛𡗶𥒥。咁閉党魏朝𥾽

50   Sanh môn đặng lạy, kéo ra làm tuồng.

Khổng Minh (xuất đầu):

Non lòa chớp ngọc,
Nước lẻo dòng vàng.
Thời thái bình vận mở năm xe,
Giúp Lưu chúa phò an một trị.
Quê ngụ miền Nam thổ,
Tôi nay hiệu Khổng Minh.
Từ ngày ra giúp vận Thánh hoàng
Dạ chí dốc đem về Hán thất.

Như ta: Uốn lưỡi hằng bày chước qui[378],
Ra mưu chúng sợ kinh hồn.
Giận thay loài Bắc Ngụy gian hùng,
Căm bấy đảng Đông Ngô tặc bối.

Âu là: Sửa đai tới thính đường,
Đặng luận đàm quốc sự[379] a!

Xướng: Văn Doan nghe đã đành lòng,
Lấy vàng hai nén thưởng tài Khổng Minh[380].
Cha Hồ, chú Nhẫn ai ai,
Trong lòng hỉ lạc, đứng mà thưa qua.

Lại nói: *Thưa Anh Hai,*
Quân cộng lạc hề, thần cộng lạc,
Còn như :
Ứng hồ thiên nhi thuận hồ nhân[381] *mà!*

Xướng: Văn Doan khoái ý cười lên,
Hồ Nhẫn lấy bạc hai tay quăng vào.
Lão bầu đứng nép một bên
Biết đà có sống mà ăn của nầy[382].
Văn Doan nổi trống đùng đùng,
Trong buồng hát bội kéo ra làm tuồng[383].

Lưu Huyền: *Như ta:*
Muốn cho lợi nước,
Nên phải mang sao[384].
Căm bấy đảng Ngụy trào,
lại:

陳台喫地，辰荊州城占據。三國喚都爭。除

關隊弍弟開朝呼論談國事。孔明曰。

弄砥共如然低低西提学墨筆寫悉畜幅箋雲冷

死卡細交來開某。軍曰。欽承帥府奉命施行乱

曰。奉命軍師到臨關為臣盡力不辭雜。唱曰。文緣

阿人喫蓮咧偽部郡牢固劤嗔咽把武鈝泊悦所朱昆行

里辰咳报塘文緣波黏洞又試边喝彼弗旗妈啤官某

日威柴北魏睹曳東吳扶漢朝庄勤民顛破賊党之後

昆博管英雄三國我表字官公色鎮帶焬突塊衝並貌課

助時机浩外阿罪恒罐兒長餹庵待軍師別包除基業員成

51   Giận thay Ngô địa.

Thời: Kinh châu thành chiếm cứ,
          Tam quốc hỡi đua tranh.

Chừ: Hạ tiên vân[385] đem tới ải quan,
          Đòi Nhị đệ hồi trào,
          Ngõ luận đàm quốc sự.

Khổng Minh: *Thôi!* Lẽ ấy đà thậm phải,
                  Lòng tôi cũng như nhiên.

Quân, bút chỉ đây:
          Tay đề chữ mực,
          Bút tả lòng son.
          Bức tiên vân phó dữ quân nhân,
          Đem thư tới giao lai Quan mỗ.

Quân: *Dạ !*   Khâm thừa Soái phủ,
                   Phụng mạng thi hành.

Loạn: Phụng mạng Quân Sư đáo ải quan,
                  Vi thần tận lực bất từ nan.

Xướng: Văn Doan hả hả cười lên,
          Khen thằng bộ tốt có công nhọc nhằn.
                  Lấy hai nén bạc quăng ra,
          Cho con hành lý để ăn đi đường.
                  Văn Doan nổi trống đùng đùng
          Hai bên hát bội phất cờ kéo ra.

Quan mỗ: Oai vang Bắc Ngụy,
                  Tiếng dậy Đông Ngô.
                  Phò Hán trào chẳng động dân đen,
                  Phá tặc đảng chi day con vác.[386]
                  Quản anh hùng Tam quốc,
                  Ngã biểu tự Quan công
                  Đã nhiều phen lửa đột khói xông[387]
                  Đã nhiều thuở trợ thời giúp nước.

Á thôi!
                  Ngày hằng trông huynh trưởng
                  Bữa luống đợi Quân Sư.
                  Biết bao giờ cơ nghiệp viên thành,

別刻課弟兒相會。报日。

睹 繪申戈爺帳語請涓边

咎东勅朝中畹嗔飮叫相。官曰。下令傳軍救開城外

接迎使目。哪令辻圣上眠宠幅箋雲頤僳可祐槐辰

寧洋槍礼 官某曰。 看文勅心中大快观箋雲喜不

自胜辰准臨開付些三晋可逻守观防弄曰將令傳軍上

安馬整齊別開臨奔彤望朝中反发衝 挽目从道人

臣甫奈限雄明威去魏除刮虚番圣罟其皮得冤 唱目。

文綠祐体因弄得失諸將飮冲鷹侯抔獵朱欸支昆金

首今尾承開期弄文綠杰祆昆輪店鑽跳祁唸少礼弄區

論扯鑽馬观補青龍祈箋棋芝边文綠正礼皮柔趾辻顳

52   Biết bao thuở đệ huynh tương hội.

Báo: *Dạ!* Cúi thân qua dưới trướng[388]
      Ngửa mặt dộng bên màn.
      Nay có sắc triều trung
      Gởi xin vào ra mắt.

Quan công: Hạ lịnh truyền quân chúng
      Khai thành ngoại tiếp nghinh.

Sứ: Vâng lịnh trên Thánh thượng
      Dạy đem bức tiên vân
      Xin Ngài khá xem coi
      Thời hãn tường cội rễ *thôi!*

Quan mỗ: Khán văn sắc tâm trung đại khoái,
      Quan tiên vân hỉ bất tự thăng.

  Vậy thời:
      Chốn ải quan phó dữ Tam ca,
      Khá tuần thủ quan phòng nghiêm nhặt.

  Chúng tướng:
      Lịnh truyền quân sĩ,
      Yên mã chỉnh tề.
      Biệt quan ải bôn phi,
      Vọng triều trung phản bộ. *Xong!*

Vãn: Vọng triều trung phản bộ,
   Đạo nhân thần nào nại gian nan.
      Ra oai khử ngụy trừ loàn,
   Chẳng phen thánh trước, cũng bì người sau.

Xướng: Văn Doan xem thấy có Ông,
   Truyền cho chư tướng vào trong ứng hầu.
      Bắt heo cho lớn một con
   Toàn thủ toàn vĩ, tao rày mừng Ông.
      Văn Doan mặc áo con rồng
   Vội vàng bước xuống, cúi làm lễ Ông.
      Phượng Luận[389] mất vía kinh hồn
   Bỏ thanh long xuống, ngã kề một bên[390].
      Văn Doan làm lễ vừa rồi,
   Bước lên mới

嗪朱隊倘仍又曰。

官公侯腿得开舍口照未身賤金威重精忠義勇朱鍼

多礼得娇麻雀啃渚朱細浚叁多

未旺矜旺喂其单刀赴會手東異。官公侯倘仍雪曰

沛朱麻年奴　唱曰　文緣呵可唄連咧倘仍雪鏡詞窖坤

緣卡打祜洞又冲幟喝倍移斜喋。　劉侠曰　自朱隊御

弟牢庄体來朝別嬹弟朱卯太平。別包課弟兄會合唱

曰。岡倘牧宝正從正劉玄德玉麻睦真祜移旺吏艾欺。

買隊仍雪玉麻嗨戈。　又曰　仍雪旺吟天生隲世虚國

為王。多牢達麻骚仍雪曰　卡旺渚如睦真卅倘仍喝奴右

　　疾渚刘玄彷僵周睦真於奴右

53   quở, cho đòi thằng nhưng[391].

Lại nói: *Dạ dám thưa Cha, con ứng hầu.*

Văn Doan: Như Cha làm lễ là làm lễ Quan công hầu,
Vả người là hàm khẩu chiếu thư thân tiện.
Kim uy trọng, tinh trung nghĩa dõng, cho nên Cha làm
lễ người đó mà thôi
*Chớ như bây xướng nhi vô loại; bây mà, cha chả cho
tới nỗi tao đi làm lễ a?*

Nhưng Tiết: *Dạ dám thưa Cha, nay Cha quở cũng phải
Như Quan hầu là:*
Đơn đao phó hội vu Đông Ngô.
*còn chẳng sợ thay, chớ nay cha làm lễ Quan công
hầu, thằng kép hát tôi chẳng phải Người[392], cho nên
nó sợ lắm mà.*

Xướng: Văn Doan kha khả cười lên,
Khen thằng nhưng Tiết nhiều điều khéo khôn.
Doan bèn đánh trống đùng đùng,
Trong buồng hát bội dầy dầy kéo ra.

Lưu Sứ: Từ cho đòi Ngự đệ,
Sao chẳng thấy lai trào.
Biết no nao[393] cho đặng thái bình,
Biết bao thuở đệ huynh hội hiệp.

Xướng: Có thằng Sáu Bửu làm tuồng,
Làm Lưu Huyền Đức vậy mà què chưn.
Xem đi nhắm lại một khi,
Mới đòi nhưng Tiết vậy mà hỏi qua[394].

Lại nói: *Nhưng Tiết, cha hỏi, chớ Lưu Huyền Đức*
Thiên sinh giáng thế, nhứt quốc vi vương[395].
làm sao què mà đi một chưn, a con?

Nhưng Tiết: *Thưa Cha, như què chưn là thằng kép hát nó
có tật, chớ Lưu Huyền Đức người có què chưn ở
mồ[396].*

唱曰　文緣喧吶哄蛾唎倆仍雪麩屙過坤文緣眎吞

乜些卜隊仍雪郎辰飲冲老瓢喧吶咮咍眸催咨胲分悲

就飲泊鑚悲祂宠咻鄧艾摌𧘇此急哪連文緣眎鑚眜州

晦倘仍雪哪麻乚之泊鑚蚕𪤴朱悲蚕哪君子𪾢𪥊嚴言

貼尼𪾢𪤴朱悲牢悲咋瘨得屙乚之伴喝悲唉朗㕲緣卞

別意𠈌連唭𪡑又曰　昆瘨凉係开吒未君子說出四

馬難追麻昆防咋節　辰祂咋乚唱曰　文緣買吶艾欺正夫仍

雪塘圻睬吹吒朱㐻𤠣尼泊辰𣎴鉾錢辰𣎴羸咋㐻𣎴

測钟塘吒朱𣎴𪽻逢昆阻潄又曰　各俺喧要引阿送

钟鮮倘奸細奴哈𭴒奴禮歙坡伴喝奴空别

奴咻很要珠𫫇𫮃𪵫吏蚕哈𭴒耶蚕鉆郭洽止制

　　　　　　　　　　　　　唱曰

54 Xướng: Văn Doan nghe nói cười dài,
Khen thằng nhưng Tiết nhiều lời quá khôn.
Văn Doan kêu các bợm[397] ta,
Bèn đòi nhưng Tiết tức thời vào trong.
Lão bầu nghe nói sợ thay,
Rao thôi các kép chúng bây tựu vào.
Bạc vàng bây lấy đem ra,
Đặng một mâm đầy, ta kíp bưng lên.
Văn Doan khi ấy ngó ra,
Hỏi thằng nhưng Tiết, bưng mà làm chi?
Bạc vàng tao đã cho bây,
Tao là quân tử, đâu rày hí ngôn[398],
Của nầy tao đã cho bây,
Sao bây sợ dại[399] ngày rày làm chi?
Bạn hát bây hỡi hồ nghi,
Doan bèn biết ý bỗng liền cười ra.

Lại nói: *Con dại lắm, hễ là Cha cho thời lấy, sợ làm sao a con?*
Quân tử thuyết xuất, tứ mã nan truy[400], cha chẳng phải kẻ tiểu nhơn, mà con phòng sợ nào.

Xướng: Văn Doan mới nói một khi,
Công phu nhưng Tiết đường trường xa xuôi.
Cha cho cái rạp gấm nầy[401],
Bạc thời ba nén, tiền thời ba trăm.
Sợ về bất trắc giữa đường,
Cha cho mười đứa đưa con trở về[402].

Lại nói: *Các em, nghe anh dặn a, đưa bạn hát nó về cho cẩn thận, kẻo nữa thằng gian tế nó hay đặng, nó đánh, nó lấy hết đi.*

Bạn hát nó không biết, nó nói rằng anh cho anh còn lấy lại. Tao hay đặng, tao chém quách chớ chẳng chơi[403]!

Xướng:

各俺哪㑌廂英器械隨從遂伴唱㘄尋昜自者串靈買

哈希牲棋欲凍鎮　又曰　吒㘄㘄吒　頭襯吒於夷串靈朱

本伴坊安反步　衡　挽曰　朱昆㳽㣺裤吒於夷琭包奈虎步龍

影　各將曰　丰要於㚊差各俺咣快也真㳽欣歡是㣺

弟兄同上路奔影遂伴唱坊安直去　阿乱曰　多謝長

兄安營内展吾神武保戲見　仍雪曰　吟吒朱㑵㣺

福如東海壽考南山　異　挽曰　延廸几於得㘄吒蹄營

椰昆面故鄉　唱曰　胯它㳽現串㞢遁隊思各注碎囬

注鄉　挽曰　山上㞢辞列位別㞢市朱体畨烧功恩列

位嚊眼高山嗔夷拼安砂囬　又曰　得哪浪㆒聖人三寸氣

55	Các em vâng thửa lời anh, Khí giới tùy tùng đưa bạn hát đi. Ngày rày từ giã Truông Mây, Mới hay mạng sống cũng hơn đống vàng[404].

Lại nói: *Thưa Cha, nay Cha cho con về.*
Đầu lạy Cha ở lại Truông Mây
Cho bổn bạn Tràng an phản bộ[405] . *Xong!*

Vãn: Phản bộ lạy Cha ở lại,
Dặm bao nài hổ bộ long phi[406].

Các tướng: *Thưa anh, nay anh sai các em đưa bạn hát về Tràng an, thôi*
Khoái dã chân khoái dã,
Hân hoan thị hân hoan[407]!
Âu là: Đệ huynh đồng thượng lộ bôn phi,
Đưa bạn hát Tràng an trực khứ *a!*

Loạn: Đa tạ Trưởng huynh an dinh nội
Triển ngô thần võ bảo hí nhi[408].

Nhưng Tiết: *Nay Cha cho chúng tôi về, cầu cho Cha, thôi*
thời: Phước như đông hải,
Thọ khảo nam san[409] *thôi!*

Vãn: Dang tay kẻ ở người đi,
Cha lui doanh liễu, con hồi cố hương[410].

Xướng: Nay đà xuống khỏi Truông Mây,
Đội ân các chú, tôi hồi quê hương[411].

Vãn: Sơn thượng giã từ liệt vị,
Biết ngày nào cho thấy mặt nhau.
Công ơn liệt vị nhọc nhằn,
Cao sơn xin lại, Tràng an tôi hồi[412].

Lại nói: *Hèn chi Thánh nhân người nói rằng:*
Tam thốn khí

在天般用[口賴]赤沛阿

一旦無常萬事休辰

諟路体坲安發樂祗細侯斯圭鄉。唱曰

姅逢昆朱脈飲[口帝]芺命喫嗟時連災殃死生坤別共參

[旅]哈[口帝]共委坦翁如。[革戊][狐][口來][尸易]呂礼[口委]獨[口帝]多之[口乇]昆迍

唱串靈逰分計[口委][革圭][尸易]邛堯戊[尸鬼]昆瘦[狐]逢篭店[口普]又渦

[口早]那傾仍嗹論姜共[尸鹿]妾帝委吏補俺[口委]命昆[口辶][女嫡]委埃

[尸委]魂灵委可[口老][尸辟][尸鹿]共情夫姜婦愛恩[口早][尸路]委杜俺群多

之發[尸鬼][狐]細句齊[口也]塊朱[口乇]昆[尸易][口帝]錢誤藏[魚車]末用

方報孝朱全始終。又曰貧之圣人貧居城市無人問

群富在林山有違親沛沛。昌曰[口娘][糸參]進[任][辶]紫紅[门己]

56   tại thiên ban dụng,
mà chẳng may đi nữa, có phải a!
Nhất đán vô thường vạn sự hưu[413] *thời là phải!*

Vãn: Xa xem lố thấy Trường an
Phút đâu đã tới hầu gần quê hương[414].

Xướng: Thốt thôi[415] mụ Tiết ở nhà,
Bồng con cho bú vào ra một mình[416].
              Khóc than thời vận tai ương.
Tử sanh khôn biết, dữ lành nào hay.
              Vái cùng trời đất, ông bà,
Chồng tôi về rày, trả lễ một heo[417].
nín đi con, khóc làm chi.
              Cha con lên hát Truông Mây,
Mười phần kể một[418], sống rày đặng đâu.
              Mồ côi con dại tay bồng,
Trông đêm vọi vọi, nhớ ngày băn khoăn[419]
              Những lăm trọn nghĩa cùng nhau,
Nỡ nào anh lại bỏ em một mình.
              Con thơ vợ yếu[420] ai nuôi,
Hồn linh anh khá đem tôi theo cùng.
              Tình phu nghĩa phụ ái ân,
Ngày nay anh mất, em còn, làm chi.
              Phút đâu đã tới tuần chay,
Lấy chi đơm quải[421] cho cha con rày.
              Mượn tiền mua sắm đã rồi,
Dụng phương báo hiếu cho toàn thủy chung.

Lại nói: *Hèn chi Thánh nhân có nói rằng*
              Bần cư thành thị vô nhân vấn,
Còn: Phú tại lâm san hữu viễn thân.
thời đà phải mà!

Xướng: Nàng đi mời sãi mời thầy,
              Hai ba

餚掦庄体艾埃細句暫瑰朱娿古侤辰享討屁貼俺喫咚

娿喉罪娿亡魂娿古侤俺辰術喫咚祭礼皮耒媒買夷坐

俹杰咋哾箕埃踃罯攴得群娿騫梗奔波冲棱蕾獣買哱

皮耒仍雪粎茹果寔庄差老瓢岁買跳無豬烧麻喫冲弄

喏嗹語升娿托補俺埃哈邓豾粎茹体烧塔廊趨細瓲東

欻矵訥慷仍雪艾欺盂慷森合共烧杯獲多嚹礼扄先師

祀战核錦宏叫瘅哾艾娄麻吱艾得横財不富俺喂庄胘

積德娄昆邓洳醽舔唉旺妝耒指廊吝㐌养卢阻粎屁㐌

哾事畢遷喝耒些沖葬吁役茹　又曰　蟸多嚹些明关

麀朱盃　　　唱曰　席排唉旺飯醋英俺丕辰些買吱烧

麻制

57   bữa rày, chẳng thấy một ai.
Tới tuần tạm quải cho anh
Có thương thời hưởng thảo nầy của em[422].
       Khóc than anh hỡi là anh,
Vong hồn anh có thương em thời về.
       Khóc than tế lễ vừa rồi
Mụ mới lại ngồi ngửng mặt ngó ra
       Kìa ai đi trước một người
Còn sau khiêng gánh bôn ba trong rừng.
       Trông chồng mới nói vừa rồi,
Nhưng Tiết về nhà quả thiệt chẳng sai.
       Lão bầu[423] thôi mới bước vô,
Ôm nhau mà khóc trong lòng xót xa.
       Ngỡ là anh thác bỏ em
Ai hay đặng sống về nhà thấy nhau.
       Xóm làng chạy tới đã đông
Lớn nhỏ đều mừng nhưng Tiết một khi.
       Vui mừng sum họp cùng nhau
Bắt heo làm thịt lễ rày Tiên Sư.
       Lấy hai cây gấm đem ra,
Xé ra một thước mà chia một người[424].
       Hoạnh tài bất phú em ôi,
Chẳng bằng tích đức sau con đặng nhờ
       Rượu thịt ăn uống vừa rồi,
Xóm làng lớn nhỏ toan lo trở về.
       Nầy đoạn nói sự Truông Mây
Hát rồi ta phải toan lo việc nhà.

Lại nói: *Nào trẻ bây, bắt năm con heo làm thịt ta vầy một tiệc cho vui mà chơi.*

Xướng: Tiệc bày ăn uống no say,
Anh em vậy thời ta mới chia nhau.
       Chức

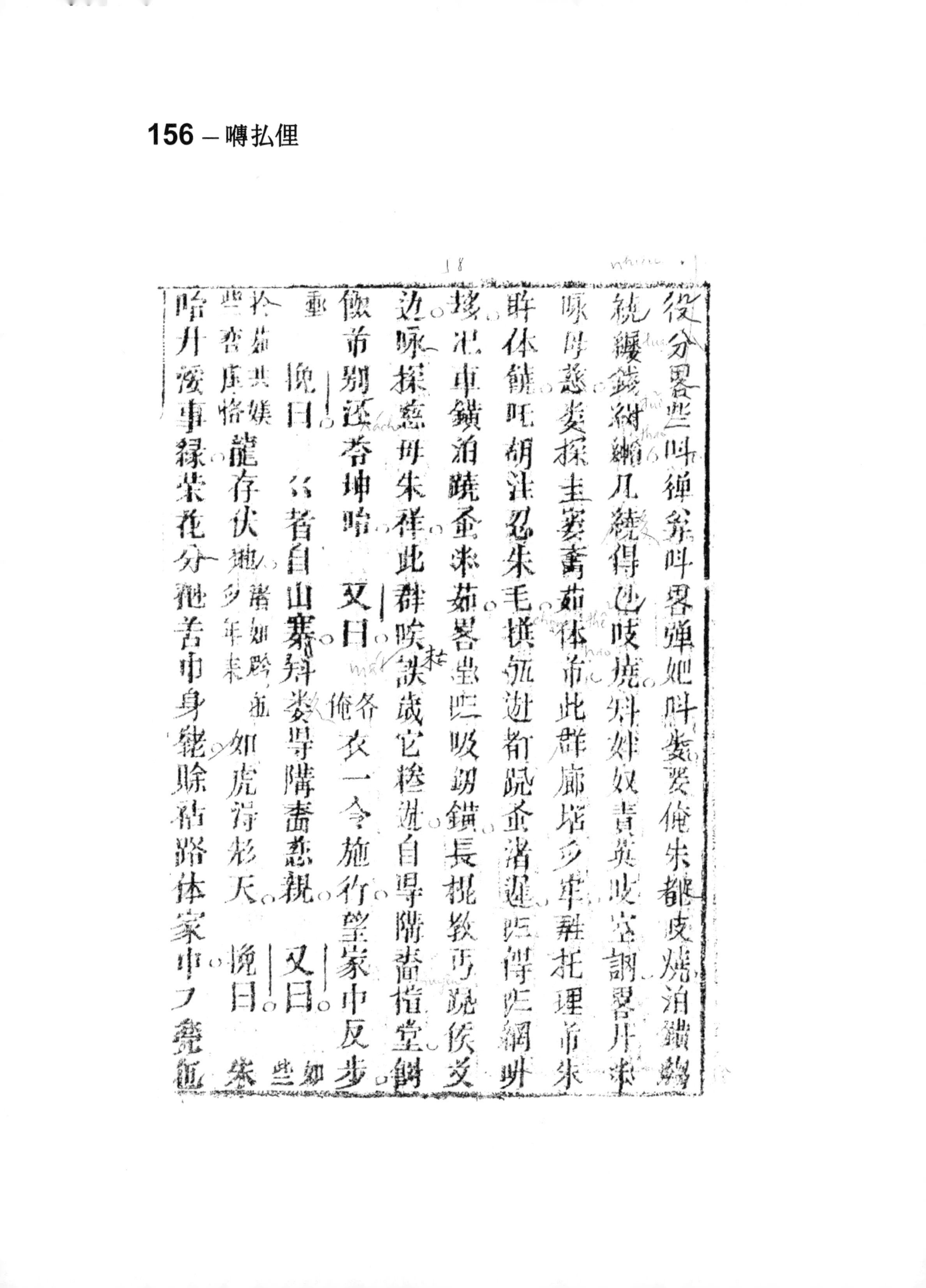

18

58   việc phân trước ta kêu
Đàn ông kêu trước, đàn bà kêu sau.

    Anh em cho đủ chia nhau,
Bạc vàng sô nhiễu, lụa tiền, đũi thao.

    Kẻ nhiều người ít chia nhau[425],
Kẻo nữa nó trách anh chia không đều.

    Trước là về viếng mẫu từ,
Sau thăm quê cũ cửa nhà thể nao.

    Thử còn làng xóm làm sao
Sống thác lẽ nào cho ngó thấy nhau.

    Cha Hồ chú Nhẫn cho mau
Chọn năm mươi đứa theo tao chớ chầy.

    Ba người ba võng ra đi
Dẩy xe[426] vàng bạc theo tao về nhà.

    Trước chưng ba cặp gươm vàng
Trường côn giáo cái, theo hầu một bên.

    Viếng thăm từ mẫu cho tường
Thử còn hay mất, tuổi đà tám mươi.

    Từ ngày cách mặt huyên đường
Đói no nào biết, rách lành khôn hay.

Lại nói: *Các em:*

    Y nhứt lịnh thi hành
    Vọng gia trung phản bộ *xong!*

Vãn: Phản bộ giã từ sơn trại,
Kẻo lâu ngày cách mặt từ thân.

Lại nói: *Như ta ở nhà cùng mẹ ta, ví chẳng khác*

    Long tồn phục địa
    chớ như nay, đã làm nên rồi
    Như hổ đắc phi thiên.

Vãn: Cho hay là nỗi sự duyên
Vinh hoa phận trẻ, khó khăn thân già.

    Xa xem lố thấy gia trung
Phút đâu đã

細侯棋圭鄉、唱曰、屁俊媒俚於茹非；頭泊歲岜桦

逬半奔庄耵可佈㑇得啇容养身胸咢鉗唛餚固馂空。

昆不姜不仁多冲昆牢補媄朱仃逬恩渚吕妾仃弄昆罪　如砍想生昆㕭麻迦買

眉群底陰司補劝呢媄生成昆唛。朱唛㐱李埃与卅仍軍

兜觉子它空想生成於昆唛如罪眉女卅該你罪孤兒哀嗟乎幼子唛曰

痛切逬兒嗟不義一身老婦受艱难。又曰　喂天娄我。

〈〈地理吾㦲两目观不見痛切也悲哀。唱曰　糎逬群召

疾願相辰雕䏴别垓方市路塘洺眛滁漖庄埃娘恳身毨

夫喂包除昆夹宷茹菩店庄体待㝵亦哈番尼媄托補昆

庄埃埼拮身毢昆唛。又曰　册亦　字浪　养子不教炎之过　仍麻

59   tới, hầu kể quê hương.

Xướng: Nầy đoạn mụ Lía ở nhà,
Phơ phơ đầu bạc, tuổi đà tám mươi.
        Bán buôn chẳng đặng, khá thương
Nhờ người thương khách dưỡng thân tháng ngày.
        Cơm ăn bữa có bữa không
Sao con bất nghĩa bất nhân làm vầy?
        Con sao bỏ mẹ cho đành
Mười ân chưa trả, nỡ đành lòng con.
        Tội mầy còn để âm ti,
Bõ công cha mẹ sanh thành con ôi!
Như tôi tưởng sanh con ra mà nhờ, mới cho ăn đi học, ai ngờ là những quân hoang đảng tử, đà không tưởng sanh thành. Ở con ôi! Như tội mầy, nớ là
        Cai nễ tội cô nhi,
        Ai ta hồ ấu tử!

Thán: Thống thiết nghịch nhi ta bất nghĩa
Nhứt thân lão phụ thọ gian nan.

Lại nói: *Ôi!* Thiên táng ngã, thiên táng ngã!
        Địa mai ngô, địa mai ngô!
        Lưỡng mục quan bất kiến
        Thống thiết dã bi ai!

Xướng: Tám mươi còn chịu tật nguyền
Mắt thời đui tối, biết đi phương nào?
        Lần đường, nước mắt tuôn rơi,
Chẳng ai nương cậy thân già Trời ơi!
        Bao giờ con lại về nhà
Trông đêm chẳng thấy, đợi ngày nào hay.
        Phen nầy mẹ thác bỏ con
Chẳng ai chôn cất thân già con ôi!

Lại nói: *Sách có chữ rằng*
        Dưỡng tử bất giáo, phụ chi quá
nhưng mà

吒奴瓿　拱吡保尓仍麻生子不生

托末　群囹爻俞碎　奴拱窟喧辰

孔日　係是子之不義瘦芦莊聚党之卤徒

敬祝南朝增萬壽姓壁壹次頤皇圓

60　　　　　*cha nó đã thác rồi.*
　　　　　Còn có một mình tôi
cũng dạy bảo lắm, nhưng mà nó cũng chẳng nghe, thời
　　　　　Sanh tử bất sanh tâm *đi,*
(chẳng?) đặng mà!

Loạn:　　　　Hễ thị tử chi bất nghĩa,
　　　　Phế lư trang, tụ đảng chi hung đồ.
　　　　Kính chúc Nam trào tăng vạn thọ
　　　　Vãng dâng thứ nhứt, xin chiềng hồi hai.

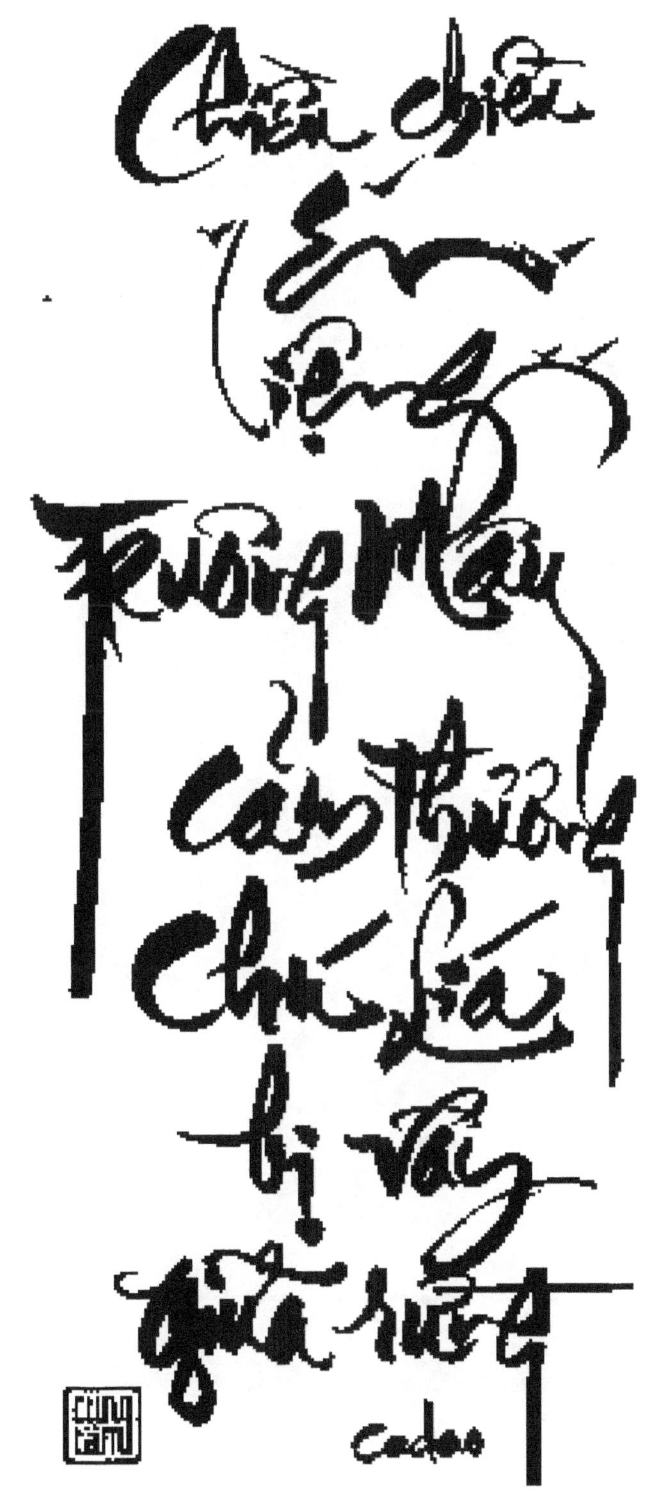
Chiều chiều
Ra
đứng
Trông Mau
Cảm thương
Chú Lía
bị vây
giữa rừng
Cadao

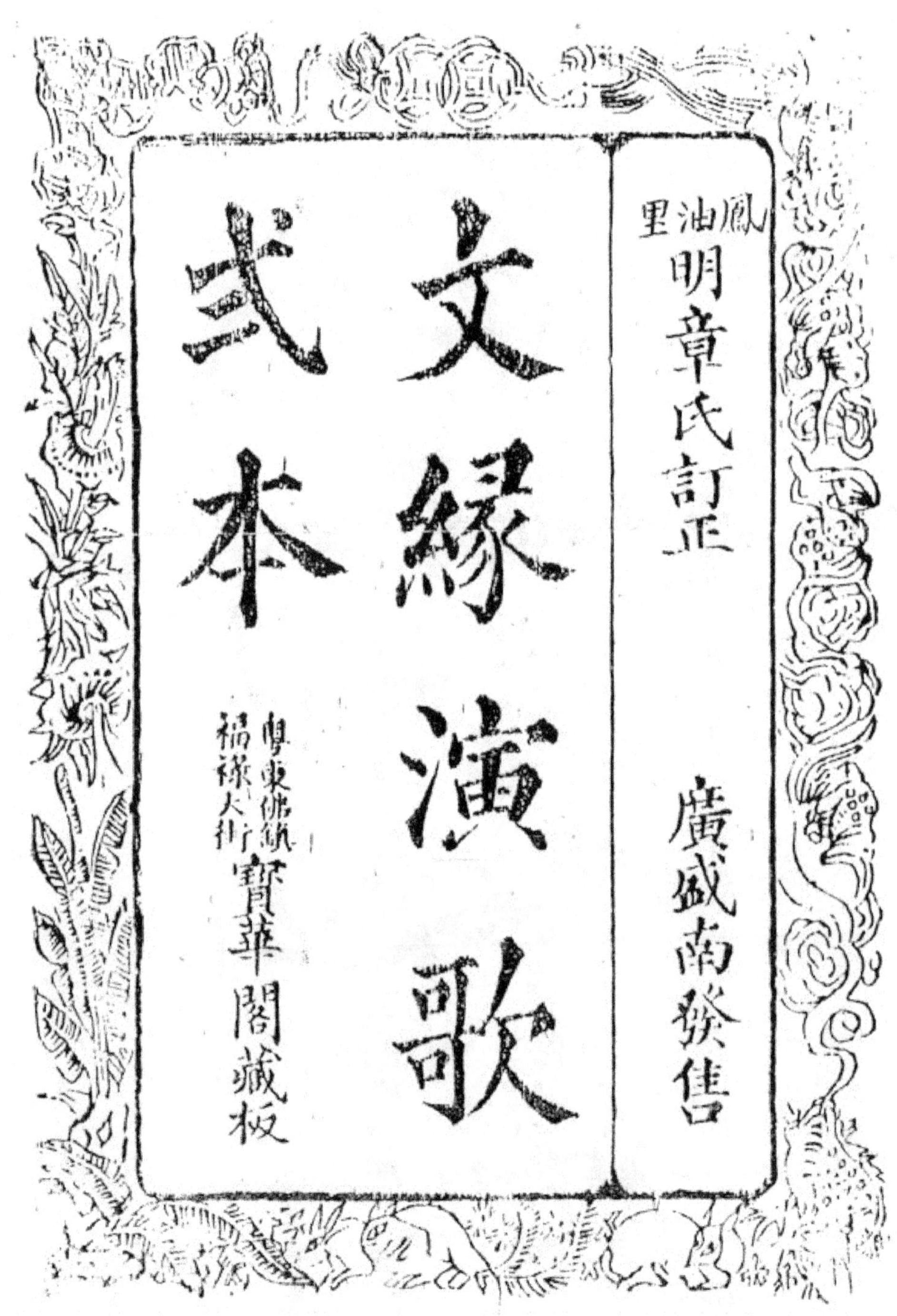

唱曰　昆宅不義無仁補娤餅渴娘灘銑皮功勞唆叝

娎嗻唎辰古愚沏辰空恩吒姜娤生戌弄帯姜補庄米𪨊探

文緣接佢細尼莫俺吝乳卽辰跳無翠皮問啟冷星蕭姉赤

亮別無方𣄤仁行諾相如遁扚爺崔夷磨爺向昆　又曰

卡娤昆缶已不孝之兒開探其老母阿低娤　唱曰　智覓補

米低娤

娤昆孩份年阻米报孝母親碎𤺥不孝無恩坦夫㙜娤容昆

米报报母親

事米媒俚喧呐陣台眉倘不孝米扇向之。　緣曰　昆缶娤粉

改惡從善有藝爲蔮阿　未娤

你罪不雜容㳥最昆萬斷　乱曰眉廿罪你罪以膽該萬斷

不孝兒容此佪爲、　緣曰分夷失𡽱喧亦　乱曰一母只生

62 Xướng: Con đà bất nghĩa vô nhân,
Bỏ mẹ đói khát gian nan nhiều bề.
Công lao ăn đắng uống cay,
Nhọc nhằn thời có, cậy nhờ thời không.
Ơn cha nghĩa mẹ sanh thành
Lòng nào nỡ bỏ, chẳng về viếng thăm.
Văn Doan đi đã tới nơi
Anh em lớn nhỏ tức thời bước vô
Bốn bề vắng vẻ lạnh tanh
Cửa nhà xích xác biết vô phương nào.
Hai hàng nước mắt như mưa
Nghĩ mình thôi lại thẹn mình làm con.

Lại nói: *Thưa mẹ, con đã về đây mẹ*
Kỷ bất hiếu chi nhi,
Hồi thám kỳ lão mẫu. *đây mẹ à*

Xướng: Xưa, hoang[427] bỏ mẹ con đi
Làm nên trở về, báo hiếu mẫu thân.
Tôi mà bất hiếu vô ân
Đất trời đâu nỡ dung con đặng về.
Mụ Lía nghe nói giận thay
Mầy thằng bất hiếu về rày làm chi.

Doan: *Thưa mẹ, nay con đã*
Cải ác tòng thiện, hữu nghệ vi thương *rồi mẹ à*

Mụ lía: *Thôi đi nào* Bất thính bất thính,
Vật ngôn vật ngôn.
Như mầy : Nễ tội bất nan dung,
Quyết toái thi vạn đoạn.

Loạn: *Lía, như tội mầy là:*
Nễ tội dĩ ưng cai vạn đoạn
Bất hiếu nhi dung thử hà vi?

Doan: *Dạ trăm lạy mẹ, để con phân lại cho mẹ nghe nào*

Loạn: Nhứt mẫu chỉ sanh

6)

女绿演唱本

一子不朱年昆每念慈親大羔深。媒曰俚庄宜眉廿

乱曰只是詭言不咱。如番九泉死下不容之。俚如

姬眉不羔不仁真不孝。卟卟仔娓最屍萬段不容他。媒信如

女秦裤娓昆兇監

日咖咾共娓市。

言。唱曰

媒俚喧唧可俚蹉塘跳夷不庶藉昆牢昆補

萬望母親乞次幼兒之罪自慈以後。不訛

娓羔兇悲除阻冰庄休壽昆䭤唛餡䄂餡空泇得希庶年戈

肌眸娓群吒杦庄咍跣類南佇庄堅仍廿緣曰卟禍来至

急福到行遲䲶母慈宅目暗不孝子罪甘昆艾庶布唱曰娓辰要哷㗊斃

昆冰凖家中午鄧報㓜娓養育冇唱曰娓辰要哷㗊斃

亦併細娓嗔昆於菇於朱論道娓昆鳩芒乳哺坤功生成美

63   nhứt tử,
Thưa mẹ bởi rứa vậy cho nên con
Mỗi niệm từ thân đại nghĩa thâm.

Mụ: *Lía, chẳng nghe. Mầy là thằng nói láo, như mầy, nớ là*

Loạn: Chỉ thị ngoa ngôn bất thính, *như phen nầy*
Cửu tuyền tử hạ bất dung chi
Lía, như ai thời mụ tin đó, chớ như mầy
nớ là   Bất nghĩa bất nhân chân bất hiếu
thôi thôi, đừng mẹ đừng con nghe
Toái thi vạn đoạn bất dung tha.

[Doan] loạn: *Trăm lạy mẹ, con đâu dám nói láo cùng mẹ*
nào   Vạn vọng mẫu thân khất thứ ấu nhi chi tội
Tự tư dĩ hậu bất ngoa ngôn.

Xướng: Mụ Lía nghe nói khá thương,
Dò đường bước lại vậy mà ôm con.
Sao con bỏ mẹ đi đâu
Bây giờ trở về, chẳng thấy mặt con.
Cơm ăn bữa có bữa không
Nhờ người bố thí nên qua tháng ngày.
Mẹ còn, cha mất chẳng hay
Theo loài hung dữ chẳng kiêng những là.

Doan: *Thôi* Họa lai chí cấp, phước đáo hành trì.
như nay Mẫu thân đà mục ám
Bất hiếu tử tội cam.
dám thưa mẹ, xin nghe con một lời nào
xin theo con về chốn gia trung
Ngỡ đặng báo cù lao dưỡng dục *nào*.

Xướng: Mẹ thời yếu đuối, đã già
Có thương[428] tới mẹ, xin con ở nhà.
Ở cho trọn đạo mẹ con
Cưu mang nhũ bộ đền công sanh thành.
Mẹ

64

玙及昆脉弄佈測拱鬼玙未掇愁之掔断辰相辰係

貫惚頙在昆 緣曰 卡媄数命在天玉母慈休映怨市

成忠孝兩全玉買年睐 又曰 徐什媄為人之子辰上孝

事於親居則致其敬養則致其樂父母之事不可忘乎姉什

麻 唱曰 媄跪昆細家中撵吒硯底赤得佈祝查油庄

及得密昆覺志辰世間咬䑛昆䏡歇頭雕䚻媄頙皆笄

姉役之昆䏡辰媄嘡廂黔移甚易埋来参坤咬頙曠臭

高運辰㔾細旬尼昆喂昆䢿佘媄轉移四肢八脉庄群翔

初昆䏡䠙能施媄達嘛麻源嗔哦廂昆喧媄俚斯㔾歇嘯

64   may mà đặng gặp con
Tấm lòng thương nhớ cũng nguôi đặng rồi.
      Nỗi sầu chi xiết đoạn trường
Mắt thời bóng quáng, thảm phiền tại con.

Doan: *Thưa mẹ, ấy là*
Số mạng tại thiên, công mẫu từ hưu thán oán *nào*.

Xướng: Mẹ đi thời đặng con ôi
Cha con phần mộ để ai giữ gìn.
      Đạo cha nghĩa mẹ sanh thành
Trung hiếu lưỡng toàn vậy mới nên trai.

Lại nói: *Thưa mẹ, hễ là* vi nhân chi tử *thời phải* thượng
hiếu sự ư thân, cư tắc trí kỳ kính, dưỡng tắc trí kỳ
lạc, phụ mẫu chi sự bất khả vong hồ! *là phải lắm
mà*

Xướng: Mẹ theo con tới gia trung,
Mồ cha tôi để có người giữ coi
      Ví dầu chẳng kịp người xưa
Con đâu có để thế gian chê cười
      Nay con nói hết đầu đuôi
Lạy mẹ xin chớ toan lo việc gì.
      Con nói thời mẹ nghe lời
Nay đi thậm dễ, mai về chỉn khôn.
      Than rằng đất rộng trời cao
Vận thời đã tới tuần nầy con ôi!
      Con ôi, mạng mẹ chuyển dời
Tứ chi bát mạch chẳng còn như xưa.
      Con ôi, nâng đỡ mẹ lên
Mẹ mà trối lại vài lời con nghe
      Mụ Lía gần đã hết hơi,

嗜破映嗊婦共昆媒婀托你陸司仃伓這召鋒經尒此昆

麻志想鳩芭赤俦持垃斜身影路潴尒仍瑪仍壌麻裝菇

損極身飢寒孝忠昆符臥惑須仁積德跤傅羮人貼姑兔

祭買避貼羧盗棚埃麻証朱喂异瑰笹違天殖嘗伶了則

嬌笹未　文緣三妻曰　哀嗟乎慈母痛切也吾見今朝

分兩路何忍使之雾　唱曰　殖下殕祂媛巻鄉凌麻映

呌异榮移買來渚邛歇母姜茄媒補昆羧牢仃想來呂姜

祅卅固樂分泊戝塘怙賒婀笹召弄俊媒跌黔笹瑰嗽

塊仙巴婀跑你映咬媒荄補婀牢仃文緣睽各署埋

橄園成服即辰朱毛　又曰　傅軍人急用榔悢邛朱某

65
Vừa than vừa khóc trối rày cùng con
Mẹ dầu thác xuống âm ti,
Đừng làm giá triệu minh kinh[429] làm gì.
Con mà có tưởng cưu mang,
Có thương chôn lấp kẻo thân lõa lồ.
Chớ làm những mả những mồ,
Mà sau hao tốn, cực thân cơ hàn.
Hiếu trung con giữ vào lòng,
Tu thân tích đức theo người thiện nhân.
Của nhà đem tế mới siêu,
Của đi trộm cướp, ai mà chứng cho.
Trối thôi, hồn đã qui thiên,
Tay chưn lạnh lẽo, tắt hơi đã rồi[430].

Văn Doan, 3 vợ:
Ai ta hồ từ mẫu,
Thống thiết dã ngô nhi!
Kim triêu phân lưỡng lộ
Hà nhẫn sử chi ly[431].

Xướng:
Tay bèn ôm lấy mẹ già,
Nằm lăn mà khóc, kêu la vang dầy.
Mới về chưa đặng mấy ngày,
Nỡ nào mẹ bỏ con đi sao đành!
Tưởng về trả nợ áo cơm,
Có đâu phận bạc hai đường cách xa.
Ba dâu đã chịu lỗi nghì,
Mẹ chồng nay đã hồn về cõi tiên.
Ba dâu quì xuống khóc than,
Mẹ chồng nỡ bỏ ba dâu sao đành.
Văn Doan đòi các thợ may,
Sắm đồ thành phục[432] tức thời cho mau.

Lại nói:
Truyền quân nhân kíp dụng quách quan,
Đặng cho mỗ

66

66 lo phương tống táng.

Xướng: Văn Doan mời khắp bổn hương,
Xóm làng lân cận đông đà nên đông[433].
  Mời thầy, mời sãi, lễ sanh,
Lại kêu đàn thổi đông tây hai vòng.
  Lại đòi hát bội tới đây[434],
Cho tao sắm sửa vậy mà đưa quan.
  Linh xa minh khí tốt thay,
Trong thời thầy sãi, ngoài thời lễ sanh.
  Trâu bò làm cỗ tế dâng,
Mới đọc văn tế đặng mà đưa quan.

Văn tế: *Ô hô!* Khá tiếc,
  mạng ta phận bạc,
  Ngày nay lão mẫu,
  phút đã chầu trời.
  Con có một[435] mình,
  không ai dạy bảo.
  Nay đà cách biệt[436],
  Chẳng thấy mẹ đâu.
  Vắng trước quạnh sau,
  không ai nương cậy.
  Tín thành làm lễ,
  kỉnh tống từ thân.
  Vả đạo làm con,
  cho toàn chung thủy.
  Phục duy thượng hưởng[437]

Xướng: Đọc rồi, đánh trống vang dầy,
Vợ chồng quì lạy, khóc than, châu mày.
  Trước thời giá triệu[438] tốt thay,
Linh xa[439], minh khí, để rày đi sau.
  Trưởng nam đi trước khóc than.
Ba dâu nằm đường, thôi mới động quan.

Trùm: *Nào đạo tùy ta đó bây, nghe tao dặn như nghe ba hồi chiêng thời mở hoa giản, mà kéo vô, đặng mà bái quan, cho tử tế a!*

Văn Doan, cùng vợ:
  Nay đặng ngày cát nhựt lương thần

〔原郎四〕少

遂灵柩山泉埋葬。唋挽曰〈朧胗朝隊段唨唪〇

曰木欲静而風不息子欲存而毋不存。挽曰遊迤

朧焉喋㗊虎並擲造。曉偶喚橃陰宫媄㲸晗涑捵高發捘

撟㰀夷漂眸祐路体高山㦤行澔涑㣺朝牌㧝。唱曰。

報孝弟埃盟皮横財旅辰死之死授朱歇邴稽魂曾輝

瑷亡祜体可俟賒扶這召媽遂棺才少之錢泊綫行祀眼

打動沙曾八戒見柴三藏遂亡珠鎚打鈿柴聰、堯灵柩

細尼壤墳道隨下瞭皮来㐅緣崔買疎戈廟尼 唱曰

卡各廊赤弄㑊逺近 唱曰 疎廊㑊固功遂袘鎖賦鈸

細低碎碎廊荅礼唆

埋恩各廊社廊啣吶㦦坤賢之得屯㐅犮俚赤肝道隨悲

67   Đưa linh cửu sơn tiền[440] mai táng *ẻ!*

Vãn: Đưa linh cửu sơn tiền mai táng,
Ruột chín chìu đòi đoạn xót xa.[441]

Lại nói: Mộc dục tĩnh nhi phong bất tức,
Tử dục tồn nhi mẫu bất tồn[442].

Vãn: Mười ân dạ dốc lăm đền,
Hổ trang nằm giá, thẹn người khóc măng[443].
Âm cung mẹ đã vội về,
Cành cao phút gãy, cầu dài lại xiêu[444].
Xa xem lố thấy cao sơn,
Hai hàng nước mắt[445], chín chìu ruột đau.

Xướng: Ai ai xem thấy khá thương,
Trai phò giá triệu, gái đưa quan tài.
Thiếu chi tiền bạc lụa hàng,
Lấy ra báo hiếu nào ai dám bì.
Hoạnh tài chẳng để làm chi,
Làm đi cho hết đặng siêu linh hồn.
Tưng bừng đánh động Sa Tăng,
Bát Giái với thầy Tam Tạng đưa vong[446].
Trống chiêng đánh đã vang tai
Phút đâu linh cửu tới nơi mộ phần.
Đạo tùy hạ rộng vừa rồi[447].
Văn Doan thôi mới thưa qua lời nầy.

Lại nói: *Thưa các làng, có lòng đã đưa lên tới đây, tôi
lạy làng đáp lễ, ẻ!*

Xướng: Thưa làng đã có công đưa,
Lấy vàng hai nén đền ơn các làng.
Xã làng khen nói trai khôn,
Hèn chi người đồn Văn Lía có gan.
Đạo tùy bây kíp

熊低紫厨喝噾祜岬拱無道隨悲布功鴬泊朱瓶鋪米所

哦兒紫厨罙鋪洦朱喝偌旺鋪赫弹旺眔�廟至伮坎

惚弄恨焒養卢阻米文緣拮捼边壤也而城郭丕乖安居

旺胡哪使廟娿傳朱軍發夷除目胖朝旦民東寨西

寨夷除朱胖旦阿南寨北寨巡防謹慎阿文緣簀

曰俺各黔赤得恬止朱英浪遶富安展常遶娆朝間富尸百

尸拱遶黔英済娆駐庄天下展東寨官家拱遶辰丕唱曰

娿俺些亦咦功同舫同嘉而丕買年吒胡汪忍蹺遠進

蹺英雄包奈死生嗨浪得吶赤官橋織展遶兵馬跟冬之

脉些郐廊冲及块打娆成功拱拿文緣喧吶連棋丕拱唉

68

vô đây,

Thầy chùa, hát bội[448], trống đờn cũng vô.

Đạo tùy bây có công khiêng,

Bạc cho năm nén về mà chia nhau.

Thầy chùa bốn nén bạc cho,

Hát bội ba nén, trống đờn ba trăm[449].

Xóm làng chí những ai ai[450],

Tấm lòng mừng rỡ toan lo trở về.

Văn Doan cất rạp bên mồ,

Đã làm thành quách vậy mà an cư[451].

Cha Hồ vâng thửa lời anh,

Truyền cho quân chúng canh giờ nhặt nghiêm.

Hồ: *Ậy!* Đông trại tây trại canh giờ cho nghiêm nhặt *a!*

Nam trại bắc trại tuần phòng *cho* cẩn thận *nghe a!*

Doan, tán: *Các em!*

Nay có người điềm chỉ cho anh rằng xứ Phú Yên *thôi thời* nhiều nhà giàu có, phú hộ, bá hộ cũng nhiều, nay anh xuống đó, vả chăng thiên hạ thời đông lắm, quan gia cũng nhiều.

Vậy thời:

Xướng:

Anh em ta phải ra công,

Đồng sức đồng lòng làm vậy mới nên.

Cha Hồ, chú Nhẫn thưa lên,

Đã đứng anh hùng bao nại tử sanh.

Hỏi rằng người nói có quan,

Khí giới thời nhiều, binh mã thời đông[452].

Chi bằng ta xuống làng trong,

Gặp đâu đánh đó, thành công cũng mầu.

Văn Doan nghe nói liền cười,

Vậy cũng ăn

劫嘮眜代得埃义麻庄喧畬辰畬鑅郭標頭虚他詞隊各
促兜く併欷芽塌迦蘇点名胡忍䖸俺朱𧘇副將㭒
脉先鋒火車遟泊各鎮月落牢藏星齊硬�其㦖蘒子猫
𤍶英朱接道不辰先鋒而方駖燕瓠㦖東方不麻㗂離驕
顛南方用將社年北前丕辰艾婀青蘇申軍諸將𤴭畬喧
𤍶辰細喧鎚辰𫥨合傅各將侍明揮旗進發軍家懶く
㇗曰嚣塕塕拜謝昆阻別妠安願雙魂直往西方朱初
子京師㐌跳晚曰く恩双魂直往西方朱略保蹲而
蘇討親媽報之差别弄撑曰千年樹俸如
代世上離進百歲人挽曰仁行涙乳源染感所淺㛪

69 cướp, gọi ba đời người[453].
Ai ai mà chẳng nghe tao,
Thời tao chém quách, bêu đầu chẳng tha.
Tờ đòi các bợm đâu đâu,[454]
Tính hết ngày rày đã đặng năm trăm.
Điểm danh Hồ, Nhẫn hai em
Cho làm Phó tướng, đi mà Tiên phuông.
Hỏa Xa, Mây Bạc, Cát Vàng,
Nguyệt Lạc, Sao Tàng, Tinh Lá, Đá Đen.
Kỳ Lân, Sư Tử, Hùm Vàng,
Anh cho tiếp đạo vậy thời Tiên phuông[455]
Tây phương Én Liệng, Cò Bay,
Đông phương vậy mà Tồng Đỏ, Hùm Đen.
Nam phương dùng tướng Xã Nên,
Bắc hướng vậy thời một gã Thanh Tô.
Trung quân chư tướng theo tao,
Nghe trống thời tới, nghe chiêng thời về[456].
Lịnh truyền các tướng kéo ra,
Huy kỳ tiến phát, quân gia rần rần.

Lại nói: Trước mộ phần bái tạ,
Con trở xuống Tràng an.
Nguyện song hồn[457] trực vãng Tây phang
Cho ấu tử kinh sư dời bước.

Vãn: Cho ấu tử kinh sư dời bước,
Nguyện song hồn trực vãng Tây phang.
Cho hay hễ đấng làm trai,
Thảo thân dốc báo[458], chi sai tấc lòng.

Tán: Sơn trung tự hữu thiên niên thụ,
còn như người ở đời là:
Thế thượng nan phùng bách tuế nhân[459].

Vãn: Hai hàng lụy nhỏ tuôn rơi,
Cám thương nỗi mẹ

吟淋陰司。唱曰｜｜。說崔核缸囬娄傳軍住爽朝得往路。

哐胡注忍跪卡店黔些打創畢悍東絲派俺渚片歧係蹲。

英雄群咋可以之傳朱埋伏四個。邛蚕假令朝儀差似發兜。

丕缸創畢傳軍悲急倘趄似字。揉廊悲打距囬祗廊趄細。

跨侯爻边　文緣曰｜　各社喳蚕保低核隊木唱曰。

社廊咪杜戍灰毛頤些急分燒隊似木舖至忍主曹喳隊

票達屢燒細侯令差討寇胡夜懷賊岩来蚕買細似悲隊

缸敗錢粮怨須可觇兵乐噔木舖至仍主曹喏燒錢結

邛麻距磊碎先細登爹溫用德討嗔异兄情咪隊泣散

官民佃低即連蚕分廁足文緣買後炮連傳軍踩敗知兵

70 lạnh lùng âm ti[460].

Xướng: Thốt thôi đi đã hồi lâu,
Truyền quân trú lại, sáng ngày sẽ hay.
Cha Hồ, chú Nhẫn quì thưa[461],
Đêm nay ta đánh, sáng ngày người đông.
Doan rằng, em chớ lo âu,
Hễ đấng anh hùng, còn sợ làm chi.
Truyền cho mai phục tứ vi
Đặng tao giả lịnh trào nghi sai vào[462].
Phút đâu trời đã sáng ngày,
Truyền quân bây kíp thẳng ngay vào đình.
Mỏ làng bây đánh ba hồi[463],
Xã làng chạy tới, đứng hầu một bên.

Văn Doan: *Các xã, nghe tao bảo đây, đi đòi bổn phố cùng chúa tàu tới[464] cho tao hỏi đây!*

Xướng: Xã làng sợ đổ mồ hôi,
Mau chưn ta kíp phân nhau đòi vào.
Bổn phố chí những chúa tàu,
Nghe đòi lật đật rủ nhau tới hầu.
Lịnh sai thảo khấu Hồ Nhung[465],
Dẹp giặc yên rồi, tao mới tới đây.
Bây giờ đã hết tiền lương,
Cậy bây[466] tua khá giúp binh về đường.
Bổn phố chí những chúa tàu,
Xúm nhau tiền gạo[467] đặng mà ba trăm.
Nay tôi đem tới dâng ông,
Dám dùng lấy thảo, xin ông đoái tình.
Dạy đòi khắp hết quan dân,
Tới đây tức tốc, tao phân lời nầy.
Văn Doan mới nổi pháo lên
Truyền quân trói hết, kéo binh

呀外四方胡忍應連教釼鉦黏柴孩如辮細兜打姤散情

埃又粒喔遶庲如先官民連歇庄群外瑭空古㐲傳監堘

文綠扲耶㐰㝵神鑌共泊錢銅逛裔令傳胡忍戯俺㺜隊

茹苦即㞢細低民燒盃發朱悲交都領神錢銅交㝵㝵衔

商買而㗂斜庲苦尉極身飢寒疾願交新戯㝵㝵衔養病

斜弄些俖令傳軍斜㳿串席排㗂旺盂嘆我迻英俺些沛

㗂燒汰訥分散反圍本鄉㪐卉俖役齊旬㝵探壞馬㝵㝵

㘉俖又曰埃喬㳿探昆辰㝵朱阿胡曰監略

朱英戯㝵㫭而呂留五十員戯將异㫭緣曰㤕俺䏗㝵監

詐諸弟反向群呂　㝵庄戈什

為溪齊旬㗂鋼作沛阴㫲報孝慈親如羙弟兄包㝵隔

71   ra ngoài.

Tứ phương Hồ, Nhẫn ứng lên,
Giáo gươm chiêng trống vang dầy như ong.

Tới đâu đánh đó tan tành,
Ai ai mất vía chạy mà như tên.

Quan dân trốn hết chẳng còn,
Ngoài đường không có một người dám đi[468].

Văn Doan ở đặng ba ngày,
Lấy vàng cùng bạc, tiền đồng mười muôn[469].

Lịnh truyền Hồ Nhẫn hai em,
Đi đòi nhà khó[470] tức thời tới đây,

Dân nghèo tao phát cho bây,
Một đứa lãnh lấy tiền đồng một trăm.[471]

Đem về thương mãi làm ăn,
Kẻo mà khó đói, cực thân cơ hàn[472].

Tật nguyền một đứa hai trăm,
Đem về dưỡng bịnh, kẻo lòng ta thương[473].

Lịnh truyền quân kéo về truông,
Tiệc bày ăn uống vui cười ngả nghiêng.

Anh em ta phải chia nhau,
Thảy đều phân tán, phản hồi bổn hương[474].

Trước là tính việc chay tuần,
Sau thăm mồ mả lâu ngày nhớ thương.

Lại nói: *Anh hỏi các em, ai về theo anh thời về, còn ai muốn về thăm vợ thăm con, thời anh cho a!*

Hồ: *Dạ dám thưa Anh Hai, anh dạy làm rứa, hứa [đa] chư đệ phản hồi, còn:* Lưu ngũ thập viên chiến tướng[475] *mà thôi!*

Doan: *Các em, này anh về, chẳng qua là:*
Vì nỗi trai tuần đã tới,
cho nên: Phải trở về *mà* báo hiếu từ thân.
Như: Nghĩa đệ huynh bao nỡ cách xa,

蘇群念永友別兜分祉諸弟曰。衷陳英击慈報孝愚著送上

徑歡壺盞酒盂。敬兄長上路阿。乱曰。天各一方分手

足痛我心中秋愁情。緣乱曰何。諸弟山隘永情难膡星

細得躍。緣悁曰。恕燒淚乳試行低來本暨娇開寨中。

又曰。异諸弟宅咀爽寨中。娑什皎些急家中反步阿。

乱曰。携手同行反故鄉同心吾等各一方。唱曰尼

叚文緣阻來細尼墳壤玊麻持直客壞跪祥硯吱斯得首

月昆來媄喂想崔珠出弉肝恩所美娛态永夫撑各俺卿

俠廚娑移迸廊社細扇朱盏社廊縹達細尼文緣跨與録

72   *Còn:* Niềm bằng hữu có đâu phân rẽ[476].

Chư đệ: *Thưa anh:* Anh có lòng báo hiếu,
Ngu đẳng tống thượng trình.
Hiến nhứt trản tửu bôi,
Kính trưởng huynh thượng lộ[477] *a!*

Loạn: Thiên các nhứt phương phân thủ túc,
Thống ngã tâm trung áo não tình[478].

Doan loạn: *Chư đệ à:*
Sơn cách, thủy cách, tình nan cách
Tinh di, nguyệt di, chí bất di[479].

Chư đệ vãn: Chư đệ tạ từ huynh trưởng,
Phân hai đường, kẻ tới người lui.

Doan vãn: Nhìn theo lụy nhỏ hai hàng,
Đây về bổn quán, đó hồi trại trung[480].

Lại nói: *Thôi !*Chư đệ đà trở lại trại trung.
Nọ, sau là: Âu ta kíp gia trung phản bộ *a !*

Loạn: Huề thủ đồng hành phản cố hương,
Đồng tâm ngộ đẳng các nhứt phương[481].

Xướng: Nầy đoạn Văn Doan trở về,
Tới nơi phần mộ vậy mà nghỉ chưn.
Trước mồ quì lạy khóc than,
Gần ngày bách nhựt[482], con về mẹ ôi!
Tưởng thôi chua xót lá gan,
Ơn cha nghĩa mẹ ví bằng trời xanh[483].
Các em vâng thửa lời anh,
Đi mời làng xã tới rày cho tao.
Xã làng lật đật tới nơi,
Văn Doan đứng dậy thưa

73	mời một khi.

Lại nói: *Mời làng ngồi, như tôi về làm bách nhựt cho mẹ
tôi, thưa cho làng hay:*

Xướng:

Trước thưa các chức[484] đặng hay,
Sau mượn dân làng cho đủ một trăm[485].
     Xã làng ai nấy khen rằng,
Văn Doan nên đấng làm người trượng phu.
     Dân làng ta kíp cho đòi,
Giao cho Chú Lía để phòng cắt sai.
     Văn Doan mới bảo một khi,
Cất rạp ba cái để hầu làm chay.
     Màn treo trướng phủ an bày,
Cho đòi các tự thầy chùa tới đây[486].
     Lại đòi đờn trống, lễ sanh,
Kêu nhau kíp tới, đông đà nên đông.
     Doan rằng nào trẻ đó bây,
Bắt heo làm thịt tức thì cho mau.
     Trâu bò làm cỗ dọn ra,
Bánh, xôi trăm thứ đỏ đen xanh vàng.
     Trong *ngoài ai nấy khéo* khôn[487]
Dạy nhau làm cỗ bĩ bàng đơm mâm[488].

Lại nói: *Nào trẻ đó bây, đòi thầy chùa cùng lễ sanh nghe
tao dặn a!*
Tụng kinh thời tụng cho hết kinh[489]
Còn gia lễ làm văn cho hay *tao thời thưởng.*
Nhược bằng bây làm quấy[490], tao bảo gia tướng tao
nó đánh một đứa đòn thời hai trăm *nghe!*

Xướng:

Thầy chùa lại với lễ sanh,
Nghe nói mất vía, hồn kinh rụng rời.
     Mau mau ta kíp sửa sang
Trong thầy, ngoài lễ[491]

74   trống chuông vang dầy.

Văn Doan quì lạy khóc ròng[492],
Nhớ thương cha mẹ công lao nhiều bề.
Xã làng xem thấy xót xa,
Thấy chàng than khóc động thay lòng già.
Nào trẻ đó bây:
Gia đinh bây kíp ra đây,
Mâm bàn bưng xuống đãi làng xóm ăn.
Dầy dầy ăn uống no say,
Trong thời uống rượu, ngoài thời đờn ca.
Thanh la, đốt pháo, reo cười,
Văn Doan đứng dậy mới thưa cùng làng.

Lại nói: *Thưa làng, làng cho dân dọn mấy bữa rày, công khó cùng tôi, [tôi] làm lễ hương chức, ẻ, nào trẻ đó bây:*

Xướng: Trẻ bây lấy túi đem ra,
Lấy mười nén bạc đền ơn cho làng.
Xóm giềng cô bác dọn bày,
Cho năm nén bạc, lụa hàng mười cây.
Kẻ nhiều, người ít chia nhau[493],
Mả mồ sau trước xin làng giữ coi.

Lại nói: *Gia đinh, bây lấy một trăm quan tiền công đức cho thầy, còn đờn trống, lễ sanh, công đức cho nó hai trăm, còn ba cái rạp, xin giao cho làng xã chớ, vậy thì:*
Sắp lưng từ giã thôn trung,
Bắc mặt phản hồi sơn trại[494].

Làng: *Thưa chú, xin ở lại một hai ngày đã mà. Thưa chú, nay trong làng xã tôi, cũng có nghe thiên hạ đồn rằng, thời chú về, đem của cho làng hoài. Nó nói, làng thời giàu lắm, nó tới nó đánh. Cho nên trong làng tôi sợ lắm mà[495]!*

Doan: *Vậy chẳng hay tên nó là chi?*
Trú cư hà xứ[496]?
hay là nó ở tại Thổ sơn tuấn lãnh?
Tên nó

稱廿老虎媒茶○莊

廊曰姑麻 卞注沭 緣曰 咱說心中火

發間祥耳肉生煙寨碎訥遣兵機買桥邪双朱丕展謝塔

廊於爽莊朱小子山城反步運 挽曰 比杰者自廊

○社說堰墳淚下孫珠○ 廊挽曰 如至買唅廾縣李忠揩

亂笑二共全○卉注 緣曰 廊浩宅阻夷家山○奴政些

急籠澄山寨○閘 別了磋墳步如彩到来山寨聚

英雄○唱曰 尼限缸御出靈文緣即辰筆寫詞靈傳軍下

可急邪夠撩隊各乏英雄御御低詞期内冲旺尋那連眾鉆

僑頭庄皠各任祐体詞期毛蹄些御應侯長兒○又曰

上各儉惨要隊各 如螺 力有萬夫之勇劳諸

鎗褂鶴升些 開士山有望媒茶尼

75   xưng là Lão Hổ Mụ Trà *nữa chăng?*

Làng: *Thưa chú, phải đó mà!*

Doan: Thính thuyết tâm trung hỏa phát,
          Văn tường nhĩ nội sanh yên[497].
          Tôi thưa cùng làng, như chuyện đó để mặc tôi. Tôi về sơn trại, tôi điều khiển binh cơ, mới bắt đặng nó cho. Vậy thì:
          Tạ xóm làng ở lại lư trang,
          Cho tiểu tử sơn thành phản bộ. *Xong!*

Vãn: Bắc mặt giã từ làng xã,
          Đoái mộ phần lụy hạ tuôn rơi.

Làng, vãn: Như vầy mới gọi là trai[498],
          Hiếu trung cũng đủ, nghĩa nhân cũng toàn.
          Thôi, chú tới!

Doan: Làng xóm đà trở lại gia trung *nọ,*
          Âu ta kíp trông chừng sơn trại *a!*

Loạn: Biệt liễu mộ phần, bộ như phi,
          Đáo lai sơn trại tụ anh hùng[499].

Xướng: Nầy đoạn đã tới Truông Mây,
          Văn Doan tức thì bút tả tờ mây[500].
          Truyền quân khá kíp vâng lời,
          Đi đòi các bợm anh hùng tới đây[501].
          Tờ kỳ nội trong ba ngày[502]
          Bằng trên bốn bữa[503], chém đầu chẳng tha.
          Các bợm xem thấy tờ kỳ,
          Mau chưn ta tới ứng hầu trưởng huynh.

Lại nói: *Các em, nay anh đòi các em tới đây là vì:*
          Văn Thổ Sơn hữu vọng Mụ Trà, *như mụ nầy:*
          Lực hữu vạn phu chi dõng[504] *chớ!*

76   *Nay ta muốn bắt Mụ Trà để xuống chưn núi.*
các em luận hà mưu, nghe thử?

Xướng: Trước là ta bắt hàng đầu[505],
Sau lấy lương tiền đặng để nuôi binh.
                Hỏi bây ai có kế không,
Đặng cho tao biết thằng nào khéo khôn[506].

Hồ, Nhẫn: *Dạ, dám thưa Anh Hai, chẳng nên mà. Vả*
mụ ấy là trí túc, binh mã lại đông. Tôi e đánh chẳng
lại mà. Xin nghe theo lời em nào.

Xướng: Khuyên anh đừng đánh chỗ nầy[507],
Nữa thua[508], sau lại thất danh anh hùng.
                Chi bằng các chiếm nhứt phương[509],
Đợi thời ta sẽ đem binh mới thành.
                Văn Doan nghe nói mọi lời
Nực cười Hồ, Nhẫn hai bây bất tài.
                Các em nghe thửa lời anh,
Điểm tu khí giới, tức thì đem ra.
                Tiên phuông Hồ, Nhẫn hai bây,
Cấp quân thập đội cho ròng cung tên.
                Tả chi Én Liệng, Cò Bay,
Sao Mai, Sao Lái[510], Rồng Vàng, Hùm Đen.
                Hữu chi[511] Nguyệt Lạc, Sao Tàng,
Đá Đen, Tinh Lá, Cát Vàng, Thanh Tô.
                Trung quân chủ soái mặc tao,
Hậu tập tức thời chư tướng kéo sau.
                Hễ là nhứt cổ tiến binh[512],
Nhược bằng thoái hậu, thời tao chém đầu[513].
                Phút đâu đã tới sơn tiền,
Truyền quân lập trại, đóng binh như thành.
                Chớ nào Xe Lửa đó bây,
Chiến thư đem tới san thành nó hay[514].
                Như lời thư

内仃伶若脉庄召時蚕鉆局說崔家将媒茶惹傳異将才

听迸逵媒茶仿孟槑斤牲拎双釦茆埃监皮火車細姝交

欽輝連未内即展祐視媒茶曰观祥未内面發生痹

怪役他偏俚敢輕我大肝朱奴哈吾明日下山决最屍

萬叚下令傳軍羆宜檢点刀鎗誓斩俚之頭願不容小輩

唱曰　火車来徉艾欺蹂共見長即展事哈媒茶交内

得捏决宠兵馬打扇共些文緣喧𡄼悉恨伴朱諸将應侯

朱毛　又曰　爺俺扲媒茶簡打揮旗参直指山前後

幹手進兵陣上　阿嘲媒茶迷駿宠頭綯朱綿奇𡿨駿来降

料掌綿拼拹　媒茶曰　怪殺他小子敢出旅大肝誓斩

77   nội đành rành,
Nhược bằng chẳng chịu thời tao chém rày.
            Thốt thôi gia tướng Mụ Trà,
Nhiều người dị tướng tài hay lạ lùng.
            Mụ Trà sức mạnh trăm cân[515],
Tay cầm song kiếm, nào ai dám bì.
            Hỏa Xa tới đó một khi[516],
Trao lên thư nội tức thì xem coi.

Mụ Trà: Quan tường thư nội,
                     Diện phát sinh yên.
                     Quái sát tha thằng Lía,
                     Cảm khinh ngã, đại can *gớm a*[517]*!*
                     Ngươi về nói cho nó hay:
                     Ngô minh nhựt hạ san
                     Quyết toái thi vạn đoạn[518]
                     Hạ lịnh truyền quân chúng,
                     Nghi kiểm điểm đao thương.
                     Thệ trảm Lía chi đầu,
                     Nguyện bất dung tiểu bối[519].

Xướng: Hỏa Xa về tới một khi,
Thưa cùng huynh trưởng tức thì đặng hay,
            Mụ Trà giao nội ngày mai,
Quyết đem binh mã đánh rày cùng ta.
            Văn Doan nghe nói lòng mừng,
Truyền cho chư tướng ứng hầu cho mau.

Lại nói: *Các em, nay mụ Trà muốn đánh cùng ta,*
                Ấy, nghe anh dặn a!
                Huy cờ Sâm trực chỉ sơn tiền,
                Day cán đầu tiến binh trận thượng *a!*
                Chào mụ Trà trên ngựa,
                Đem đầu nộp cho min[520]
                Khá xuống ngựa lai hàng,
                Kẻo nhọc min ra sức.

Mụ Trà: Quái sát tha tiểu tử,
                Cảm xuất lữ, đại can[521].
                Thệ trảm

你之頭擷金鎗殺死。

又曰 命明才文俚小子是高强 乱曰 一百

叛龄俚可 袖力揮把除小賊焉敏輕吾是大肝 乱曰

看吾神武

文緣曰 好好哉老嫗善善也奇才 又曰 餘緣令不分

咱媒菜除供什最期明日開兵呢 文緣曰 呀老

戰交功奮力强進除退斬展威揚

勝頁會一塲未定高低。

就山前交戰 明朱[?]扁 約年庄辰 又曰 傳田塲 文緣曰。

婦才高權变。辰除些俳茅妙計圖謙 朱買邪

可暗廁先兵無别伏麻左边。右边燕羚躯雅金斗白徙伏

床得盍若水暗嗜砲蓬仁边慈急即辰府囤文道非急暗

行斜蓬山上辉城朱盍蝶茶刀 姬細尾。弑边斗戰棻移過

78   nễ chi đầu
                    Huy kim thương sát tử[522].

Lại nói: Khá khen tài Văn Lía,
                    Tiểu tử thị cao cường *nọ!*
          Ờ Lía, khá khan ngô thần võ[523]!

Loạn: Thần đao huy khởi trừ tiểu tặc
                    Yên cảm khinh ngô thị đại can[524].

Văn Doan: Hảo hảo tai lão phụ,
                    Thiện thiện dã kỳ tài[525] *xinh a!*

Loạn: Bách chiến giao công phấn lực cường,
                    Tiến trừ thoái trảm triển uy dương[526].

Lại nói: Dư trăm hiệp bất phân thắng phụ,
                    Hội nhứt trường vị định cao đê[527].
          *Bớ mụ Trà, chừ cũng là tối rồi, ta phân cùng mụ
          mần ri:* Kỳ minh nhựt khai binh
          sẽ   tựu sơn tiền giao chiến[528] *ước nên chăng?*
          Ậy, nói cho nhớ lời[529]!

Lại nói: *Chúng tướng, truyền hồi thành!*

Văn Doan: Khen lão phụ[530] tài cao quyền biến,
          Chừ thời:
                    Ta phải toan diệu kế đồ mưu *mới đặng cho!*

Xướng: Hồ, Nhẫn bây khá nghe lời,
                    Đem binh vô núi phục mà tả biên.
                    Hữu biên Én Liệng, Cò Bay
                    Kim Ngưu, Bạch Thố, phục mà đợi tao.
                    Nhược bằng nghe tiếng pháo lên.
                    Hai bên bây kíp tức thì phủ vây.
                    Một đạo bây kíp ám hành[531],
                    Kéo lên sơn thượng đốt thành cho tao.
                    Mụ Trà phút đã tới nơi,
                    Hai bên đấu chiến vang dầy quá xinh[532].

撵綵曰。唎朱媒妝扇。快屡赤。神歲銖別才高市。媒曰。

文綵宅逃走。將众傳衆將進追。唱曰。媒蒸庄別知儀。

先兵疏避後破如辦文綵發砲艾欺。吒胡注忍府圖琲皮。

媒茶左尖右衝眛蓮迣齿郭城煙散。文綵曰。哿踦料迱。

婦仃吟劳勇夫可郭讀来降斛哩衆渗源。唱曰。哿唎。

軍衆㧌亡来降蚕庄鉛偺失机。媒茶庄名頭隆墨俞失計。

虎名毗磊眄軍奴缸頭㐱艾命饀孟拱空步之哥㕭偺俚。

唉眉蚕讓朱眉庄打步之悲除蚕庄爭都。蚕願無厨步娌。

須身綠恨些宧曬咨傳軍嗎陣丕頂朱核。媒茶曰。妗如。

碎收欲唉頭奴麻甜之辰珊小蛳眼。強中自有強中將如高手。

79 Doan: *Khen cho mụ nhớ lời a! Quân, bố trận!*
Quyết triển chí thần uy,
Cho biết tài cao hạ[533].

Mụ Trà: Văn Doan đà đào tẩu,
Chúng tướng: Truyền chúng tướng tiến truy[534]!

Xướng: Mụ Trà chẳng biết tri cơ,
Đem binh theo đuổi dầy dầy như ong.
Văn Doan phát pháo một khi,
Cha Hồ, chú Nhẫn phủ vây bốn bề.
Mụ Trà tả đột hữu xông,
Ngó lên trên núi, quách thành cháy tan[535].

Doan: Cả tiếng kêu dâm phụ[536],
Đừng khoe sức dõng phu.
Khá xuống ngựa[537] lai hàng,
Kẻo hồn về chín suối.

Xướng: Cả kêu quân chúng ai ai,
Lai hàng, tao chẳng chém người thất cơ.
Mụ Trà chẳng chịu đầu hàng
Bởi mình thất kế, hổ thay tấm lòng.
Ba quân nó đã đầu rồi,
Một mình sức mạnh cũng không làm gì.
Cả kêu thằng Lía hỡi mầy:
Tao nhường cho mầy, chẳng đánh làm chi.
Bây giờ tao chẳng tranh đua,
Tao nguyện vô chùa làm vãi tu thân[538].
Doan rằng ta đã rộng dung.
Truyền quân mở trận, vậy thời cho đi!

Mụ Trà: *Như nay tôi thua thằng Lía, cũng không phép tôi đầu nó, mà còn ở đời làm chi, thời sách có nói rằng:*
Cường trung tự hữu cường trung đắc
còn như:
Cao thủ

又逢高子人。卅師

挽曰。可啊小子文緣用謀捉將計算

旺牟朱帕事誓搓運得坤爽及几坤欣得。又曰

唧厥碎挽曰　虎余智开坤當隱尼山谷修行善門方
後修小

方略辟璐釬冰澄高領領棋高山　唱曰　文緣卅令招

安傳軍些急山城料無忌胡唧使剹要錢粮点夷煙群包

烂泊鑽錢糟蠹無米自軍燁歈破散城遲要俺阻夷小霊

席排喜賀盃冲我迎文緣啃曳翠方兵馬辰貌鑽泊少之

黔婆尚卲科詩畧卅廳摹婆祥國家仁君沛道辰扶若朱

空德辰婆阻米　又曰　黔要暗令天子得曲榜科詩婆

喚庄沛婆阻米要　郑姤婆襯如沛真主辰麖墓俺

料箐异麻　黔要郑挨安麻婆卅苦庶如

諸弟曰　亦得別益　庄卅苦庶如

80   hựu phùng cao thủ nhân[539] *là phải lắm mà!*

Vãn: Khá khen tiểu tử Văn Doan,
Dụng mưu tróc tướng kế toan rất mầu[540].
              Cho hay sự khéo xoay vần,
Người khôn lại gặp kẻ khôn hơn người.

Lại nói: *Như cớ sự mần ri, mà tôi đi tu là:*

Vãn: Hổ mình trí mọn khôn đương,
Ẩn nơi sơn cốc tu hành thiện môn[541].
              Phăng phăng giong ruổi dặm ngàn[542],
Băng chừng cao lãnh phút kề cao sơn[543].

Xướng: Văn Doan ra lịnh chiêu an,
Truyền quân ta kíp Sơn thành kéo vô.
              Nhẫn, Hồ vâng thửa lời anh,
Tiền lương điểm lại, cháy còn bao nhiêu.
              Bạc vàng tiền gạo chở về,
Truyền quân đốt hết, phá tan thành trì.
              Anh em trở lại Truông Mây,
Tiệc bày hỉ hạ[544], vui vầy ngả nghiêng.
              Văn Doan tiếng dậy bốn phương,
Binh mã thời nhiều, vàng bạc thiếu chi.
              Nay anh muốn xuống khoa thi,
Trước là ứng cử, sau tường quốc gia[545].
              Nhân quân phải đạo thời phò,
Nhược bằng không đức, thời anh trở về[546].

Lại nói: *Nay anh nghe lịnh Thiên tử, người mở bảng*
khoa thi, anh xuống đó anh coi như phải chân chúa
thời anh phò, bằng chẳng phải anh trở về, anh hãy
liệu toan thôi mà.

Chư đệ: *Nay anh xuống Trường an[547], mà anh ứng cử, e*
như[548] có người biết mặt anh, chăng là khổ lắm.

肉懸虎口　要庄　唱曰　勸英須奇渚發姘娑不測埃癒數

要庄冰杕夷山城不違王化埃庲之埃緣痕俺渚市卢係

蹺步得數命在天　又曰　各俺至人不入虎口焉得虎

兔如爺俺不違王化昨芒不得嗜如得些唎要浪山賊渚不成何

將阿各俺如要別瓹別庲要視如赤沛道辰揚名杕後世

群如無道之君辰英匪樂沛古兩全其事　唱曰　矜英

卞准坍娑沛筭艾席逐要迱塘醋醯哽旺嫩醴文緣崔買

登程家師個柴旺妸吶移兒惣山寨教旗過撑　又曰

矜些郊坍要係甘杕坤水土沛吶扒土賢朱買沛換曰

志林唎傂銲明沛料功某重霜冰辥奴沛亦合會夢臨安

81   Như nhục huyền hổ khẩu[549] *chăng anh?*

Xướng: Khuyên anh tua khá chớ đi,[550]
Nữa sau bất trắc ai mà cứu anh.
    Chẳng bằng ở lại Sơn thành,
Bất qui Vương hóa[551], ai mà chi ai.
    Doan rằng em chớ có lo,
Hễ đáng làm người số mạng tại thiên[552].

Lại nói: *Các em, thánh nhân người nói rằng:*
Bất nhập hổ khẩu, yên đắc hổ nhi *a các em!*
Như mình bất qui vương hóa,
là bất đắc dĩ mà thôi, anh sợ, mang lấy tiếng người
ta nói
    Rằng sơn tặc *chớ* bất thành hà tướng *a các em!*
Như anh xuống năm ba bữa anh coi như có phải
đạo thời anh phò. Sau anh đòi các em xuống mà lập
công danh, có phải a!
    Dương danh ư hậu thế,
    Còn như vô đạo chi quân,
    Thời anh trở về,
Có phải: Lưỡng toàn kỳ sự *chăng?*

Xướng: Nay anh xuống chốn trường an
Phải toan một tiệc, đưa anh lên đường
    Rượu thịt ăn uống no say
Văn Doan thôi mới đăng trình kinh sư.
    Tớ thầy ba gã ra đi[553],
Đoái nhìn sơn trại, giáo cờ quá xinh.

Lại nói: *Nay ta xuống Trường an ứng cử nay là:*
Hễ là: Ở trong thủy thổ,
    Phải ra giúp chúa hiền *mới phải cho!*

Vãn: Chí lăm giúp vững thánh minh,
Phải liều công mỗ, xông sương băng ngàn.
    No nao[554] vầy hiệp hội lành,
Giúp an

主聖惠各辟賢。唱曰 人羡鈕細長安尋尼館金抒頭
待期亦得監考當年。戸黎先接奸雄埃當傳朱軍上撩提
脑乱初翠諸依就堆卞呷俟近爻欺分鐃通信諸依奴祥須
係詩辰囻禮儀粹辰亦失辰盃容情若脈庄市礼俟川須
阻夷渚無細埃士人喧吶芝欺得霸漢嘻几饒熬悲文緣
喧吶嘔唄顛辰珍庄群詩少吃吶辰吶丕麻喇昨之訛俊
麻空畝餒旀鈕細得期移移覌夷囬姿鈕空礼物形脈
点名点細偽俚不辰彤牯接覌夷囬姿鈕空礼物形脈
瓠赫傳軍悲怠對畔偽尼種將病勞買冬。俚曰本病娄碑
讓相少不墙官官曰幹之麻詩朱邪昰
才力有餘

82   chúa thánh, rạng danh tôi hiền.

Xướng: Phút đâu đã tới Trường an,
Tìm nơi quán xá nghỉ chưn đợi kỳ.
          Có người giám khảo đương niên[555],
Họ Lê tên Tiếp gian hùng ai đương[556].
          Truyền cho quân sĩ treo đề,
Tháng hai mùng bốn[557] chư Nho tựu trường.
          Bèn kêu hầu cận một khi,
Phân nhau thông tín, chư Nho nó tường[558].
          Hễ thi thời có lễ nghi,
Nữa thời có thất thời tao dung tình[559].
          Nhược bằng chẳng có lễ nghi,
Khá tua trở lại, chớ vô tới trường.
          Sĩ nhân nghe nói một khi,
Người giàu hớn hở, kẻ nghèo sầu bi.
          Văn Doan nghe nói nực cười,
Giàu thời trân trọng còn thi làm gì[560].
          Nói thời nói vậy mà chơi,
Sợ chi đứa nịnh mà không vào trường.
          Bữa nay đã tới ngày kỳ[561],
Dầy dầy sĩ tử một khi tựu trường.
          Quan trên cầm viết điểm danh,
Điểm tới thằng Lía vậy thời ngược tay[562].
          Xem đi coi lại hồi lâu,
Đã không lễ vật, hình bằng cò ma[563] ..
          Truyền quân bây kíp đuổi ra,
Thằng nầy giống tướng bịnh lao mới lành[564].

Lía: *Thưa người, tôi có bịnh ở mô!*
          Tướng làm vậy chớ tài lực hữu dư[565].

Quan: *Như mầy, chữ cũng không nên thân, tài cán chi*
          mà thi cho đặng con.

Lía: *Thưa ông:* Tiểu nhân

不訛言文武皆熟識𤀗宮曰。丐丞辰吾有鉄棍一件如是益

㨂拎𣳔重有式百斤。如眉拎𣳔辰蚤朱詩脉是拎庄𣳔可阻㳥須养病棍打

㩫𠻿揚𢧚𠦳武。唱曰。傳軍𨙝𢬣鉄棍。宊吽朱奴此拎

邪𡨸。俚曰不卉辰碎拎朱弃䰟乱曰。手執鉄棍展力強。進餘

退斬舊威揚。宮曰寛蚤别眉卄江道士丐邪術绪古才幹之於識理辰蚤鈷頭伤麻

蚤他𠖤遊奴㗂俚曰。寛𧺀麻卞傳碎想詩文共武埃𠃣卄弃詩得𧗱𤀗吟畧丐丕碎𠀧鑛共泊碎鼓

余碎夷庄卄詩邪又曰圣人傳𠰘庄𢜠仁義尺從貧處漸世情彡偏看

有錢。辰卄沛麻宮曰怪殺他狂士。敢當面斗言。軍悲打奴𠀧逐耒𧗱

壘麻他𡗶𦟐麻遊奴𤼸唱曰軍悲他壘畜。撞打拖𠀧逐𠬃𡊲遊㗂。

文緣庄竪𠰘之。窮弄醫忍弄謀呂營。文綠吽徊䈥申。抟升

83   bất ngoa ngôn
        Văn võ giai thục thức[566] mà.

Quan: *Làm vậy thời:*
        Ngô hữu thiết côn nhứt kiện,
Như con bỏ ít ai cầm nổi.
        Trọng hữu nhị bách cân[567].
*như mầy cầm nổi, thời tao cho thi, bằng con cầm chẳng
nổi*
        Khá trở về tu dưỡng bịnh căn,
        Đừng múa miệng dương oai thần võ.

Xướng: Truyền quân khiêng lấy thiết côn,
        Đem ra cho nó thử cầm đặng không.

Lía: *Vậy thôi thời, tôi cầm cho ông coi*

Loạn: Thủ chấp thiết côn, triển lực cường
        Tiến trừ, thoái trảm, phấn uy dương[568].

Quan: *Khoan khoan, tao biết mầy là Giang đạo sĩ[569] làm tà
thuật, chớ có tài cán chi ở mô, lẽ thời tao chém đầu,
nhưng mà tao tha. Quân, đuổi nó ra!*

Lía: *Khoan đã mà, thưa người, tôi tưởng thi văn cùng võ, ai
ngờ là ông thi người chớ. Phải hay trước làm vậy, tôi lấy
vàng bạc tôi thếp mình tôi lại[570], chăng là thi đặng.*

Lại nói: *Thánh nhân người nói chẳng lầm:*
        Nhân nghĩa tận tùng bần xử đoán,
        Thế tình đa thiên khán ngữ tiền *thời là phải mà!*

Quan: Quái sát tha cuồng sĩ,
        Cảm đương diện đấu ngôn.
*Quân, bây đánh nó hai chục rồi lấy mực mà thoa mặt
nó, mà đuổi nó đi.*

Xướng: Quân bây thoa mực mặt chàng,
        Đánh đòn hai chục, tức thì đuổi ra.
        Văn Doan chẳng dám nói chi,
        Dằn lòng ẩn nhẫn, toan mưu trả thù.
        Văn Doan ra tới quán trung,
Nghĩ thôi

84   lại giận những loài tham quan.
Cựu thù trả chẳng đặng mầy,
Âm ti tao cũng theo mầy chẳng tha.
Chớ nào hai đứa quân ta,
Dọn cơm cùng rượu, tao ăn cho rồi.
Ăn rồi hai đứa ra thành,
Ở bên chưn núi vậy mà đợi tao.
Thốt thôi thầy tớ ra đi,
Trống lầu đã trở vậy thì sang canh.
Hỏi thăm tới phủ gian thần,
Xem coi sau trước, trống vừa trở hai.
Lía giận mặt đỏ phừng phừng
Nhảy vào thành nội, quân tuần không hay.
Lía bèn ra sức thần oai.
Hai bên chém hết hơn hai mươi người.
Gặp đâu chém đó, chẳng la,
Bắt[571] đặng một đứa ta mà hỏi thăm.

Lại nói: *Tao hỏi, nói cho thiệt thời tao tha, bằng mầy la lên, tao chém đi, chớ quan lớn mầy ngủ ở đâu? Còn vợ con ở đâu mầy nói thời là tao tha đi.*

Quân: *Thưa ông, để tôi nói thiệt cùng ông, như quan lớn tôi ngủ trong nhà giữa cùng hầu người. Còn vợ con người ở tại làng Tái Hội, ấy là quê quán người đó mà.*

Doan: *Làng Tái Hội là tại Bình Hòa tỉnh, có phải a[572]!*

Xướng: Văn Doan nghe nói vừa rồi,
Một gươm chém quách, để mầy làm chi.
Bước vào phá cửa, Lía vô,
Cả kêu hỡi mầy, thức dậy mà coi.
Gian tham tà dữ thời trừ,
Ác lai ác báo nhãn tiền mầy coi.

Quan: *Tôi lạy*

莊他碎菛庭理碎唱曰喧戈廁咖魏香廿文俚庭
莱朱少官吝脿
暖狂徒瘌卞杯袘奸官魎刀揀朧鼎滦渊渊俚卞玲剑拨
尋艾刀艾薪欣阰遊得俞沙妾底朱埃袘鼎可墨提丰翠
行未曰有勢不可猗尽貧穷不可欺吾今來殺你未
是宇文纞唱曰殴界些慈咖城阻涤山寨宠兵报晉
更屬俚踃碑城釖尋柴個艾團囬逹又曰赤咖圣人貧必害已如利
縣怨晉沛報義仁沛坬挽曰如沛買啫什
已愤身沛伍挽曰兌稳骹淮坆安安兜伍細昕棋寨
中唱曰說界伍創得咖各官哈細看祥死尸昕㙀祕
俞宇提買昤名姓殺人傅尼得朱泣㪚兜兜行人船步驗

85 *chú, tha tôi nào, để mai tôi tâu cho làm quan lớn mà!*

Xướng:
Nghe qua lời nói, cười dài,
Tao là Văn Lía, chẳng theo cuồng đồ[573].
Tay bèn bắt lấy gian quan,
Lấy đao mổ ruột máu tuôn ròng ròng.
Lía bèn cầm kiếm đi tìm,
Một đao một đứa, hơn ba mươi người.
Mình làm nỡ để cho ai,
Lấy máu làm mực đề thơ bốn hàng.

Thơ:
Hữu thế bất khả ỷ tận,
Bần cùng bất khả khi.
Ngô kim lai sát nễ,
Thư thị tự Văn Doan.[574]

Xướng:
Âu là ta kíp ra thành,
Trở về sơn trại, đem binh báo thù[575].
Canh tư Lía nhảy ra thành,
Kiếm tìm thầy tớ một đoàn hồi qui.

Vãn:
Như vầy mới gọi là trai,
Oán thù phải báo, nghĩa nhân phải đền.

Lại nói: *Sách Thánh nhân có nói rằng :*
Tham tâm hại kỷ
Còn như Lợi kỷ tổn thân[576] *thời đã phải.*

Vãn:
Đoái nhìn xa chốn Tràng an,
Phút đâu đã tới gần kề trại trung.

Xướng:
Thốt thôi đã sáng ngày ra.
Các quan hay, tới khán tường tử thi.
Ngó lên nhìn huyết tự đề,
Mới hay danh tánh sát nhân người nầy.
Truyền cho khắp hết đâu đâu
Hành nhân thuyền bộ nghiệm

査朱祥政此。乃表奏辻。杰情至指呢分理疏哭姉喧啃鐘。

鑯百官就細蹲朝試边固官承相万揚牴拎朱按買跪趷

辻。王曰。观祥未内指是卤人殺將朝只是大所後血

字真爲勇氣。百官朱軍人四向防尋哞朱別卤人居住阿

朕蹟卧宫内百官夾營中。唱曰。百官那令朝事得朱

軍另罪方鋼尋文綠迷征御尼英俺悵昂孟唭我迦席揶

哎旺欽醒各俺崔吃事情諫茭。諸弟曰坑卡婆訴可邛一官

街品迷亦空脉面帶愁容呵英至自事可分戈朱各俺牢意苦

便曰。英想扶真主冲朝懲几奸臣対明婢店英蹟卧媏城打

要鈷三拾捌人剁朱年要讚曰翠句未明未吾名字。阻英顓煥

86   tra cho tường[577].

Âu ta làm biểu tâu lên,
Mặc tình thánh chỉ dạy phân lẽ nào.
Canh năm nghe tiếng chuông vàng.
Bá quan tựu tới đứng chầu hai bên.
Có quan Thừa tướng họ Dương,
Tay cầm thư án mới quì dâng lên.

Vương: Quan tường thư nội
Chỉ thị hung nhân.
Sát tướng trào chỉ thị đại can,
Di huyết tự chân vi dõng khí[578].

Bá quan, ậy, truyền:
Cho quân nhân tứ hướng phòng tầm,
Ngỡ cho biết hung nhân cư trú a!
Trẫm lui vào cung nội,
Bá quan lại dinh trung.

Xướng: Bá quan vâng lịnh trào trung,
Truyền cho quân lính bốn phương kiếm tìm.
Văn Doan về đã tới nơi,
Anh em mừng rỡ vui cười ngả nghiêng.
Tiệc bày ăn uống no say,
Các em thôi hỏi sự tình thưa qua.

Chư đệ: *Thưa anh, xuống Tràng an làm đặng* Nhứt quan
nhai phẩm *hay không mà về đó?*
Diện đái sầu dung *làm vậy a anh?*
Tự sự khá phân qua,
Cho các em hản ý *nào!*

Lía: *Anh tưởng xuống mà* phò chân chúa *ai ngờ là trong
trào* nhiều kẻ gian thần *lắm em, cho nên anh bị nó
đánh, đuổi ra. Nửa đêm anh trở vào thành, anh
chém hết* tam thập bát nhân. *Anh chém rồi, anh sợ
để làng xóm mang lấy họa, cho nên anh mới viết
bốn câu thơ ra* Thư ngô danh tánh (tự), *anh mới trở
về đây*

佃耶先兵馬外怀蝴昆浚如注你等有何謀志。阿各諸

尼古城官兵夷冬如嘆品唱曰勸英修可招兵

粮馬朱毅郊妬買衝各俺哪使廚英唿旗山上丕庅招兵

弟曰期宗群報警番倫買邓朱

蚕矜禰號山王湑叫文俚文綠可吃。招兵㳂邓餘扇先饞

些郊呂警奸人。又曰夷東宗人民喪毅些沛

妙計買破得官兵。靈泊朱火車你弍人須可承傳入城投于内

應阿唱曰隨身火炮火熱無細冲城分散四門驅聽

燕鈐鋮俺先茄辻得似齋批門也接商買可唉隨身刀釖

火庵朱燒分燒伏布四方侼辰瑤郊凡除廊辻朕脉体火

帝进四方接應神城朱鱼矻顛星舞戲俺先覎器械臥廊

87   *đặng đem binh mã xuống bắt vợ con hắn.*
Như chỗ nầy có thành, quan binh lại đông, như mần
rứa:

Nễ đặng hữu hà mưu chí[579] a các em?

Chư đệ: *Thưa anh, nay anh về đặng bình yên, các em*
mừng lắm, còn báo thù thủng thỉnh mới đặng cho.

Xướng: Khuyên anh tua khá chiêu binh
Lương mã cho nhiều, xuống đó mới xong.
            Các em vâng thửa lời anh
Dựng cờ sơn thượng, vậy mà chiêu binh.
            Tao nay xưng hiệu Sơn vương
Chớ kêu Văn Lía Văn Doan làm gì.
            Chiêu binh đã đặng dư muôn[580],
Đem nhau ta xuống trả thù gian nhân.

Lại nói: *Vả nay xuống đó, chăng là có thành, quan binh*
lại đông lắm, nhân dân cũng nhiều, ta phải
            Dụng ám mưu diệu kế
            Mới phá đắc quan binh *cho !*
Hỏa Xa, Mây Bạc
            Nễ nhị nhân tua khá thừa truyền
            Nhập thành đầu vu nội ứng *ấy à !*

Xướng: Tùy thân hỏa pháo hỏa cầu,
Vô tới trong thành phân tán tứ môn.
            Cò Bay, Én Liệng hai em,
Đem năm mươi người vào cửa Bắc môn.
            Giả đi thương mãi làm ăn[581],
Tùy thân đao kiếm, hỏa long cho nhiều.
            Phân nhau phục bố tứ phương,
Người thời xóm dưới, kẻ chờ làng trên[582].
            Bằng mà thấy hỏa long lên,
Tứ phương tiếp ứng lấy thành cho tao.
            Đá Đen, Tinh Lá hai em,
Đem nhau khí giới vào mà

南門，亦可遠客他方。東西南北分旗散行官兵，眯奴斜眄

四方放火合來扎門。又曰汪昨期忍求咱令乱曰，你帶

言出左支殺他官將意最屄。又曰白稅牛　　金白乱曰者乱

馬兵一千人左支殺入捉官兵，胡忍乱曰，階不領金

一千弓弩進馬行右邊殺入不放之　　金白乱曰？

欽承師令到陣前揚威勇躍奮金鑼唱曰　牢埋年埋年

散臣俺扶夷麻硯山城店夷導日朵孵渚朱筆眾遠乱黎

民中軍各將號盆火車火砲弓羌朱淵大旗寫號山王從官

天行道洗除奸官移後得驍別包平和斜鈝東宅遇東官

城喧報艾欺即辰卅令点兵除乱鉞边甲戦艾欺祜緊旗

88   Nam môn
Đã làm viễn khách tha phương
Đông Tây Nam Bắc phân nhau tan hàng.
         Quan binh bằng nó kéo ra,
Tứ phương phóng hỏa, hiệp về Bắc môn[583].

Lại nói: Cha Hồ chú Nhẫn lai thính lịnh.

Loạn: Nễ đái mã binh nhứt thiên nhân
Tả chi sát nhập tróc quan binh[584].

Hồ Nhẫn loạn: *Dạ dạ!*
Phụng lãnh kim ngôn xuất tả chi.
Sát tha quan tướng nguyện toái thi[585].

Lại nói: ***Kim Ngưu, Bạch Thố*** lai thính lịnh.

Loạn: Nhứt thiên cung nỗ tiến mã hành,
Hữu biên sát nhập bất phóng chi[586].

Kim Ngưu, Bạch Thố loạn:
   Dạ dạ! Khâm thừa soái lịnh đáo trận tiền,
         Dương uy dõng dược phấn kim thương[587].

Xướng: Sao Mai, Sao Vượt, Sao Hôm
Ba em ở lại mà coi Sơn thành.
         Đêm ngày canh nhặt cho nghiêm.
Chớ cho quân chúng nhiễu loàn lê dân[588].
         Trung quân các tướng theo tao,
Hỏa xa, hỏa pháo, cung tên cho ròng.
         Đại kỳ tả hiệu Sơn vương
Tùng thiên hành đạo tẩy trừ gian quan[589].
         Dầy dầy người ngựa biết bao,
Bình Hòa kéo xuống, đông đà quá đông.
         Quan thành nghe báo một khi,
Tức thì ra lịnh điểm binh trừ loàn.
         Hai bên giáp chiến một khi,
Trống giong cờ

弟欣誠所得　緣曰｜○嘲貪官叫妗沛古先頭衲朱縞可鄰

驂昧受形針姘庥散売○　／官曰　類娄羅蹂嘔党山賊嘔

啵決壹陣揚威朱別才神武○　又曰　咧山賊才高力大

裛合餘勝負雄分○奴　乱曰　神刀奮起除賊党手把神眷

弓殺內徒○　緣曰　好好哉老賊快快也吾心吾陌老賊尼晉

乱曰、上馬橫開催銳氣揮起金蒼刺賊臣　又曰

妗賊宅遠走高彩伴衆將一齊殺進○　唱曰　娄羅歲

冲城作兵官失罰皮戾让火竜火炮打叫烨让囬府粘

官民咋㐌愧陜內功外繫一齊埃當官民托㪟苦

壙儿瓯之失媚得服倸昆外陣官逢衆城箭哈冲夷打叫熗

89

Doan:

phất, hơn hai ngàn người.

Chào tham quan ra đó,

Có phải:

Đem đầu nộp cho min,
Khá xuống ngựa *mà* thọ hình,
Kẻo nữa mà tan xác[590].

Quan:

Loài lâu la múa miệng,
Đảng sơn tặc khua môi.
Quyết nhứt trận dương oai,
Cho biết tài thần võ.

Lại nói:

Khen sơn tặc tài cao lực đại,
Trăm hiệp dư thắng phụ nan phân *nọ* !

Loạn:

Thần đao phấn khởi trừ tặc đảng
Thủ bả thần cung sát hung đồ.

Doan:

Hảo hảo tai lão tặc,
Khoái khoái dã ngô tâm.

Bớ lão tặc, khán ngô thần võ, nầy !

Loạn:

Thượng mã hoành khai thôi nhuệ khí,
Huy khởi kim thương thích tặc thần.

Lại nói:

Thôi! Gian tặc đà viễn tẩu cao phi,
Truyền chúng tướng nhứt tề sát tiến.

Xướng:

Lâu la tàng ẩn trong thành,
Thấy binh quan thất, tư bề dấy lên.
Hỏa long, hỏa pháo đánh ra,
Đốt lên tứ hướng, trống mà gióng rân[591].
Quan dân sợ đã mất hồn,
Nội công ngoại kích nhứt tề ai đương.
Quan dân thác đã đầy đường
Kẻ thời mất vợ, người thời mất con.
Ngoài trận, quan chạy về thành,
Nào hay trong lại đánh ra tưng

擊前坊後擊坤當趨來平定邪麻嚲兵仁塘托術餘野文
緣州令即辰招安裴羅杯耶艾娘滇茄官接對兵飢連令
傳杯敲光罪皮吝皮乳欣胆進得祜戈淑女艾得形容顏
色妙揚卒台嗨戈淑女艾廁何親何歲呐朱些祥詣捭把
鼠之其食一楊姜曰如碎升大王乱曰只是該官之
官哈空文緣曰何阿聞祥数語心甚欣
徼窶姓楊名義不虛傳
歡辰悲條可饒些米準案中午耶合亦飲路楊姜曰鄉
分察俞覺胃顏祺帳鳳幔盔語籠傷大王兌佃花歲分�
胡曰不可唷莫容之故係廾斬草除根賞留
之後恵阿女英緣曰麻埃蛩咭清如英補仍不畏婦人專剣

90   bừng.

Tiền công, hậu kích khôn đương,
Chạy về Bình Định đặng mà xin binh.

Hai đàng thác có dư ngàn,
Văn Doan ra lịnh tức thì chiêu an.

Lâu la bắt đặng một nàng,
Rằng nhà quan Tiếp, kéo binh vô liền[592].

Lịnh truyền bắt hết đem ra,
Vừa lớn vừa nhỏ hơn ba mươi người.

Xem qua thục nữ một người
Hình dung nhan sắc dịu dàng tốt thay.

Hỏi qua thục nữ một lời,
Hà thân hà thích nói cho ta tường.

Ta hỏi nàng chớ có bà con chi cùng tham quan hay không?

Dương Nghĩa: *Dám thưa Đại Vương, như tôi là:*

Loạn: Chỉ thị Tiếp quan chi kế thất,[593]
                        Tính Dương danh Nghĩa bất hư truyền.

Văn Doan: *Hảo a!* Văn tường sổ ngữ,
                        Tâm thậm hân hoan[594].

Bây giờ thì:
                        Khá theo ta về chốn trại trung
                        Ngõ đặng hiệp vầy cá nước[595].

Dương Nghĩa: Tủi xét phận mình cui cút,
                        Dựa kề trướng phượng màn loan.
                        Ngửa trông đức Đại vương,
                        Đoái tới hoa tàn phận gái[596].

Hồ: Bất khả thính, bất khả thính!
                        Mạc dung chi, mạc dung chi[597]!

Thưa anh, chém đi, hễ là:
                        Trảm thảo *thời phải* trừ căn,
chớ   lưu chi hậu hoạn[598] *nớ anh à!*

Doan: *Nay các em sợ cũng phải, nhưng mà ai kìa[599], chớ như anh là*

                        Bất úy phụ nhân chuyên chế

之事。尔各俺兵犗在所，唱曰。令傳諸

何必多憂英雄昨可牢各俺，

艾欺宦叶鉆欽丕辰朱釜。英娘曰　語罷傷大王頭訴

情賤妾今小死三歲是賤妾丕生嗔恕此罪箕對寔

奴。緣曰〈妖臣之子容此何為　拱艾類妖，今留此小死

後日為大禍。娘勿奴敌朱未　之份因妖阿㑲脒丕之

点查諸將杜群包儃点查軍托软㵢死崔三將在扇東門

死在東門㓱藏　　唱曰。文緣凌哭唉湞尋㐱杜更托

㸟英末開婆苦哶纏皮明胎俺杜要群併音傅先屍㗂营

中㪧棺嶺殮山城葬安付朱諸弟邳呤。泊鑌錢糕軍米山

中文緣酒色醉迷庇声進退由城事之尼胡常餚諫千文

91   chi sự,
có phải hà tất đa ưu[600], a *các em, binh quyền tại tay
anh mà sợ làm sao các em?*

Xướng: Lịnh truyền chư tướng một khi,
                    Đem ra chém hết vậy thì cho tao.

Nghĩa nương: Ngửa trông đức Đại vương
                    Xin tỏ tình tiện thiếp
                    Kim tiểu nhi tam tuế
                    Thị tiện thiếp sở sanh
                    Xin thứ thửa tội kia
                    Kẻo oan chưng trẻ nọ.

Doan: Gian thần chi tử, dung thử hà vi?
                    Cũng một loài gian, để mà làm chi.
                    Kim lưu thử tiểu nhi,
                    Hậu nhựt vi đại họa[601], *để làm chi những
đoàn gian a nàng, vật nó đi cho rồi!*

Xướng: Các em vâng thửa lời anh
                    Điểm tra chư tướng mất còn bao nhiêu.
                    Điểm tra quân thác sáu trăm,
                    Tử thôi ba tướng, tại rày đông môn.
                [Tử tại đông môn: Chú Nhẫn, Nguyệt Lạc, Sao Tàng.]

Xướng: Văn Doan lăn khóc, than rằng
                    Ngày nay mất cánh, mất vai anh rồi.
                    Bấy lâu khó nhọc nhiều bề
                    Ngày nay em mất, anh còn, thương thay!
                    Truyền đem thây tới doanh trung
                    Quách quan tẩn liệm Sơn Thành táng an.
                    Truyền cho chư đệ đặng hay
                    Bạc vàng tiền gạo xe về sơn trung.
                    Văn Doan tửu sắc say mê,
                    Chẳng lo tiến thoái Sơn Thành sự chi.
                    Cha Hồ thường bữa gián can,
            Văn

緣迷色莆喧傳吃吒胡呾問咳嚦哂斗染病失情托救

軍服曰　監躾戈郵帳語畨溯边帳呟吒胡病死缸表丕

沛報来帥府○唱曰　文緣喧報喫辷俯台胡忽補英

打戰俺苦辱疢台恨雄辰圍顧榮淆衂傳軍大禮拜莊

孩嶺鐱山城垄埋○官曰　机明主名榮托下扶南朝

戉九州權重鎮臨關○老姓張名晉○唱曰　官兵趍

銅○張晉叫遠訢情共燮嘥昤賊叟省冲毛少文表嚀

兵○又曰　軍人承我令先表徊朝中登天子御詳许

兵救援　軍曰　欽承帥將領令儸行吓吸急上馬荒芒

朝中衫報○乱曰　羣馬加鞭走如影彩報来天子得祥

92   Doan mê sắc nào nghe chuyện gì.
                  Cha Hồ thở vắn than dài,
Ba ngày thầy[602] (nhuốm) bịnh thất tình thác đi.

Quân báo: Dám thưa qua dưới trướng,
                  Ngửa mặt dộng bên màn.
                  Cha Hồ bịnh tử đã rồi,
                  Vậy tôi phải báo lai soái phủ.

Xướng: Văn Doan nghe báo khóc lên,
Thương thay Hồ Nhẫn bỏ anh sao đành.
                  Hai em khó nhọc lắm thay,
Gian nan thời có, hiển vang chưa nhờ.
                  Truyền quân đại lễ nghiêm trang,
Thi hài tẩn liệm Sơn Thành táng mai.

Quan: Giúp Minh chúa danh vang Hoa hạ,
                  Phò Nam trào tiếng dậy cửu châu.
                  Quyền trọng trấn ải quan
                  Lão tánh Trương danh Phổ.

Xướng: Quan binh chạy tới ải đồng.
Trương Phổ ra rước, tỏ tình cùng nhau.
                  Mới hay giặc dậy tỉnh trong,
Mau làm văn biểu xin rày cứu binh.

Lại nói: Quân nhân thừa ngã lịnh
                  Đem biểu tới trào trung.
                  Dâng Thiên tử ngự tường
                  Ngỡ xin binh cứu viện.

Quân: Khâm thừa soái tướng
                  Lãnh mạng thi hành.
        Âu là:

                  Kíp thượng mã hoang mang
                  Hồi trào trung phi báo.

Loạn: Sách mã gia tiên tẩu như phi,
                  Báo lai Thiên tử đắc tường tri.

王曰。台南朝德治朕號曰明君苻経矣達㳥政讖捨

猗㳦撫安民衆卢芟邒入南潲字嫌台緒別使得年寸式

瓵㖦嗨卢政㕦事。窖曰瞼申戈郑陛語畓淵竜廷固文

袄城鈷民令差督將黎㕦五千入馬除類救民督官哪令

朝廷下先兵馬平耞斜無娑羅彩報㕦敬兵朝亀細群㦲

埮塘主將先寔黎㕦㖣待駿斜無稔又文緣啫報惿蓬蓮

蚕待朱奴無麻打制。諸勇曰哨監卡婆兵饀哐宗係廿多

防敵者勝。群卿輕敵者敗。英先信各底㘑娜各㑲輕袄敬空

殺他片甲無存斬賊將之朱逃脵備魂各唱曰瓱獗燕

93 Vương: Thay Nam trào kế trị,
Trẫm hiệu viết Minh quân
Giữ giềng trời đặt vững âu vàng
Cầm mối nước vỗ an dân chúng,
Lo một sự cát (nhân) hung chưa hãn
Hiềm thay chửa (tự) biết thửa người[603]
Nên thốn thức năm canh,
Mảng lo âu một sự[604].

Hoạn: Cúi thân qua dưới bệ,
Ngửa mặt dộng long đình.
Có văn biểu đệ hồi,
Xin Thánh hoàng chiết khán.

Xướng: Coi thôi mới biết Văn Doan,
Giết quan thôi lại lấy thành chém dân.
Lịnh sai Đốc tướng Lê Văn,
Ngũ thiên nhân mã trừ loàn[605] cứu dân.
Đốc quan vâng lịnh trào đình,
Bèn đem binh mã Bình Hòa kéo vô.
Lâu la phi báo một khi,
Binh trào đã tới, còn hai dặm đường
Chủ tướng tên thiệt Lê Văn,
Năm ngàn người ngựa kéo vô dầy dầy[606].
Văn Doan nghe báo cười lên,
Tao đợi cho nó vô mà đánh chơi.

Chư đệ: *Dạ dám thưa anh, binh trào vả chăng binh đa tướng dõng, anh chẳng lo, em sợ lắm, hễ là:* Phòng địch giả thắng.
còn như: Khinh địch giả bại *chăng anh.*

Doan: *Các em nói thời anh khinh địch, không tin để đó mà các em coi:*
Sát tha phiến giáp vô tồn[607],
Trảm tặc tướng chi cho đào thoát[608].
cho các em coi.

Xướng: Cò bay, Én liệng

駱仝儞艾斜軍眾頭唐斜呼打澄戈西遝渁城門些閂消

吽艾得。又曰。如英許敗渚不許滕阿咱唱曰。兵些

打庄退躅。嶧要扴厾趂渁可娄女娄奴更唭些打渚買合

昨麻趂躂縧澴彔可勝强丕買計成朱㓪俺視。又曰

如得勇力過人拒敵不如志取。買邪唱曰。仝得喧娄飲

尼聰先兵丕辰呼姤艾歎。縧曰。鰲牢埋牢棍四弟未咱俞

乱曰。三千人馬伏東西砲向分兵殺賊營。四弟乱

奉領密言伏两边殺佢賊㓸奮神鎗。又曰

星舞未咱俞。乱曰。引阿鎾南北两山咸埋伏官兵走

磭頓未咱。

到可殺之。唱曰。兵官舞㦲佃尼㦲边旗枯柴移駿驢

94   hai em,
Một ngàn quân chúng đầu đường kéo ra.
Đánh chừng qua Dậu chạy về[609],
Thành môn ta bế, chớ ra một người.

[Chư đệ] Lại nói:
Như anh, nay là:
Hứa bại chớ bất hứa thắng[610] *nghe a.*

Xướng: Binh ta đánh chẳng thối lui,
Nay anh Hai dặn, chạy về làm sao?
Nữa sau nó lại cười ta,
Đánh chưa mấy hiệp, sợ mà chạy ngay.
Doan rằng: Nhu khá thắng cương,
Vậy mới kế thành, cho chúng em coi.

Lại nói: *Như người nầy:*
Dõng lực quá nhân, cự địch bất như chí thủ[611]
mới đặng cho.

Xướng: Hai người nghe lọt vào tai,
Đem binh vậy thì ra đó một khi.

Doan: *Sao Mai, Sao Lái, Rồng Vàng, Hùm Đen*
Tứ đệ lai thính lịnh:

Loạn: Tam thiên nhân mã phục đông tây
Pháo hướng phân binh sát tặc doanh[612].

Tứ đệ, loạn: Phụng lãnh mật ngôn phục lưỡng biên,
Sát tha tặc tướng phấn thần thương[613].

Lại nói: *Sầm Ngôi, Chổi Cùn, Tinh Lá, Đá Đen*
lai thính lịnh:

Loạn: *Ậy, nghe tao dặn a*
Nam bắc lưỡng sơn hàm mai phục,
Quan binh tẩu đáo khả sát chi[614].

Xướng: Binh quan thôi đã tới nơi,
Hai bên cờ trống vang dầy ngựa voi

丘塘打似如蛟火竜火虎打眛創標拎澄打徊酉辰躴褳

燕矜趨踏冰城兵、朝踞徊城門。官軍耻厚庄吥艾得令傳

軍立士屯創罵些二吥功城救民。奴宅咋庄監吥。店胯奴棋

耶唄文纂傳令斜吥艾劧弓弰火炮火竜待撞接應兵些

買戌發喧炮怒外城菜稌鉎磊打迡贈焯文纂傳馬蕭城

斜唄接應兵些渚迡官兵當眜庥芭裟羅翠費斜無稌稌

得辰補秋補巾補銅補教趨羋羌擸官兵趨艾開裟点查

軍士唄欣試野黎文扞將亦才沙機失計英雄拱收黎文

査点叅軍傳崔閉亨呆尼平城毛栭畢寫詞連木章告急

95   Hai đàng đánh tựa như ong,
Hỏa long, hỏa hổ, đánh ra sáng lòa.
    Cầm chừng đánh tới Dậu thì,
Cò Bay, Én Liệng, chạy ngay về thành[615].
    Binh trào theo tới thành môn,
Quan quân sỉ nhục, chẳng ra một người.
    Lịnh truyền quân lập thổ đồn,
Sáng ngày ta sẽ công thành cứu dân.
    Nó đà sợ chẳng dám ra,
Đêm nay nó cũng trốn đi chẳng còn.
    Quan binh sơ ý bất phòng,
Bởi mình khi địch mới là bại binh.
    Bỗng đâu[616] trống đã sang canh,
Văn Doan truyền lịnh kéo ra một ngàn.
    Cung tên, hỏa pháo, hỏa long
Đợi nhau tiếp ứng, binh ta mới thành.
    Phút nghe pháo nổ ngoài thành
Vang dầy chiêng trống đánh lên tưng bừng.
    Văn Doan truyền mở cửa thành,
Kéo ra tiếp ứng binh ta chớ chầy.
    Quan binh đương ngủ mơ màng
Lâu la bốn phía kéo vô dầy dầy.
    Người thời bỏ áo, bỏ khăn
Bỏ gươm, bỏ giáo, chạy dường tên bay.
    Quan binh chạy một hồi lâu
Điểm tra quân sĩ chết hơn hai ngàn.
    Lê Văn là tướng có tài,
Sa cơ thất kế, anh hùng cũng thua.
    Lê Văn tra điểm ba quân
Truyền thôi trở lại về nơi Bình thành.
    Mau tay bút tả tờ mây
Bản chương cáo cấp

96

朝廷嗔兵説崔諸將斜米耶銅耶教耶旗弓箭文緣立席

賞功英俺吝乳盃嗔咧迲英仁智勇双全黔些庄咋朝廷

可之緣曰各俺黔打夬陣耶安勝不可喜敗不可憂

卅氏兵家之事中麻夾差將来功勤底通説朱婆咍朝氏卅

保之上計喳姑唱曰本章來細南廷買咍失陣嗔兵救

乱令迲判唫坦鑽百官何將懐乱朱安院明承相跪奏嗔

差老將正祥買衝題得勇力双全先兵臥姑買平賊而至

皇嗔奏义欺封朱老將正祥元戎正祥跪奏坦轎梨文利

武旦誅帶功績罪隨從元戎正祥跪奏坦轎嗔差武將玆

麻先蜂王竜王虎在壇飭朕項羽才咍無間欣得令迲判

96   trào đình xin binh.
Thốt thôi chư tướng kéo về
                Đặng gươm, đặng giáo, đặng cờ, cung tên.
Văn Doan lập tiệc thưởng công
                Anh em lớn nhỏ vui cười, khen lên.
Anh Hai trí dõng song toàn,
                Nay ta chẳng sợ trào đình làm chi.

Doan: *Các em, nay đánh một trận đặng an[617] mà em mừng làm vậy, hễ là:*
                Thắng bất khả hỉ
                Bại bất khả ưu.
ấy là   binh gia chi sự.
Các em nghe anh dặn, cho quân nó thắm (thám) trào trung chi sự. Như trào trung mà có sai tướng lai công tiễu, thời thông thuyết cho anh hay.
                Ấy là bảo chi thượng kế *đó nghe.*

Xướng: Bản chương về tới Nam đình[618],
Mới hay thất trận, xin binh cứu loàn.
                Lịnh trên phán hỏi đền vàng,
Bá quan hà tướng dẹp loàn cho yên?
                Viện Minh Thừa tướng quì tâu,
Xin sai lão tướng Chánh Tường mới xong.
                Vả người dõng lực song toàn,
Đem binh vào đó, mới bình giặc hung.
                Thánh hoàng nghe tấu một khi,
Phong cho lão tướng Chánh Tường Nguyên nhung
                Chánh Tường quì tấu đền rồng,
                Lê Văn, Lê Võ đáng tru[619],
Đoái công thục tội[620], tùy tòng Nguyên nhung.
                Chánh Tường quì tấu đền rồng,
Xin sai hai tướng đi mà tiên phuông.
                Vương Long, Vương Hổ hai chàng,
Sức bằng Hạng Võ tài hay[621] hơn người
                Lịnh trên phán

翠畑硲○封朱王氏弒撞先聲爻扁俛驍亥朱吒湄老將除

顈朱安 又曰 欽承玉勅奉命施行傳隊伍整修銳樀○

眸三軍檢点馬安躍馬奮神鎗揮旗来和省○孫曰楊

威虎旅振巍巍躍馬揮先進步影擊博安那除賊寇催兵

接戰解平和○唱曰 小軍衆報爻欺賂羨差將無所御

尼元戎老將正祥管寵軍衆稅稅如辞爻篆喧吶蔦覝得

尼些別咭屯龜娄 諸弟曰 水来土堬群兵到將

當自前来英庄別吒唉咍祝些 緣曰係俺川知已知彼

識敗諗成庄別諸姐書於老夫力大無窮足智多謀之

士姑英昨 唱曰 錢糧些滽歇冰先兵明城庄可於娄

97   trước đền rồng,
Phong cho Vương thị hai chàng[622] tiên phuông.
          Một muôn người ngựa[623] giao cho,
Dạy rằng lão tướng trừ loài cho an.

Lại nói: Khâm thừa ngọc sắc,
Phụng mạng thi hành.
Truyền đội ngũ chỉnh tu nhuệ khí,
Rao tam quân kiểm điểm mã yên.
Dược mã phấn thần thương,
Huy kỳ lai hòa tỉnh[624].

Loạn: Dương uy hổ lữ chấn nguy nguy,
Dược mã huy tiên tiến bộ phi.
Cử bác an bang trừ tặc khấu,
Hùng binh tiếp chiến, giải Bình Hòa[625].

Xướng: Tiểu quân[626] về báo một khi,
Nay vua sai tướng vô gần tới nơi.
          Nguyên nhung lão tướng Chánh Tường,
Quản đem quân chúng dầy dầy như ong.
          Văn Doan nghe nói kinh hồn[627],
Người nầy ta biết tiếng đồn đã lâu.

Chư đệ: *Thưa anh, hễ là:*
Thủy lai, thổ yểm,
Còn: Binh đáo, tướng đương[628].
*Tự hướng lai, anh chẳng biết sợ ai, thay. Huống ta lại
binh cường tướng dõng, lại lo mần răng a anh?*

Doan: *Các em, hễ là:*
Tri kỷ tri bỉ, thức bại thức thành[629] *mới phải là
tướng cho, các em chẳng biết, chớ như lão nầy là:*
Lão phu lực đại vô cùng,
Túc trí đa mưu chi sĩ[630].
mà anh sợ đó thôi.

Xướng: Tiền lương ta chở hết về,
Đem binh ra thành, chẳng khá ở lâu.

打罷交陣可牢勝辰些柞收辰些艰孤城苦拒兵朝之欤
來的埃麻之埃〇又曰。如收些來進則可城退則可取市
則兩全其美〇庄唱曰。各俺哪使窮英整修器械即辰哪〇
硯嘲老將路途艰雄〇正祥曰。祥祐面貌年莊才士〇
斜盯兵朝羿矩細尼〇金边旗新移後過撑文緣羿買
意可牢庄挑主賢辰累眾山頭麻達讓黎庶將可丕阿畧矩
京城斬將婁添奪取和城〇庄咋今皇家夷空堅朝士〇可除可丕
保將軍可孙驍來隆〇不失公侯之位〇窗庄老朮庄咋庄氊玉
咱移將軍可孙驍來隆〇衛仍庥砍市别被隆山城瑜地
不分悔之何及〇軍庄氊文緣曰〇不遥隆山城瑜地
奴打朝伪賊臣當道若明咱之言〇些可牢邪

98   Đánh coi một trận làm sao,
Thắng thời ta ở, thua thời ta đi,
              Cô thành khó cự binh trào,
Chi bằng về núi, ai mà chi ai[631].

Lại nói: *Như thua, ta về sơn trại, có phải*
              Tiến tắc khả thành,
              Thoái tắc khả thủ *có phải.*
              Tắc lưỡng toàn kỳ mỹ *chăng.*

Xướng: Các em vâng thửa lời anh
Chỉnh tu khí giới tức thì kéo ra.
              Binh trào thôi đã tới nơi,
Hai bên cờ trống dầy dầy quá xinh.
              Văn Doan thôi mới nói ra,
Tôi chào lão tướng lộ đồ gian nan[632].

Chánh Tường: *Thôi!* Xem diện mạo nên trang tài sĩ
              Ấy làm sao chẳng giúp chúa hiền?
              Để tụ chúng sơn đầu,
              Mà nhiễu nhương lê thứ[633].
     làm vậy a Tướng quân?
              Trước đã kinh thành trảm tướng,
              Sau thêm đoạt thủ Hòa thành.
              Chẳng sợ lịnh Hoàng gia,
              Lại không kiêng trào sĩ *làm vậy?*
     Chừ, lão bảo Tướng quân nghe đi,
              Khá xuống ngựa lai hàng *có phải*
              Bất thất công hầu chi vị[634] *chăng?*
     Như ngươi chẳng nghe lời lão, có phải
              Ngọc thạch bất phân,
              Hối chi hà cập[635], *chăng Tướng quân?*

Văn Doan: *Dám thưa lão quan như phân làm vầy cũng*
     phải, nhưng mà tôi có xuống thi, bị tham quan nó đánh
     đuổi về.
              Trào nội tặc thần đương đạo,
              Quân minh [bất] thính chi [trực] ngôn *làm vậy,*
     qui hàng làm sao đặng,
              Sơn Thành hiểm địa, tiến

則可戰退則可守○何必事他人之制變㦯唱曰○碎㗂

老將关廟烷碎山寨結㕧弟兄㐌兵些孫朝中㧗𠞹些仕

治位共庬沛𢷆富貴双全英俺些㖃子孫代代○正祥曰○

咱說心中火發俄聞面上生煙決斬汝之頭○不容他賊○

董哦㖋渚汇甲賊子㪯趂幾傳萬隊雄兵入城中安住○

唱曰○文緣米細山城傳朱諸將翠方更除前山關臨撥

兵立屯阵丐左边岜外尤兵𥙩鎮阵屯除兵朝細至庬戰

爭官兵㧋㪯阵㝵斜無斯齒令傳市兵正祥迗岜祐視地

圍㪯訴阻㳥营中令傳梨武梨文○宠㤶𥖩得伏左边山若

庥喧𪪏打卅喧鑼圍炎滝𣴆令些𪽝𪽝王虎奉傳三千人

99   tắc khả chiến, thoái tắc
khả thủ, hà tất sự tha nhân chi chế biến *đó mà*.

Xướng: Tôi thưa lão tướng một lời,
Theo tôi sơn trại kết làm đệ huynh.
                    Đem binh ta xuống trào trung,
Tóm thâu ta sẽ trị vì cùng nhau.
                    Phải là phú quí song toàn
Anh em ta đặng tử tôn đời đời.[636]

Chánh Tường: Thính thuyết tâm trung hỏa phát,
Nga văn diện thượng sanh yên.
Quyết trảm nhữ chi đầu,
Bất dung tha tặc bối[637].
Mồ hôi chưa ướt giáp,
Tặc tử đã chạy dài.
Truyền vạn đội hùng binh
Nhập thành trung an trú[638].

Xướng: Văn Doan về tới Sơn Thành,
Truyền cho chư tướng bốn phương canh giờ,
                    Tiền sơn quan ải tăng binh,
Lập đồn ba cái tại bên núi ngoài.
                    Đem binh xuống trấn ba đồn,
Chờ binh trào tới, vậy mà chiến tranh.
                    Quan binh nghỉ đã ba ngày,
Kéo vô gần núi, lịnh truyền đồn binh.
                    Chánh Tường lên núi xem coi,
Địa đồ đã tỏ, trở về dinh trung.
                    Lịnh truyền Lê Võ, Lê Văn,
Đem năm trăm người phục tả biên sơn[639].
                    Nhược bằng nghe ốc đánh ra,
Nghe còi trở lại[640], chớ chầy lịnh ta.
                    Vương Long, Vương Hổ lịnh truyền,
Tam thiên nhân

馬濳洞伏兵除朱兵奴㐫些弑边左右合功買成令傳諸

粸㑉吽婁羅祐体即辰報知○文緣喧報帳台○官朝欺敵番

尼收蚕令傳各將斜吽於山埋伏丕㑊朱蚤青蘇哪使廁

要宠兵吽姑打共老官紅㙮急打類㬥而山左右合㐫老

臣臣㱦喧喈嚥辻官兵翠道長外㐫無婁羅昨遜如㲋㦯

俶弑將托爲陣中文緣㙮嘆艾欺令傳黑夜報營老○臣㲋陣死

青蘇二相唱曰○○官廷得勝㳄市乊牟盡爐輝輝艾欺㚔

廿神卦占覝店黔有事古馬覝尼得朱梨武梨文店坼奴

乙暗行報營紅卟先文斜兵長尼石洞待期而攻侢朱諸

將斜卟舍俚四處待期婁羅文緣兵鈒細尼体車旗祐種

100   mã Thanh hà phục binh[641].
Chờ cho binh nó vây ta,
Hai bên tả hữu hiệp công mới thành.

Lịnh truyền chư tướng kéo ra
Lâu la xem thấy tức thì báo tri.

Văn Doan nghe báo mừng thay,
Quan trào khi địch phen nầy thua tao.

Lịnh[642] truyền các tướng kéo ra
Hoài Sơn mai phục vậy mà cho tao.

Thanh Tô vâng thửa lời anh,
Đem binh ra đó đánh cùng lão quan.

Hai đàng kíp đánh như ong
Lưỡng sơn tả hữu hiệp vây lão thần.

Phút đâu nghe tiếng ốc lên[643],
Quan binh bốn đạo ở ngoài vây vô.

Lâu la sợ chạy như tên,
Cám thương hai tướng thác rày trận trung[644].

Văn Doan than khóc một khi,
Lịnh truyền hắc dạ phục dinh lão thần[645].

[Tử trận: Thanh Tô, Cát Vàng hai tướng]

Xướng: Quan trên đắc thắng về đồn,
Cớ sao mặt nóng phừng phừng một khi.

Âu là thần quẻ chiếm coi,[646]
Đêm nay hữu sự có yên quẻ nầy?

Truyền cho Lê Võ, Lê Văn
Đêm nay nó ắt ám hành phục dinh[647]

Hai ngươi đem một ngàn binh,
Ở nơi Thạch động đãi kỳ nhi công.

Truyền cho chư tướng kéo ra
Hàm mai tứ xứ, đợi kỳ lâu la.

Văn Doan binh đã tới nơi,
Thấy đồn cờ trống, giống

101

彩胙消傳軍四向打無帝唁空寨拶崔翼命官兵粜費覽
連火龍火虎炮羗熷枠婁羅趂鈺杔塊点查軍士扗扇匭
原名將○後曰嗟瘋切〈〈割我己〈〈諸弟今休矣眼
淚洒林寮臨老賊想老賊渾身火起恨正祥怒發衝冠○
家頭庄隊夫○尼眷拎老賊烹肝唆肉○崔金牛你帶一千兵喧
隨身火炮○東西小路用火爲兵○即焯畑遽朱熬火炮叩打让
若官兵未到○可走入高山○俺服群爷盡起諸人馬分南北暗行○
之朱塊奴体細、奴想兵些牢奴想兵些聞炮號一齊攻進○唱曰
共先兵無崗牀打貝些○
更亡祐休冲棱黏征火虎打让剗夫官让語窹婁羅下○
差諸將先兵打飮位崇買陣勝恢正祥輕敵陣尼買收孩

101   hình ngủ quên.

Truyền quân tứ hướng đánh vô,
Nào hay không trại, nghĩ thôi giựt mình[648].

Quan binh bốn phía dậy lên,
Hỏa long, hỏa hổ, pháo tên tưng bừng.

Lâu la chạy đã mất hồn,
Điểm tra quân sĩ[649] thác rày năm trăm.

[tử: nhị thập danh tướng[650]]

Doan: Ta thống thiết, ta thống thiết!
Cát ngã tâm[651], cát ngã tâm!
Chư đệ kim hưu hĩ,
Nhãn lệ sái lâm li[652].

Lão tặc, ải!!!
Tưởng lão tặc hỗn thân hỏa khởi,
Hận Chánh Tường nộ phát xung quan[653].
Thù Dương gia đầu chẳng đội trời

Phen nầy:
Cầm lão tặc phanh can giảo nhục[654] *thôi.*

Kim Ngưu, Bạch Thố, ậy:
Nễ đái nhứt thiên binh,
Nghi tùy thân hỏa pháo.
Đông tây tiểu lộ, dụng hỏa vi binh[655].

*Ngươi đốt đèn lên cho nhiều, hỏa pháo đánh lên, trống
chiêng đánh lên, bảo quân nó ra đánh.*
Nhược quan binh lai đáo,
Khả tẩu nhập cao sơn[656].

Còn các em thời:
Tận khởi chư nhân mã,
Phân nam bắc ám hành[657],
*Chi cho khỏi, nó thấy đèn, nó tưởng binh ta, sao nó cũng
đem binh vô núi mà đánh với ta.*
Văn pháo hiệu nhứt tề công tiến[658].

Xướng: Canh hai xem thấy trong rừng,
Trống chiêng, hỏa hổ, đánh lên sáng trời[659].

Quan trên ngỡ thiệt lâu la,
Bèn sai chư tướng đem binh đánh vào.

Vì chưng mấy trận thắng hoài,
Chánh Tường khinh địch, trận nầy mới thua.

移兵馬如聯無私庄体不辰文塽別宅麻計奸人分

遣進兵衆車文綠祐休兵衆燁迸嗜炮四縱曳連洞洞打

俱如驛兵偹拒盤將布監賞分可赴隊打無火竜火炮打

饒贈輝管兵若殺拒當趣來城内即展点兵官兵托布餘

評夷鈍罴械弓光鎗皮文綠阻爽山中藝埋諸將哭擁如

媚文綠阻贲後管妾娘迎接廂排瑰楳彈歌唱喝盂台會

迷酖色庭戸役安文燦如体対王迷娘姐巳兵情亟姷狷

ト十殯後余娘寮蹖猪編欲尊交歡正祥月自奉吉計平山

賦兔暴嗇未捉囟入颸得謀智此双全兵機添佃能別隊尊

朱坤漢隙若従戦定不嶲瓦勝満用高謀瞻此捉之眛買王

102
Dầy dầy binh mã như ong,
Vô xem chẳng thấy vậy thì một ai[660].

Biết đà lầm kế gian nhân,
Phân làm hai đạo, tiến binh về đồn.

Văn Doan xem thấy binh về,
Đốt lên tiếng pháo tứ tung dậy liền.

Đùng đùng đánh tợ như ong,
Binh nào dám cự[661], tướng nào dám đương.

Phân làm mười đội đánh vô,
Hỏa long, hỏa pháo, đánh nhau tưng bừng

Quan binh khó nỗi cự đương,
Chạy về thành nội, tức thì điểm binh.

Quan binh thác có dư ngàn,
Lại hao khí giới, cung tên nhiều bề.

Văn Doan trở lại sơn trung,
Táng mai chư tướng, khóc ròng như mưa.

Văn Doan trở lại hậu dinh,
Nghĩa nương nghinh tiếp, tiệc bày quỳnh mai[662].

Đờn ca xướng hát vui thay,
Tham mê đắm sắc chẳng lo việc gì.

Văn Doan như thể Trụ vương,
Mê nàng Đắt Kỷ, binh tình đã quên.

Tay bèn[663], ôm lấy mình nàng.
Tiệc say chưa mãn, dục tình giao hoan[664].

Chánh Tường: Từ phụng chỉ ra bình sơn tặc,
Đã trăm phen vị tróc hung nhân[665].
Như người ni là:
Mưu trí rất song toàn,
Binh cơ thêm ròng đủ[666].
Chừ, tôi biết tính[667] làm sao mà bắt cho đặng hắn,
chừ: Nhược chinh chiến đà bất năng thủ thắng,
ta phải:
Dụng cao mưu ám thử tróc chi *mới đặng*
cho[668]!

龍王虎可承吾審計假商買山中○阿氏買竇牆上得高山脈

素雅命觀賊寨何人不服查吽用爲肉應買捉得交緣珍朱

宰邛王竜王虎承大夫審計奉走師臘行廿偃人民

買茶探山上兵情朱孕○盦挽曰、奸喧舍埃別菱義娘嘆曰○俽

方歟驛璦奸○珠澄山寨愛其岸靈

天天不誆嗟平地厚端無知×塘曉夫婦情分斷骨盒誆

萬載悲○又曰自夫將一家受害怨文緣頭庄隊盃

結媚敷奸得尋盧計麻服誓○群饒餙用謀麻呂怨錦崔

共奴卝想夷變甚吵猶謀隱忍徐尋雅庄害托愿燒阿唁曰

管獻脱呂畔來師鑛志托其金身名益慈唯似金針包除

103   *Vương Long, Vương Hổ lai thính mệnh:*

Khả thừa ngô mật kế,

Giả thương mãi sơn trung, *ấy a!*

Mãi quân tình thượng đắc cao sơn,

để mà: Quan tặc trại hà nhân bất phục.

đặng cho tao: Ngõ dụng vi nội ứng.

Mới tróc đắc Văn Doan *cho! Chớ không làm*
vậy, sao [bắt] đặng hắn.

Long, Hổ: Thừa đại nhân mật kế.

Phụng chủ soái ám hành.

Âu là :   Giả nhân dân mãi bố mãi trà,

Thám sơn thượng binh tình cho hãn.

Văn: Thám sơn thượng binh tình cho hãn,

Gian ngay ai biết lòng ta,

Phăng phăng giong ruổi dặm ngàn,

Băng chừng sơn trại, phút kề Truông Mây.

Nghĩa Nương, thán:

Ngưỡng diện khiếu thiên, thiên bất chứng,

Ta hồ địa hậu địa vô tri.

Kham ta phu phụ tình phân đoạn,

Cốt huyết chi ly vạn tải bi[669].

Lại nói: Từ phu tướng nhứt gia thọ hại,

Oán Văn Doan đầu chẳng đội trời.

Như tôi kết vợ chồng cùng nó là:

Ngày ngày lo kế *mà* báo thù,

Còn: Bữa bữa dùng mưu *mà* trả oán.

Gẫm thôi chua xót,

Tưởng lại đắng cay.

Lo chưa mưu ẩn nhẫn chờ ngày,

Sống chẳng hại, thác nguyền theo gã.

Xướng: Thù chồng bằng trả đặng rồi,

Suối vàng có thác cũng toàn thân danh.

Buồn rầu dạ tợ kim châm,

Bao giờ

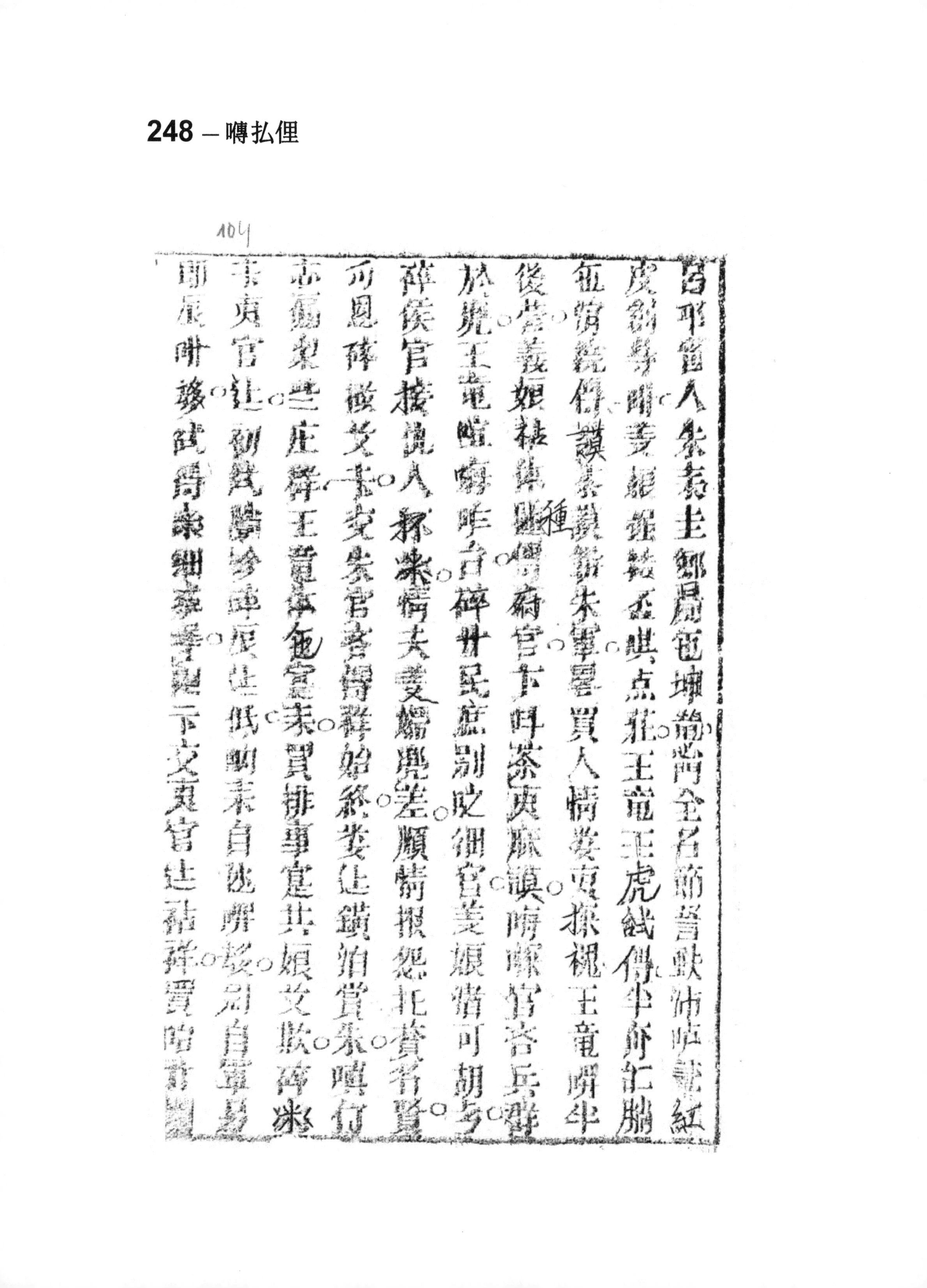

104

104   trả đặng cừu nhân[670] cho rồi.
Quê hương rày đã khôn trông[671],
Muốn toàn danh tiết, thù chồng phải lo.
Vầng hồng vừa sáng ngày ra,
Nghĩa nương gượng gạo vui cười điểm trang.
Vương Long, Vương Hổ hai người.
Bán buôn hai tháng đã quen nhiều người.
Mua trái mua bánh[672] cho quân,
Trước mãi nhân tình, sau lại thăm coi[673],
Vương Long ra bán hậu dinh,
Nghĩa nương xem thấy giống hình người quan[674],
Bèn kêu trà lại mà mua,
Hỏi thăm Quan Lớn binh còn ở đâu?
Vương Long nghe hỏi sợ thay
Tôi là dân thứ, biết gì tới quan.
Nghĩa nương: "Chớ khá hồ nghi
Tôi hầu quan Tiếp, cừu nhân bắt về.
Tình phu nghĩa phụ đâu sai,
Thuận tình, báo oán, thác thơm danh hiền.
Làm ơn, tôi gởi một thư,
Giao cho Quan Lớn người tường thủy chung.
Sau lên vàng bạc thưởng cho,
Xin đừng có lậu[675], mà ta chẳng còn."
Vương Long thấy đã thiệt rồi,
Mới bày sự thật cùng nàng một khi.
Tôi về thưa lại quan trên,
Mồng hai tháng chín[676] tôi thời lên đây
Nói rồi từ biệt[677] ra đi,
Biệt từ quân lính tức thì ra đi.
Hai người về tới thành rồi,[678]
Thư bèn giao lại quan trên xem tường.
Mới hay là vợ[679]

105

105
Tiếp quan,
Bấy lâu ta tưởng chẳng còn một ai.
Khen thay phận gái trí cao,
Trước đền nợ nước, sau là báo phu[680].
Trời xui đã gặp người nầy
Không thôi sau[681] nữa giặc nầy chưa yên.
Vương Long, Vương Hổ hai người
Phải lên sơn thượng nói cho nàng tường.
Khi nào tìm đặng kế cao
Tâm thư bắn xuống cho ta hay cùng.
Quân ta hai bữa kéo vô,
Kiến cơ nhi tác, bắt chàng mới xong.
Hai người vâng lịnh ra đi,
Đem trà cùng bánh mua lòng lâu la.
Phút đâu đã tới sơn quan
Lâu la một lũ chào rằng hai em.
Hai người đem bánh cùng trà.
Chia cho quân chúng vui mà một khi.
Quân nhân nào biết gian ngay
Bởi vì lên xuống nhiều lần đã quen.

Chánh Tường:
Xuống lịnh truyền quân chúng,
Phân ngũ đạo hùng binh.
Khá trực chỉ sơn tiền,
Quyết tróc tha tặc tướng.

Loạn:
Lẫm liệt hùng binh đáo sơn tiền,
Bài khai diệu kế tróc tặc thần.
Thôi long nhứt chỉ bình sơn trại,
Hãm súng thiên viên diệt lâu la[682].

Quân báo:
Chúng tôi tuần yếu lộ,
Thấy quan tướng kéo vô.
Phân bát lộ hùng binh
Đồng nhứt đoàn công tiến.

綾曰、冲天之怒、火起心頭、付四弟下山、與官兵交戰、其之嗍子麟

星黨破顛。四將曰。哪廚兄長統領雄兵依、一令與揚嘗雄

兵進發。唱曰。弍边旗黏榮稜打烷泵合邪辰至申官

兵前擊後攻舉得丕遠舉扇命亡妿羅趙洄山頭後攻

將赳跪賀塘山關主將社轍寃兵拒嚴打扇其官社轍

將夫才命根鉅細趑丕塊甕社轍睬驟命亡山關空將埃

庻拒當官兵占邛山關逃分邛肆群哎庶哢妿羅冊報文

欺文篆喏組洄洄洗沙各俺搭耶顯槳偹英年婆身屍走

全山關黔鉅紅未悉添貝孲群之智謀　又曰　氏軍取塊雷

火炮可埋散四方　劇官兵攻上山蛾之朱瑰奴死于城下

106 Văn Doan:

> Xung thiên chi nộ,
> Hỏa khởi tâm đầu.
> Phó tứ đệ hạ san,
> Dữ quan binh giao chiến[683].
> *[Kỳ Lân, Sư Tử, Tinh Lá, Đá Đen]*

Tứ tướng:

> Vâng lời huynh trưởng
> Thống lãnh hùng binh.
> Y nhứt lịnh hưng dương
> Quản hùng binh tiến phát.

Xướng:

> Hai bên cờ trống vang dầy
> Đánh nhau trăm hiệp mão thời chí thân.
> Quan binh tiền kích hậu công
> Bốn người trời khiến ngày rày mạng vong.
> Lâu la chạy tới sơn đầu,
> Dầy dầy quan tướng đuổi theo chật đường.
> Sơn quan chủ tướng Xã Nên
> Đem binh cự địch, đánh rày cùng quan.
> Xã Nên thiệt tướng đại tài
> Mạng căn đã tới chạy trời khỏi đâu.
> Xã Nên té ngựa mạng vong,
> Sơn quan không tướng, ai mà cự đương.
> Quan binh chiếm đặng sơn quan
> Mười phần đặng nữa, còn gì mà lo[684].
> Lâu la hồi báo một khi,
> Văn Doan nước mắt ròng ròng nhỏ sa.
> Các em chưa đặng hiển vang,
> Bị anh nên nỗi thân thi chẳng toàn[685].
> Sơn quan nay đã mất rồi,
> Lòng thêm bối rối, còn gì trí mưu[686].

Lại nói:

> *Quân, ậy!* Thủ địa lôi hỏa pháo
> Khá mai táng tứ phương[687]
> Quan binh công thượng Sơn thành
> Chi cho khỏi nó tử vụ thành hạ[688].

唱曰。傅軍夹守翠方。巡防移向文歎落墜若朱宮叙
攻城。火雷悲焠即肤朱盃盡愁阻爽發營姜娘迎接晦冕
艾廁庄哈賊打叮年敗戒嗔呐慍愁叮之、緣曰、無打英差狠
諸將界缸亡之陣上。英夷失守山關軍奴唯奴達火攻城英件泰
床拒朱。後攻上山城。貼要女雷皰燒起如天炭地暗。
奴塊有千軍萬焉。
悲愍奴。唱曰。姜娘喧呐泙涑、官兵床別乙叶補屍如
供空牲。
小報怨牢衝沛養文計通信朱得戰貶日捽勸遊頭英旺
祁解愁庶制文綵旺幡醛来官人扶爽兼俄昨消毛廂些
日詞迷跳咄些翻台得亦让委欤運主群安買發亿得交
幅幾雲外派毛急川城奸官床別攻城托笶紙僻暗呐為

107 Xướng: Truyền quân canh giữ bốn phương,
Tuần phòng tám hướng một khi chớ chầy.
Nhược bằng quan nó công thành,
Hỏa lôi bây đốt tức thì cho tao.
Mặt rầu, trở lại hậu dinh,
Nghĩa Nương nghinh tiếp, hỏi qua một lời.
Chẳng hay giặc đánh làm sao,
Bại thành xin nói, buồn rầu làm chi.

Văn Doan: *Như nay, quan nó vô đánh, anh sai chư*
tướng ra mà cự
Đả vong chi trận thượng,
Anh lại thất thủ sơn quan[689].
Anh sợ nó công thành, anh truyền cho quân nó đặt
hỏa lôi địa, chi cho khỏi!
Nó: Hữu thiên quân vạn mã *đi nữa*
Công thượng Sơn thành,
Như hỏa lôi pháo của anh, nớ là:
Thiêu khởi như thiên băng địa ám
Bay theo nó cũng không sống[690].

Xướng: Nghĩa Nương nghe nói rụng rời,
Quan binh chẳng biết ắt là bỏ thây.
Như vầy báo oán sao xong,
Phải toan một kế thông tin cho người.
Chén quỳnh nhặt rót khuyên mời[691]
Xin anh uống lấy giải sầu mà chơi[692].
Văn Doan uống rượu say rồi
Cung nhân phò lại giường ngà ngủ quên[693].
Mau tay ta viết tờ mây,
Bước ra ta kiếm hai người, có lên[694].
Trời xui vận chúa còn yên[695],
Mới gặp hai người giao bức tiên vân[696].
Dặn rằng mau kíp ra thành,
Nữa quan chẳng biết công thành thác oan.
Hai người nghe nói kinh hồn,

塊阻嗙除最弹叫外城。鬼企王虎弹嘖巡兵祜体宠卡飯

呈 正祥曰 下令傳躲將分十隊功城波拿捉賊兒不

容他逃脫 軍報曰衆科巡边路郎一戔之卡宅登夷上

宜听看祥朱別 正祥曰 觀卡失色晉見塊蕎埋什击

儿通信如庄別萬軍宅休矣椒蛾雷奴烨志沛攻千軍宠

協攻山上唱曰 美娘筹邓謀來毛殂些曰詞迷即

馬無一个生辰丕下令傳諸將可護守山關除内應之人仕

交朱王虎艾欺據宠期曰攻蛾朱些火雷頭炮於東亡

假客於扇東門最埋喧諸炮让鑽軍鉇猪酒頭炮髮試

哪令弹卡阻柴東向除期咘殂鉚屍護住於。俞假度咋賊

108   Trở ra, chờ tối bắn ra ngoài thành.
      Canh hai Vương Hổ bắn ra,
   Tuần binh xem thấy đem thư vào trình.

Chánh Tường: Hạ lịnh truyền chúng tướng
      Phân thập đội công thành.
      Quyết nã tróc tặc nhi,
      Bất dung tha đào thoát[697]

Quân báo: Chúng tôi tuần bên lộ,
      Đặng nhứt tiên chi thư[698].
      Đem dâng lại Thượng quan
      Ngõ khán tường cho biết.

Chánh Tường: Quan thư thất sắc,
      Khán kiến hồn kinh.
      May là có kẻ thông tin,
   Như chẳng biết, vạn quân đà hưu hĩ *rồi. Như*
chẳng gặp thư nầy mà công thành, địa lôi nó đốt, có
phải: Thiên quân vạn mã,
      Vô nhứt cá sinh[699].
Vậy thời:
      Hạ lịnh truyền quân tướng,
      Khá cẩn thủ sơn quan.
      Chờ nội ứng chi nhân,
      Sẽ hiệp công sơn thượng[700].

Xướng: Nghĩa Nương toan đặng mưu rồi,
   Mau tay ta viết tờ mây tức thì.
      Giao cho Vương Hổ một khi,
   Cứ theo kỳ nhựt công thành[701] cho ta.
      Hỏa lôi đầu pháo ở đông,
   Hai người giả khách ở ngoài đông môn.
      Tối mai nghe tiếng pháo lên,
   Chém quân lấy nước tưới đầu pháo đi.
      Hai người vâng lịnh bắn thư,
   Trở về đông hướng, chờ kỳ ra tay.
      Kiếm nơi ẩn trú ở mình
   Giả làm sợ giặc

麻空敢粱。正祥曰。權元帥戎封。老正祥是也自導坤

心未娘義發黔缸徊期。傳三軍分十隊兵除號砲玫墻殺

入唱曰。文緣施仍憂愁嚦咾卿体文恬占包爻畧爻

汲東門斬軍嗎斋山城兵燕移髮体仍官兵醒嚇買別夢

中過奇美娘喧呐晦連庄哈婆昨骏喬伴吃。文緣排訴鬐

婆娘卞帳焰夢苓婆喂虎竜應現悟苓及廿籠伏虎從運

些叉曰俺分歹不渚婆卞宗底婆神卜占之昨詳其卤

吉。异義娘曰卡大王俺盤歹不麻大王空信麻大王閒

大王欲占卦門明日此觀其所卜女体可承吾傳教立壹席

晏筵低傳彩女弹歌朱大王喜樂 文緣曰 吾今共爱

109   mà không dám về[702].

Chánh Tường: Quyền Nguơn Soái chức phong,
Lão Chánh Tường thị dã.
Từ ngày đặng tâm thư nàng Nghĩa.
Phút nay đã tới kỳ.
Truyền tam quân phân thập đội binh,
Chờ hiệu pháo công thành sát nhập.

Xướng: Văn Doan dạ những ưu sầu,
Mơ màng nằm thấy một điềm chiêm bao.
Một rồng, một cọp đông môn
Trảm quân mở cửa Sơn thành binh vô.
Dầy dầy thấy những quan binh,
Tỉnh ra mới biết mộng trung quá kỳ[703].
Nghĩa Nương nghe nói hỏi liền
Chẳng hay anh[704] ngủ hãi kinh chuyện gì?
Văn Doan bày tỏ trước sau,
Nàng bèn mừng rỡ, mộng lành anh ôi!
Hổ long ứng hiện điềm lành
Ấy là long phục hổ tòng vận ta[705].

Lại nói: Em phân làm vậy *chớ* anh ngại lắm,
để   anh thần bốc chiêm chi.
Ngõ tường kỳ hung cát *thôi mà!*

Nghĩa Nương: *Thưa Đại vương, em bàn làm vậy, mà Đại
Vương không tin, mà Đại vương muốn chiêm
quái*[706]. *Vậy thời để tôi làm tiệc Long Hổ cho Đại
vương khánh hạ đã!*
Đại Vương dục chiêm quái môn,
Minh nhựt sẽ quan kỳ sở bốc.
Thể nữ!
Khả thừa ngô truyền giáo,
Lập nhứt tịch yến diên *đây!*
Truyền thể nữ đờn ca,
Cho Đại vương hỉ lạc[707].

Văn Doan: Ngô kim dữ ái khanh,

真十分快樂、庄釗西施之色、可番蘇惠之才、異今心
直欣散天懞燮、卿興我。唱曰、假悉娘買孟其哦瓊瓊
摑哗勸逰文獣驢唱爽補符迷文緣旺沁醉它迷芒扲卞狀
瑭繼俺娘所俺無價無歲俺喂曩要吟亟矼俺咡
侉白鄰間文緣如体刻、王迷娘姐巳諾茹矼愛驢迷旺矼
醉未宮人扶頗荒俄拷安菱娘卞買他侯体女埃欣庄群
艾埃娘卞喂飯文獣魍靈麻朴荒俄迤衝欧些大炮輝遶
官哨呐炮圓纏攻城王竜王虎弒得鈷軍酒炮碼城兵
菱羅翠費嚴散三軍大乱英雄坤当文緣醒驢買哈役宅
至盆癖卢邛眨文緣卞曳遶哯埃孝還迆朴無荒俄喂咔

110   Chân thập phần khoái lạc *thôi*.
Chẳng kém Tây Thi chi sắc
Khá phen Tô Huệ chi tài[708].
Ngô kim tâm thậm hân hoan,
Thiên sử ái khanh dữ ngã[709].

Xướng: Giả lòng[710] nàng mới vui cười,
Chén quỳnh tay rót khuyên mời một khi.
Rượu ngon lại bỏ bùa mê[711],
Văn Doan uống lấy say đà mê man.
Tay bèn ôm lấy mình nàng
Thương em vô giá vô cùng em ôi!
Tuổi anh nay đã năm mươi,
Tuổi em ba sáu[712], thương thay vô hồi.
Văn Doan như thể Trụ vương
Mê nàng Đát Kỷ nước nhà mất đi[713].
Rượu mê uống đã say rồi,
Cung nhân phò lại giường ngà nghỉ an.
Nghĩa Nương bèn mới tha hầu[714]
Thể nữ đi hết chẳng còn một ai.
Nàng bèn ra sức một khi,
Lấy tóc mà buộc giường ngà đã xong[715].
Âu ta đại pháo đốt lên,
Quan nghe tiếng pháo tứ tung công thành.
Vương Long, Vương Hổ hai người.
Chém quân, tưới pháo[716], mở thành, binh vô.
Lâu la bốn phía vỡ tan
Tam quân đại loạn, anh hùng khôn đương.
Văn Doan tỉnh rượu mới hay,
Việc đà chí cấp, còn lo đặng gì.
Văn Doan bèn dậy chạy ra,
Ai ngờ tóc đã buộc vô giường ngà.
Ôi thôi

菩後馬叫兵辰細近痛麻脱身殂殢砲荒俄打其軍塘
埃麻盤當軍冰恪体如蜘靈辰被朴英雄拱收殯荒俚跟
塊兵俚鬆飯樓荒夷撒散喫哎諸將艾欺位些年後英雄
托筧艾侖恶料咟卢陂此二誦邓石盘拷頂美娘疑涎慈悲
虎侖失節貝缺缸娑悲除誓怨吕未托資名箭鞋添虎侖
情夫娑婦缸未艾徒竟債弋情朱重官让鉆歇娑羅皮吝
皮乳欣妠蚌偶買哈娘義托未咧朱志妠托資名賢情夫
姜婦君臣坦未買托让代益埃軍些悲急唎廟浪鑽錢糟
車衆城中 叉曰 下令傳軍士取火急燒城渚底娑反
賊兩岸 氏破城郭只實空地傳諸軍暫往山边明日壮道

111 khó nổi mở ra,
Binh thời tới cận phải mà thoát thân.
Hai tay ôm lấy giường ngà,
Đánh cùng quân tướng, ai mà dám đương.
Quân vây khác thể như ong,
Tóc thời bị buộc, anh hùng cũng thua.
Ôm giường Lía nhảy khỏi binh,
Lía chạy vào rừng, giường lại gãy tan[717].
Khóc than chư tướng một khi,
Vì ta nên nỗi anh hùng thác oan.
Một mình bảy liệu ba lo,
Âu ta nằm xuống thạch bàn nghỉ chưn.
Nghĩa Nương lụy nhỏ sầu bi
Hổ mình thất tiết với chồng đã lâu.
Bây giờ thù oán trả rồi,
Thác thơm danh tiết, sống thêm hổ mình.
Tình phu nghĩa phụ đã rồi
Một dây oan trái dứt tình cho xong.
Quan trên chém hết lâu la
Vừa lớn vừa nhỏ hơn năm ngàn người.
Mới hay nàng Nghĩa thác rồi,
Khen cho chí gái, thác thơm danh hiền
Tình phu nghĩa phụ quân thần
Đền rồi mới thác, trên đời ít ai.
Quân ta bây kíp vâng lời,
Bạc vàng tiền gạo xe về thành trung[718].

Lại nói: Hạ lịnh truyền quân sĩ,
Thủ hỏa kíp thiêu thành.
Chớ để sau phản tặc tái cư,
Ậy! Phá thành quách chỉ lưu không địa[719].
Truyền chư quân tạm vãng sơn biên,
Minh nhựt sẽ truy

112   tầm phản tặc[720].

Xướng: Văn Doan ngủ một hồi lâu
                Phút nghe lửa cháy Sơn thành, hãi kinh.
                    Thành trì nó đã cháy rồi
                Vợ con đã thác, ở đây làm gì.
                    Âu ta đi khỏi rừng nầy
                Kiếm cơm đỡ dạ, tái chiêu anh hùng.
                    Qua non một đổi hồi lâu,
                Nhìn xem chẳng thấy vậy âu một người.

Lại nói: *Tôi nghĩ lại thuở trước, tôi thấy nó nhan sắc mà tôi thương, chẳng nỡ giết nó. Đến nay nó hại vợ con tôi đã thác rồi. Chư tướng cũng không còn. Tôi nghĩ lại, thánh nhân nói rằng :*
                Mỹ sắc hồng nhan *là* tiện thị :
                Sát nhân chi kiếm[721] *là phải lắm mà*
                Tiền tòng ân ái, hậu đáo thành cừu,
                Khả tích anh hùng, như kim hà tại[722]?

Vãn: Hà tại cám thương chư tướng,
                Đoái Sơn thành, lụy nhỏ tuôn rơi.

Lại nói: Đoái thấy đăng quang nhứt điểm,
                Nhìn tường mao ốc nhị gian,
        Âu là: Lai đáo môn tiền,
                Khiếu tha tường vấn.

Tiều phu: Bạch lãnh san quê ngụ,
                Lão biểu tự danh Thôi,
        Như ta: Lạc đạo an bần hiền thánh trước[723],
                Cùng cư sơn lãnh rất thanh nhàn.
                Hôm mai vui với gió trăng
                Ngày tháng bạn cùng hoa thảo[724].

Lía, kêu: Cả tiếng kêu lão trượng,
                Ra mở cửa cho ta *nào!*
Xướng: Lão

雍嘌逹趂叶瑞卞鵐喬喕展唫埃。文縁欺氏跳亀祐戈老
文藏宅參逬吟浪幷扲山頭祂之瘱喕棱寃文㐱老浪音
笰清閗槍棱餕鮭戈得展崔文得通目关得爭都名利害。
命注喂縁浪冲脾出車古粘以福拖弄朱碎老蘸崔買吶
叶運饒夷及几饒侉台群旺察粘底埋屏屏卧可�朱
末文縁喧吶嘆洲体得善士帅悉可侉欺弱展庄及得細
黔失運侉台亀穷些朱㐌艾丐頭宪登官斎邘麻祂功老
蘸喧吶駿催沛注顛狂嗔注竣嗅縁浪老渚子難些寉山
城主將文縁失机些買細低体得苦對些朱丐頭頭尼價
泊蠃催朱卧先別和城獻功文縁卜卦征未命根毎細趣

113   Tiểu lật đật chạy ra
Tay bèn mở cửa, miệng thời hỏi ai.
    Văn Doan khi ấy bước vô,
Xem qua lão trượng tuổi đà tám mươi.
    Hỏi rằng, ông ở sơn đầu,
Lấy chi nuôi miệng, rừng hoang một mình[725]?
    Lão rằng, ý muốn thanh nhàn,
Củi rừng nuôi bữa qua ngày thời thôi,
    Một ngày thong thả một ngày,
Tranh đua danh lợi, hại mình chú ôi[726]!
    Doan rằng, trong ruột xót xa
Có gạo làm phước đỡ lòng cho tôi.
    Lão Tiều thôi mới nói ra,
Vận nghèo lại gặp kẻ nghèo thương thay.
    Còn ba sét gạo để mai[727],
Thôi thôi ngươi khá ăn đi cho rồi.
    Văn Doan nghe nói khóc ròng[728],
Thấy người thiện sĩ trong lòng khá thương.
    Khi giàu thời chẳng gặp người,
Tới nay thất vận, thương thay vô cùng
    Ta cho già một cái đầu,
Đem dâng Quan lớn đặng mà lấy công.
    Lão Tiều nghe nói hãi hùng
Phải chú điên cuồng, xin chú đi ra.
    Doan rằng, lão chớ nghi nan,
Ta thiệt Sơn thành chủ tướng[729] Văn Doan.
    Thất cơ ta mới tới đây,
Thấy người khó, đói, ta cho cái đầu[730].
    Đầu nầy giá bạc trăm thoi,
Cho ngươi đem xuống Hòa thành hiến công[731].
    Văn Doan bốc quẻ đã rồi.
Mạng căn đã tới

袞牢重。又曰
目達家敬觀吾鄉里阿朱耶
唱曰 吶崔蓝䮾辉辉袍刀
燕老丕麻拎殊老燕眛㐌聽䰟仁蹎跪郡諫干堯廁
又曰如碎
卡牲庄貪唐富貴庄簡字眾花赤傷代恒吞泰月
常有縁虛嗔性渚卦商麻辒羅漆眛。亦床 唱同 諫羅猪
可諫干碎竹君子文廟麻㐌文緣什將赤肝拎刀割古塊
宅遠天老藥群⃝陰諫干眛迻買体㳥湅殊真蹋卅文𣈘縣
賖買眛蹔𧵑趣麻報官令傳號將燒燕祧頭文俚究柴朱
瓷燕共諸將㗂㗂蹺賖麻眜空埃監斯。老藥吶䀡托羕
牢群蹺殊辰拎刀赤得𢧚欺齊肝𧘇斯祐𥙩買咍托羕𧘇

114 chạy trời sao xong[732].

Lại nói: *Xưa ta ở Sơn thành,*
Nhứt hô bá ứng,
Phú quí ai bì, *tới nay mà ta*
Hà diện mục qui gia
Cảm quan ngô hương lý[733] *cho đặng a!*

Xướng: Nói thôi mặt đỏ phừng phừng,
Lấy dao Tiều lão vậy mà cầm tay.
Lão Tiều sợ đã bay hồn,
Hai chưn quị xuống, gián can[734] nhiều lời.

Lại nói: *Dám thưa chú, như tôi:*
Chẳng tham đường phú quí,
Chẳng muốn chữ vinh huê.
có phải: Người đời hằng bỉ thái,
Nguyệt thường hữu doanh hư[735].
Xin chú chớ làm hung
Mà lòng già thêm sợ *lắm nào!*

Xướng: Thưa già chớ khá gián can
Tôi là quân tử một lời mà thôi.
Văn Doan là tướng có gan,
Cầm dao cắt cổ hồn đà qui thiên.
Lão Tiều còn hõi gián can[736]
Ngó lên mới thấy rụng rời tay chưn.
Bò ra một đổi xa xa[737],
Mới dám đứng dậy chạy mà báo quan.
Lịnh truyền mười tướng theo Tiều
Lấy đầu Văn Lía đem về cho tao.
Tiều cùng chư tướng ra đi,
Đứng xa mà ngó, không ai dám gần[738].
Lão Tiều nói đã thác rồi,
Làm sao còn đứng, tay thời cầm dao[739].
Có người Đội Sáu lớn gan,
Lại gần xem hãn mới hay thác rồi.
Quân

些悲急祗頭。先登官欲斜得待叢軍人来細營前登頭交

俚官辻祐祥咧浪寇將赤肝見厄致命年埜英雄細赤益

老化身朱卟进鈝賞功老撫

又曰

唱曰 老燕欻禮尢来細年洧碎死官委群

娜馬屍得喷朱碎埴斜罪業

宸麻辰些朱卟来麻埴卻得

茹蔵使埒払斜佮羡侭朱乱恩 払釦尾注恪拮茹枕制令

傳沙梛梅頭官兵阻夷来奏圣皇嬰兎兎細朝中正祥衣

明攽奏圣皇殊拎文勅對辻圣皇補窜恭慷艾欺咧浪楊

義忠貞晷坦妾喏娄廿羡夫可併娘夷扥窜立少廟宇枕

尼平城封朱忠列羡娘底代朱別名得後来功勞老将正

祥太師封戢泪鑷賓朱王龍玉虎战擡斜身報國封少統

115   ta bây kíp lấy đầu,
Đem dâng quan lớn kẻo người đợi trông.
        Quân nhân về tới dinh tiền,
Dâng đầu Văn Lía, quan trên xem tường.
        Khen rằng thiệt tướng có gan
Kiến nguy trí mạng[740] nên trang anh hùng.
        Tới nhà Tiều lão hóa thân[741],
Cho ngươi mười nén thưởng công lão Tiều.

Lại nói: *Thưa Quan Lớn thưởng công tôi mười nén bạc,
Tôi lạy Quan Lớn.*

*Còn như cái thây người, xin cho tôi chôn, kẻo tội
nghiệp lắm mà.*

[Chánh Tường:] *Thời ta cho ngươi về mà chôn lấy
người[742].*

Xướng: Lão Tiều mừng lấy đem về[743],
Tới nhà sắm sửa chôn chàng kẻo thương[744].
        Nghĩa nhân cho đủ ơn chàng
Kiếm nơi chỗ khác, cất nhà ở chơi.
        Lịnh truyền làm quách mai đầu[745],
Quan binh trở lại về tâu Thánh hoàng.
        Phút đâu đã tới trào trung,
Chánh Tường y mão[746] vào tâu Thánh hoàng,
        Tay cầm một sắc dâng lên,
Thánh hoàng xem hẳn lòng mừng một khi.
        Khen rằng Dương Nghĩa trung trinh
Trước đền nợ nước sau là nghĩa phu[747].
        Khá thương nàng lại thác oan,
Lập làm miếu võ ở nơi Bình thành[748].
        Phong cho trung liệt Nghĩa Nương,
Để đời cho biết danh truyền hậu lai.
        Công lao lão tướng Chánh Tường,
Thái sư phong chức, bạc vàng thưởng cho[749].
        Vương Long, Vương Hổ hai chàng,
Liều thân báo quốc phong làm Thống

兵梨文梨武罪翠矜朱服職平猶旗民百官文武調封加
增一級沐調賞功悲除朕拱贖容傳先首絵反臣埃垓祐
戈朱別得代冤又加報理矣覩差得矜買鄧太平阿民共
樂王碎孟和　肴宦兜料　歎覩南朝安社稷太平天子
太平民。

116   binh

Lê Văn, Lê Võ tội xưa
Nay cho phục chức Bình Hòa chăn dân.
Bá quan văn võ đều phong,
Gia tăng nhứt cấp, thảy đều thưởng công.
Bây giờ trẫm cũng rộng dung
Truyền đem thủ cấp phản thần chôn đi.
Xem qua cho biết chuyện đời,
Oan oan gia báo lẽ trời đâu sai[750].
Ngày nay mới đặng thái bình
Muôn dân cộng lạc, chúa[751] tôi vui hòa.

Bá quan, loạn:

Kính chúc Nam trào an xã tắc
Thái bình thiên tử, thái bình dân[752].

CHÚ THÍCH 文參阮

1. Đoạn nầy viết xong năm 1985 [và đã đăng trên tạp chí Văn Học ở California, Hoa Kỳ, lúc đó] nên *thế kỷ nầy* có nghĩa là thế kỷ 20.

2. Giới thiệu dòng dõi và quê quán của nhân vật chánh sẽ xuất hiện. Thằng Lía sanh ở Phủ Qui Nhơn, địa danh nầy được nhắc đi nhắc lại nhiều lần. Cùng với vài yếu tố khác khiến ta nghĩ rằng tác phẩm chàng Lía nầy là *sản phẩm văn nghệ của Qui Nhơn tuy rằng nó được những người ở Gia Định chủ trương việc khắc in.* Theo thời gian phủ Qui Nhơn có thể thay đổi độ lớn nhưng không đi khỏi thành phố Qui Nhơn hiện tại. Điều đặc biệt là khái niệm về *phủ* Qui Nhơn và *làng* Qui Nhơn nhân vật trong truyện coi như giống nhau. Tờ 15 có câu: *Tao thấy mầy ở Qui Nhơn/ Làm vầy con ở một làng cùng ông.* Hai câu mở đầu nói quê hương của Lía và cho biết sự liên quan của ba địa danh: Phủ Qui Nhơn, huyện Phù Ly, miền Bích Khê. Vậy thì *Bích Khê ngày xưa thuộc về Qui Nhơn.*

3. *Lính trụ* 另柱: lính lựa, lính cẩm y, theo Huình Tịnh Của. Vậy thì nhà của Lía trước kia cũng vào hàng có chút của ăn của để vì *lính cẩm y* cũng thuộc loại khó được tuyển dụng. *Lính trụ thảy về* 另柱汰術: Lính cẩm y hồi hưu, mãn nhiệm. Sau nầy cha Lía chết đi nhà Lía mới lâm cảnh bần hàn.

4. *Thon von* 嗹唄 gian nan, cực khổ, đau lòng. Chữ nầy thời Huình Tịnh Của vẫn còn được hiểu rõ ràng nên ông Huình khi làm việc *bổn cũ soạn lại* không thay bằng chữ khác trong khi các bản Chàng Lía gần đây dầu sưu tầm được ở chính ngay Qui Nhơn hay những

vùng lân cận thì chữ nầy cũng **đã biến mất**. Không phải dư để nhắc lại là:

a- Nhà thơ Nguyễn Khắc Huề, thầy giáo dạy chữ Nho ở trường Nguyễn Đình Chiểu ngày xưa, mà cụ Trần Văn Hương trước đây nói mình từng được thụ giáo, có làm bài thơ *Đánh con* cũng có sử dụng chữ *thon von: Máu ai thấm thịt nấy thon von,/ Chẳng đã ôm lòng phải đánh con,/Trẻ dại cớ sao hay cứng cổ,/Già đòn ai chịu nổi ê trôn,/Tự nhiên cũng muốn theo trời đất./Bất giáo còn e thẹn nước non,/Nuôi dạy trông con nên tánh nết,/Trăm năm nối giữ phép nhà còn.* Nguyễn-khắc-Huề, báo Nông Cổ Mín Đàm số thứ 128, ngày 26 tháng chạp năm Quí-Mão (ngày 11 Février 1904), trang 5. Ông Huề cho đăng bài thơ và thêm câu mời mọc: *Xin các văn hữu có con họa chơi giải buồn.*

b- Trong bài văn Nôm chép tay chúng tôi may mắn có được gọi là *Lục Tĩnh Giáp Thìn Bão Lụt Vè* có câu: *Nước dâng chẳng có bao nhiêu/ Nhà thời cái xập cái xiêu cái còn/ Việc đời nhiều nỗi thon von/ Lạy trời cho đặng vuông tròn thời thôi.*

5. Giới thiệu tên đứa trẻ. Cái tên nầy sau nổi danh, người đời thường biết truyện đời của Lía dưới tên Vè/Chuyện Chàng Lía nhiều hơn cái tên Văn Doan quá bác học dầu chuyện chàng Lía khi khắc in được đề là *Văn Doan Diễn Ca.*

6. Ở nhà sống khổ cực nhưng Lía rất có hiếu, hái rau bắt ốc để nuôi mẹ.

7. Tự ý Lía xin đi ở mướn để mong được thêm tiền nuôi mẹ. Chí hiếu! Nên ghi nhận là Lía đi ở mướn chăn trâu lúc mới bảy tuổi thôi! Còn quá nhí!

8. Còn quá nhỏ mà Lía đã thức khuya dậy sớm lo việc dẫn trâu ra đồng cho trâu ăn uống mỗi sáng rồi chăn dắc trâu. Đời quá cực cho trẻ thơ! Chữ Nôm *đồng* 仝 khắc ván hơi sai thành *trùm* 仝. Chuyện sai nét như vầy thỉnh thoảng chúng tôi mới ghi ra thôi vì ngại quá rườm đối với độc giả không quen thuộc chữ Nôm và cũng chẳng ích lợi gì trong việc tìm hiểu nội dung.

9. *Để trâu ăn rong*底 犪唉搯: thả trâu tự do đi ăn không cần phải coi. Chữ *rong* 搯 có nghĩa là đi chỗ nầy chỗ kia, nay còn các từ *thả rong, bán rong, đi rong, rong chơi, rong ruổi*. Từ *ăn rong* hơi khó hiểu nên ông Huình thay bằng ý khác: *Để trâu tứ tán tây đông.*

10. Ăn trộm vặt vãnh mà thôi, nhưng chú ý là nó ăn trộm vì thương mẹ già yếu nghèo khổ.

11. Lúc nầy thì đã hơi lớn hơn chút đỉnh rồi, ăn cắp bầy gà phải là tay lão luyện mới làm được. Từ *thốt thôi* 説雀 trong thơ tuồng có nghĩa *đây nói về, đoạn nầy xin kể…* là thuật ngữ dùng để chuyển tiếp từ chuyện nầy sang chuyện khác.

12. Chi tiết nầy nói rằng Lía trộm cắp không phải làm theo lời mẹ dạy. Lía chỉ tự ý muốn tìm món ngon vật lạ cho mẹ mình thôi. Lòng thương mẹ nhưng làm chuyện khờ khạo của đứa con tuổi còn quá trẻ.

13. Kêu mẹ dậy, nói là thiên hạ giàu có, mình nghèo, nhưng mẹ cứ ăn đi đã!

14. *Phú dữ quí thị nhơn sở dục* 富與貴是人所欲: Giàu sang là điều người ta mong muốn. *Bần dữ tiện thị nhân sở ố* 貧與賤是人所惡: (Còn) Nghèo khổ là điều người ta không ưa.

15. Mẹ Lía giựt mình, thắc mắc.

16. Mẹ nào cũng vậy ngạc nhiên và thắc mắc khi thấy con mình mang về những thứ mà nó không thể có được cách bình thường.

17. Chủ nhà có tiệc nên kỉnh mẹ mâm nầy. Lía dối như người ta trọng kỉnh mẹ mình lắm vậy. Chữ *mâm* Nôm bản khắc không rõ nhưng cũng nhìn ra tự dạng chữ *mâm* 梭.

18. Bà mẹ không tin người ta cho mình món ngon vật lạ vì con mình chẳng là cái thá gì hết. *Kỉnh* 敬: kính; *kỉnh tao* 敬蚤: kính biếu tao. Nhắc lại, các chữ *tao* 蚤, *mầy* 咠 ngày xưa không có nghĩa thô thiển, ngang tàng như bây giờ, cha mẹ thương yêu con rất mực cũng xưng hô *tao mầy*.

19. *Tớ đầy*: Đầy và tớ, thầy và tớ.

20. Bổn phận con là gìn giữ, chu toàn công việc cho người ta. Chữ *gìn* bản Nôm nhòe, cũng còn đọc được phần 厪 với bộ *mịch* 纟 ở trước.

21. Bà mẹ bắt thóp được đứa con: Làm đầy tớ thì món ngon làm sao có được mà đem về. Chính thị là mầy ăn cắp của người ta mà mang về đây.

22. Chữ *quì thưa* cho thấy Lía rất kính yêu mẹ.

23. Nó nói ít nhưng mẹ nó hiểu: Con ăn cắp đây là vì mẹ không có món ăn ngon…

24. *Phú quí đa nhơn hội* 富貴多人會: Phú quí thì nhiều người đến. *Bần cùng thân thích ly* 貧窮親戚离: (Còn) Nghèo khổ thì bà con cũng xa lìa, không đến. Tình đời mà! Nói câu nầy thằng Lía đã thấm thía cái nhục của phận nghèo. Đây là mầm của những hành vi *bán trời* không văn tự của Lía sau nầy. Chữ Người tôi

(NVS) viết hoa vì nghĩ Lía muốn nói đến một thánh nhơn nào đó tác giả của câu nói trên.

25. Ngày hai·bữa ăn cơm thường, chỉ đủ no thôi, chẳng ngon lành gì. *Cơm tẻ*: Cơm nấu bằng gạo thường.

26. *Tôi* trong văn xưa không có nghĩa ngang tàng như ngày nay khi con cái tự xưng với cha mẹ. Trong trường hợp nầy ngày nay dùng chữ *con*. Huình Tịnh Của thay bằng chữ *con*, cho biết cách nói *tôi* với cha mẹ thời đó đã ít thấy.

27. Ăn trộm vì mẹ chớ không vì mình. Thương thay!

28. Bỏ về ăn cháo gà với mẹ bị người ta bắt trâu vì trâu đi lạc vô khu vườn của người ta.

29. Trâu đi lạc bị một nhà giàu tên là Tham Bình bắt. Xưa trong truyện hay tuồng cái tên nhân vật thường mô tả được tính cách của nhân vật, trường hợp nầy là tham lam.

30. *Xao xuyến* 嗃釦: Khua động, lộn xộn. Có thể giải thích bằng từ *láng cháng* của ngày nay. Chữ *xuyến* thường được dân chúng nói theo giọng Nam *xiến*.

31. Quá thất vọng vì sợ mất trâu luôn.

32. Tính vô xin lại mà nghe nói dữ nên sợ. Than thở: *Khốn tao làm vầy*.

33. Công thức than nguy khốn trong tuồng hát bội. Nhắc lại chuyện chàng Lía nầy là loại thơ-tuồng nghĩa là một thể văn phối hợp giữa thơ lục bát và tuồng hát bội.

34. Tinh thần trách nhiệm hay sợ uy quyền của chủ Lục Tường?

35. *Giáo khuyên* 教勸: ăn xin. Còn nói *khuyên giáo*: Thơ *Lục Vân Tiên*: *Sớm đi khuyên giáo tôi về quải đơm*.

36. *Nón cời:* nón rách, khờn, mòn, xấu. Đọc tạm là *cời*, bản Nôm mờ quá, hình như viết *cân* 巾 + *kiền* 虔. Nhưng viết như vậy thì không được chỉnh lắm, thông thường *cời* thường được hài thanh bằng kỳ, ta có 棋, 棋⋯.

37. *Học đạo Khổng Trình* 學道孔呈: Học trò. Lía nói mình là học trò cho dễ được tin.

38. *Trợn tròng con mắt* 睆 瞳 昆 相: Lõ con mắt ngó, ngó chăm chú để tìm hiểu, ghi nhớ ngoại cảnh vô trí.

39. Lía làm bộ ra đi khỏi nhà, nhưng thiệt sự đứng núp đâu đó để chờ cơ hội ra tay.

40. Một mình suy đi nghĩ lại [các phương sách]. *Vân vi* 云爲: nầy kia kia nọ.

41. *Tứ tung* 四 縱: khắp nơi, tức *tứ tung ngũ hoành* nói gọn.

42. Ngay từ nhỏ đã hành động hơi thô bạo khi bị lâm vô chuyện khó xử.

43. Kế hay thi hành được, vui quá!

44. Đã thấy cái nhục của kiếp làm người ở mướn nên quyết đi học văn võ. Cũng gọi là có chí, nhưng tiếc là Lía không đi hết đường đã vạch.

45. Đi về phía nhà mình. *Bắt mặt* là từ chuyên môn trong hát bội để chỉ đi về hướng nào. Khi nhân vật nói *bắt mặt* tức là từ giả ra đi.

46. Mau trở lại nhà để báo với mẹ là mình không muốn ở mướn nữa. Để ý thằng Lía ngay từ nhỏ đã **tự mình quyết định** những việc quan trọng cho mình như xin được đi ở mướn, xin nghỉ trở về, xin được đi học.…

47. Hai câu công thức của hát bội chỉ việc đi mau để đến đâu đó, tới địa phương nào đó.

48. *Thế sự dể tôi* 世事骴碎: Người đời khi dể, khinh thường. Huình Tịnh Của sửa lại hay hơn: *thế sự dễ duôi.* Sự sửa nầy cho thấy tác phẩm có trước thời Huình Tịnh Của hơi lâu để *từ đơn* trở thành khó hiểu.

49. Lía nó muốn học chữ, việc học võ sau nầy chỉ là hoàn cảnh thôi.

50. *Thầy nào dạy con* 柴巿呎昆: Thầy chạy mặt vì tiếng xấu đồn đãi vang danh từ lâu.

51. Chữ *nguyên* bản khắc viết bằng bộ mộc, theo Phan Anh Dũng (Huế), góp ý bằng email, là kỵ húy chúa Nguyễn Phúc Nguyên. Cũng là một gợi ý đáng để tâm, chúng tôi nghiên về giả thuyết người Nôm viết liên tưởng tới chữ căn 根 vừa viết trước đó.

52. Từ bỏ cách sống du đảng rồi mẹ ơi.

53. Người không học không biết nghĩa lý, đợi đến già thì làm gì được?

54. Mẹ Lía cũng biết con muốn học văn chương. Học văn chương là cách lập thân dễ dàng nhứt.

55. Cũng biết giựt dọc người ta ghét. Tôi thiên về ý cho rằng phần xướng nầy là **lời nói của Lía** dầu rằng câu văn rất khó cho ta xác định.

56. Cách nói của hát bội chỉ hai người cùng đi.

57. *Lại nói* và *vãn* ở đây là những kỹ thuật của hát bội để diễn tả sự đi.

58. Cha còn thì con nhìn theo cái chí của cha, cha mất thì hướng về những hành động xưa của cha, ba năm

không thay đồi (cái chí cái hành của cha) đó không phải là điều hiếu sao!

59. *Bắc nhìn* 比視, như chữ *bắc mặt* 比𩈘: quay về phía. Thơ tuồng Văn Doan nầy còn lại một vài từ nghĩa xưa kiểu *bắc nhìn* khiến ta tin tưởng tác phẩm xuất hiện thời các chúa Nguyễn.

60. *Trường trung* 場中: chỗ trường học.

61. *Con dại* 昆瘓: chữ nầy quá hay, xuất xứ từ thành ngữ *con dại cái mang*, nay không còn dùng nữa

62. Rủ nhau, ý mụ Lía muốn nói xưa nó cặp bè cặp bạn nên làm xấu, giờ thì hết rồi. Chữ Nôm *nhau* 繞 theo cách viết nầy - thường đọc là nhiễu- không hiểu là viết nhằm hay theo cách phóng túng.

63. Chữ *muốn* 悶 sai thành *mọn* 閅.

64. Lời thầy dặn ban đầu là thờ cha thờ thầy, lo học hành để lập thân sau nầy phò vua giúp nước. Dạy thì dạy vậy nhưng lòng trò thì trò biết!

65. Bà mẹ trước khi từ giả con cũng đã dặn bão hết lời.

66. *Xin gởi*, bản Nôm viết lộn vị trí thành *gởi xin*.

67. *Giò hoa* 蹺花: Cái chưn gà phơi khô, thầy bói dùng để bói tốt xấu cho khách, bọn trộm cướp cũng thường dùng để coi hướng và giờ xuất hành mỗi khi sắp ăn hàng. Niềm tin xưa không có căn bản khoa học, chỉ cốt tạo thêm lòng tin rằng sẽ may mắn lúc ăn hàng mà thôi.

68. *Một khi* 叓欺 có nghĩa là liền, tức khắc.

69. *Giò hoa dầu mất* 蹺花 油杗: Nếu giò hoa bị mất. *Dầu* 油: Chữ xưa có nghĩa như chữ *nếu*, còn vết tích trong tuồng và câu hát đưa em: *ví dầu* với nghĩa *nếu mà*....

Lía dặn mẹ cất bửu bối *giò hoa* vì nghĩ rằng mình cần phải có đường rút lui sau nầy. Chuyện học hành coi vậy chớ chưa có gì chắc chắn.

70. Tánh Lía coi vậy vẫn còn xạo sự. Để ý vần điệu chỗ nầy lộn xộn cho nên truyện thằng Lía thường được gọi là *vè thằng Lía*. Ngày xưa các người giới thiệu truyện nầy không chịu được những chỗ thất vận nên sửa lại nhiều khiến cho truyện không còn tính nguyên thủy của nó. Chúng tôi cho rằng bản Nôm gần với nguyên bản nhứt nên phiên âm theo từng chữ ngay cả chữ thất vận, không hay..

71. Thằng Lía lẻo mép, chữ *ông* nầy nó nói để vui lòng thầy: Người ta đến đòi tiền thì thẹn cho mẹ và cho thầy học. Gọi bằng ông vì chưa chánh thức được nhận làm học trò.

72. *Ăn nói trớ trênh* 咹吶詐貞: Nói qua cũng được nói ngược cũng xuôi. Ngoa ngôn xảo ngữ.

73. *Dặn mẹ mầy về mà cất có khi* 吲媄咃術麻拮故欺: Dặn mẹ mầy về tìm dịp mà cất đi. *Có khi* 故欺: lựa lúc lựa dịp, lúc, dịp... Chữ *có* viết Nôm bằng *cố* 故, ít thấy.

74. Kẻ làm điều xấu như cục đá mài dao, không thấy bị xuy xuyển liền nhưng dần dần thì bị khuyết lõm. Kẻ xấu từ từ sẽ thành người ác độc.

75. Xưa lò dạy võ ở Bình Định đã phát triển thiệt mạnh mẽ rồi mới có trường học võ tới số hai trăm học trò.

76. *Làm song/xong* 濫双: Nhóm chữ xưa, tôi cho là tiếng chỉ thời quá khứ. *Thằng Lía chẳng sợ một trò, làm song*: Nó đã chẳng sợ đứa nào hết. Theo Huình Tịnh Của thì từ tổ này có nghĩa là *làm đôi, thành đôi*. Áp dụng vào trường hợp nầy thì thành vô nghĩa!

284

77. *Tập nhảy hàng rào* 習跙行槽: tập phóng qua chướng ngại cao, có thể là thằng Lía tính trước bước đường sau nầy chăng. Chữ (hàng) *rào* bản Nôm dùng chữ *tào* 槽, chưa thấy ở đâu dùng.

78. Văn lúng túng chỗ nầy. nói chung thơ chàng Lía như là vè vì những câu như thế nầy.

79. *Trừng chiêm nam bắc thị vô văn* 澄祜南北是無聞: Mở mắt ra nhìn tứ phương đều không thấy Lía. Chữ *chiêm* phần *bộ mục* 目 bị sai thành *bối* 貝.

80. *Trò giám* 徒監: trưởng tràng, học trò giỏi nhứt trường, được thầy cử lo lắng mọi việc học hành của các trò khác giúp thầy.

81. *Trò biện* 徒卞: học trò giúp thầy coi về việc bài vở, sổ sách.

82. Cho một lồng gà, *một bội gà*, chứ không phải chỉ cho một vài con. Thằng nầy bây giờ khá ha!

83. Chữ *rồi* 耒, bản Nôm viết bằng *lai* 來. Một hai quyển sách xưa có trường hợp nầy, chẳng hạn quyển *Quan Thế Âm Chân Kinh*, tất cả chữ rồi 耒 đều khắc bằng *lai* 來.

84. *Dễ ngươi* 𥛕卧: khinh thị coi thường.

85. Nguyện một chết một sống. Dọa sanh tử. Nói vậy thôi chứ học trò một thầy mà giết nhau sao đành.

86. *Làng cang*: Cây chặt vắn vắn, vừa cầm mà quăng.

87. Buộc lòng lắm mới sửa là *lại*, chữ Nôm *thời* 辰.

88. *Tiền câu tra* 錢句查: tiền đòi người chứng, người liên quan đến nội vụ. Đi kiện tới làng, phải có tiền câu tra (tiền tra lễ), có tiền ấy làng mới chịu làm việc

(theo Huình Tịnh Của). Giống như chuyện *đầu tiên* thời nay! Nhưng tiền câu tra thuộc về làng, không phải thuộc về một viên chức.

89. *Cất gánh* 拮揯 bản nôm khắc lộn vị trí thành *gánh cất* 揯拮.

90. Sợ sanh chuyện lớn Lía bèn bỏ đi trốn. *Tị tử* 避死: Trốn cho khỏi chết. Cũng như *tị nạn* là trốn cho khỏi tai trời ách nước đổ lên đầu.

91. Cả hai câu cùng một ý: Mau mau chạy trốn để tìm đất sống!

92. Bà già *biết thóp* của thằng con nhưng cũng hỏi coi nó nói sao!

93. *Một lẫn một già* 没吝没襟: Càng lúc càng già lẫn. Già quá.

94. *Cơm ăn chẳng đặng thịt xương gầy mòn* 柑唵庄邜𦨂䯋瘝痾: Lo lắng quá, ăn uống không được nên ốm gầy, trơ xương. Chữ *xương*, bản Nôm viết bằng nhục cốt [肉骨], đó là cách viết rặc Nôm dầu rằng *xương* đã có sẵn từ chữ Hán.

95. Chẳng thương mẹ già nên nó làm cho bà lo lắng suốt đời. Tánh lung ham trộm cướp và gây sự dầu là rất chí hiếu.

96. *Tánh lung* 性𧍞: Tánh dữ dằn, buông lung, thả cửa không biết kiêng sợ. Truyện Hứa Sử, trang 44a: *Đàn bà con gái đến trào nguyệt kinh, Cùng khi lâm sản thai sanh, Cứ một lung tình bậy vứt giếng sông. Lung tình* như *tánh lung* ở đây.

97. *Hiếu thuận hoàn sanh hiếu thuận tử* 好順還生孝順子, *vô phước sản xuất ngỗ nghịch nhi* 無福産出忤

逆 兒: Mình hiếu thuận thì sanh được con hiếu thuận, mình vô phước nên sanh ra con ngỗ nghịch.

98. Biết con có hiếu, thương mình, mẹ dọa tự tử để cho nó sợ mà nghe theo lời dạy.

99. *Thọ yểu* 受夭: sống đời sống ngắn ngủi. Bản Nôm có quyền viết chữ đồng âm, dầu rằng chữ Hán đã có. *Thọ yểu* 壽殀 mới chỉnh, dầu rằng hai chữ *yểu* 殀 và *yểu* 夭 thông nhau..

100. Bản Nôm viết *a nọ* 阿奴. Không thấy cách xuống giọng nầy trong tuồng hát bội, ngờ là *a mẹ* 阿媄.

101. *Cút côi mẹ ở hàng lang* 骨嵬媄於行榔: Mẹ ở một mình đơn chiết trong sập quán của chợ. *Hàng lang* 行榔: Hàng bán trầu cau – ngủ thớt thịt, sạp cá, đình cầu.. không có nhà cửa đàng hoàng. *Cút côi* 骨嵬: một mình, đơn chiết. Ngày nay *cút côi, côi cút* bị hiểu nghĩa hẹp hơn, chỉ đứa trẻ không có cha mẹ, sống một mình.

102. Đưa ngựa ngày xưa trong truyện nầy như bây giờ chạy xe ôm chạy taxi, cung cấp phương tiện đi lại cho bộ hành.

103. Vừa nói xong… Bản Nôm khắc thiếu chữ *phút* 發.

104. *Dầy dầy* 移移: Chào rào, om sòm.

105. *Thắng* 勝 [ngựa]: sửa soạn dây cương, yên, hàm thiết sẵn sàng để cho mướn ngựa…

106. Thời nầy nói *ngựa hắc*, tự điển của Huình Tịnh Của không có từ nầy, chỉ có từ *ngựa ô*, được giải thích là ngựa đen lông láng, từ đây tôi suy ra truyện Văn Doan được sáng tác thật lâu trước khi Huình Tịnh Của làm từ điển nầy, thời sau chúa Sãi Nguyễn Phúc

Nguyên và trước khi Nguyễn Ánh lên ngôi vì các chức vụ trong chuyện như Chưởng Vệ… thời nhà Nguyễn không thấy.

107. *Ngựa Thiên Lý Mã* 馭千理馬, tên chung, chỉ giống ngựa hay có thể chạy ngàn dặm không mệt.

108. *Sai viên* 差員: Công sai, viên chức nhỏ.

109. Thằng Lía nầy như các bợm bảy chợ trời trôi nổi ngày nay. Lấy tiền khách rồi trốn mất. Chữ *lấy* 祉 như trường hợp trước, viết sai thành chữ *trẻ* 祉!

110. *Noi điểu đạo bôn phi* 跬鳥道奔彤, *vọng lâm trung trực khứ* 望林中直去: Chạy thẳng (theo đường chim bay) vô rừng. Trốn!

111. Câu *công thức* của hát bội, chỉ hành động chạy ngựa của nhân vật trong tuồng. Cỡi ngựa chạy mau, không nề nguy hiểm…

112. *Sai viên* nói trên, tiếng kêu tâng các viên chức nhỏ.

113. *Tao đợi thằng nầy đứng đã mỏi chưn.* Câu rất là hay, tả thực theo kiểu nhà văn đời nay. Chữ *chưn* 蹟 viết bằng *chưng* 徵 thường thấy ở các bản khắc của Phật Trấn, giọng Nam, chữ Nôm của miền Nam.

114. Chuyện vái van ông Địa ông Làng, cúng heo có từ trước đến giờ vẫn còn, tuy rằng nhiều người vái rồi lờ luôn việc cúng.

115. *Chạy u về nhà* 趙毆術茄: chạy một hơi, một mạch về nhà. Bản Nôm viết *âu* 毆, đọc *u* theo từ ngữ còn dùng đến ngày nay: *chạy u, chạy u một mạch, chơi u Mọi*…

116. Câu công thức của hát bội nói phi ngựa về nhà.

117. Nhìn bốn đường tứ hướng để chạy cho mau.

118. Về tới nhà thì đã *canh hai* 更試, cũng hơi khuya, từ 9 tối đến 11 giờ khuya.

119. Không thích làm kẻ *"chạy xe thổ nữa"*. Làm nghề nầy hạ tiện người ta khi dễ. Câu văn quá gọn nên dễ sanh hiểu lầm khi mới đọc qua!

120. Xưa có chữ *thầy khóa, anh khóa*, chỉ người học trò.

121. Hưu khứ, vật hành 休去勿行: Đừng đi, đừng đi!

122. Mẹ già đã ngoài 70, con mới 16. Con số nầy chỉ có tính cách tượng trưng, nói mẹ già con còn bé bỏng. Bà mẹ nói rằng sau nầy bà ở một mình có chuyện gì ai lo cho mẹ… *Tư trợ* 私助: Giúp đỡ.

123. *Phụ mẫu tồn bất khả viễn du* 父母存不可遠遊: Cha mẹ còn sống không nên đi xa. Đi xa là không lo cho cha mẹ già, là bất hiếu. quan niệm ngày xưa còn đúng với một vài trường hợp ngày nay.

124. *Mai sau con về có thấy mẹ đâu* 埋娄昆術固體媄堯: Tao ở lại hàng lang đói khát, chừng mầy bợ được cái công danh về thì tao đã chết mất xác rồi! Đại ý bà nói như vậy, nhưng giọng hiền và tha thiết hơn nhiều! Một tiếng chép miệng phân trần thiệt dễ thương của mẹ hiền.

125. *Dưỡng nhi đãi lão* 養兒待老: Nuôi con là chờ đợi được giúp đỡ lúc già. *Tích cốc phòng cơ* 積穀防饑: (Cũng như) người chứa thóc gạo là để phòng khi đói kém.

126. *Cam La thập nhi vi thừa tướng* 甘羅十弍爲承將: Cam La đổ đạt sớm, làm Thừa Tướng lúc 12 tuổi. *Khương Tử thất thập vi công hầu* 姜子七拾爲公侯: Còn Khương Tử Nha thì 70 mới được chức công hầu. Văn Doan nói điều nầy có nghĩa là sớm muộn gì có

tài thì cũng được thành đạt thôi, con muốn đi học văn chương để được thành đạt. Đã quyết chí!

127. *Sách xưa lời đã rành rành* 册習例饱伶伶: Sách xưa đã nói rõ ràng. Chữ 例 đọc *lời/rày* ở đây đều thích. Chữ *rày* như một từ xác định, quả quyết. Chữ *lời* làm cho câu văn yếu đi, *sách viết không thể là lời.* tuy nhiên phải đọc *lời* vì nếu đọc *rày* thì phải nói bản Nôm khắc sai là chuyện chủ quan và bất đắc dĩ.

128. *Hậu giác học đòi tiên giác* 後覺學隊先覺: Kẻ biết sau bắt chước theo kẻ biết trước. Người đi sau học cái khôn của tiền nhân.

129. *Cho con đi một phen nào* 朱昆移沒番帋: Cho con được đi học một lần nha mẹ! Tiếng năn nỉ dễ thương ghê! Chí thiết và nhỏ nhẹ của đứa con có hiếu!

130. *Lạy mẫu từ an tại lư trang* 穛母慈安在芦莊: Lạy chào mẹ ở an lành tại lều tranh… Câu *thiệu công thức* của tuồng hát bội dùng khi từ giả, kẻ đi – câu đầu - người ở lại – câu kế tiếp.

131. *Khoăn khoái* 寬快: lo lắng, buồn rầu tưởng nhớ. Từ *khoăn khoái* là từ xưa ngày nay không còn dùng nữa. Ngày nay chỉ còn từ *khoan khái* 寬快 có nghĩa là *vui thích, sung sướng trong lòng*, chữ Nôm viết như nhau. Cả câu: Xin mẹ an nhiên ở lại, kẻo lòng con buồn bã khi ra đi! Dễ thương ghê! Thơ chàng Lía có những *từ xưa* như thế nầy khiến ta có lý do hơn để tin rằng tác phẩm ra đời vào thời các Chúa, sớm lắm là thế kỷ 18.

132. *Làm người có thạnh có suy* 夕得固盛固衰: Đời người có lúc thất bại, có lúc thành công, lúc hèn, lúc sang. *Thảo thân dốc báo, mười ân lo đền* 討親篤報 迶恩忩坤: Nhưng mà phải lo báo đáp nghĩa mẹ,

công cha. Lời xác quyết chắc nịch về *chữ hiếu* của chàng Lía, một trong những yếu tố khiến người đời thích Lía.

133. *Can là cũng phải* 干九拱沛: Cản không cho đi cũng là đúng. Chữ *can* 干 là chữ đặc biệt *khi đứng một mình*, phổ biến ở Miền Nam và phía nam của Miền Trung, khó thấy trong tác phẩm miền khác.

134. Câu văn nầy là công thức hát bội chỉ *sự đi đường* hay *đi đã đến nơi*. Bản Nôm khắc nhằm, lập lại chữ *trang* 莊 thay vì chữ *phút* 發!

135. *Chốn trường an* 準坿安: Nơi đô hội, ngoài nghĩa kinh đô Trường An 長安 của Trung Quốc xưa.

136. *Phố phường ta dạo* 舖坊些蹉: Thưởng thức cảnh đô hội của người ở xa xôi đến. Bản Nôm viết *dung phường* 庸坊 không biết là gì, người nào đọc trước đã sửa thành *phố phường* 舖坊, tôi nghĩ là đúng, chữ *dung* 庸 có thể là do khắc lầm từ chữ *phố* 舖 hay 庸.

137. *Tiền hô hậu ủng uy nghi* 前呼後壅威儀: Quan đi rất uy nghi, phía trước có hô dẹp đường, phía sau có canh phòng.

138. *Náp* 鎝: giáo mác (lù náp).

139. *Chờ cho tan buổi hầu mà trở ra* 除朱散貝候麻阻罢: Chờ cho quan Chưởng Nhuận trở ra sau khi tan buổi hầu. Chuyện chàng Lía thỉnh thoảng có những câu tối nghĩa như thế nầy, chịu ảnh hưởng của văn phạm ngày nay ta thấy đó là khuyết điểm, nhưng cách nói như vậy phổ quát trong dân gian người đọc/người nghe hiểu không sai, không khó. Chuyện bình thường.

140. *Những là* 仍北, tiếng đưa đẩy cho xuôi vần xuôi câu, không mang nghĩa gì đặc biệt.

141. *Đói no* 㤬炒: Khi đói khi no, ăn uống bữa có bữa không. Than khổ để tạo tình thương nơi người đối diện.

142. *Nễ phụ mẫu trú hà thôn quán* 你父母住何村貫: Cha mẹ mầy quê quán tại đâu? *Tha cư ư hà xứ dưỡng thân* 他居於何處養身: Họ sống ở đâu vậy?

143. *Nhờ thầy đội dưỡng thân tháng ngày* 洳柴隊養身朒導: Một tiếng nói mát ruột người, chưa chi mà nó đã *ca bài con cá* nên thầy đội thương tình giúp nó hết lòng.

144. Tiếng *một làng* 爻廊 lập đi lập lại như tiếng kêu gọi thân thiết với người cùng xứ sở quê hương.

145. *Con trẻ nhà người như thể cháu tao* 昆祉得茄導如體招蚤: Câu nói thiệt có lòng, dễ thương cách gì cái ông quan lớn có lòng nhân nầy. Chuyện không phải dễ thấy ở đời nay!

146. *Ở ăn kiêng nể thưa trình khôn ngoan* 於唉堅你疏呈坤頑: Khuôn phép. Cái khôn của Lía là biết làm cho người trên thương mến.

147. *Tam sai bua việc nhà quan* 三差補役茄官: (Thằng Lía) được coi như nha môn, làm việc do quan lớn giao phó. Theo Huình Tịnh Của, *bua việc* là công việc, *bua quan* là việc quan. Tự điển Huình Tịnh Của viết *bua* 哺, bản Nôm viết bua 補, thường người ta dùng chữ *vua* để đọc bua 喬, 祠.

148. Quan Chưởng Nhuận nầy cũng ghê lắm, không biết cho vay từ bao giờ mà tiền lời đã tới 50% vốn rồi, hai trăm quan thành ba trăm quan.

149. Muốn có lính đi theo mình cho oai vệ Lía đặt chuyện nói như thiệt: *Hễ là* 係冘…

150. *Đường sá bất bình* 塘舍不平: Chuyện nầy kia kia nọ lôi thôi, như cướp trộm, mất tiền vì hơ hỏng… Lía sợ những tác nhân bên ngoài mà quên tác nhân bên trong của Lía như bất cần, sa đà trong việc rượu chè cờ bạc.

151. *Mạc đạo xà vô giác* 莫道蛇無角: Đừng nói rắn không có sừng. *Thành long dã vị tri* 成龍也未知: Thành rồng rồi mà ta không hay đó thôi. Ý Lía muốn nói là bây giờ mình ngon lành rồi, bảnh tỏn rồi, không phải là thằng nhóc cù bơ cù bất nữa. Đi có giấy quan lớn, có lính hầu, có quyền hạch xách người thiếu nợ….

152. Câu văn công thức của tuồng hát bội cho biết đường đi đã tới, đây là tới Qui Nhơn. Chữ *đoái* 睨 bản Nôm khắc nhầm thành chữ *thuế* 税.

153. *Hễ là đòi nợ phải làm cho nghiêm* 係冘隊安沛宀朱厳: Thằng Lía biết cần phải làm nghiêm để người ta sợ mà trả tiền, nhưng chính Lía không nghiêm được, rượu thịt làm cho Lía sa đà vô cờ bạc đến nỗi phải bỏ trốn…. Biết dễ làm khó lắm thay!

154. *Chủ nợ* 主怓 nghĩa xưa là *người mắc nợ* - ông ta sợ quá khi có người của quan tới đòi nợ- nghĩa nay nghịch hẳn lại, *chủ nợ* là người có tiền cho người khác vay, mượn.

155. *Tao tới đây rày đòi nợ nhà bây* 蚤細低屌隊芽茹悲:
Tao tới nhà tụi bây đòi nợ. Giọng nói thiệt là kẻ cả,
trịch thượng: *tao , nhà bây, nhà ngươi*…. Lía biết vai
trò của mình, khi cần thì làm oai…

156. *Khế* 契: giấy làm chứng về sự vay mượn mua chác

157. *Thua hết bao nhiêu* 收歇包饒: Tính sổ lại coi thua
bao nhiêu rồi, để trừ lại tiền thiếu. Chữ *thua* 收 bản
Nôm khắc tương tự như chữ *nhớ* 忖 hay chữ *nợ* 仅.
Thua 收 ở đây hợp nghĩa hơn.

158. *Trường biên tôi bỏ ông kêu* 坦編砰補弅叫: Sổ sách
chép số nợ do tôi bỏ bàn toán khi ông kêu lên số tiền
thiếu. *Trường biên* 坦編: Sổ sách biên góp các việc
(sổ trường), sổ nợ, sổ đen.. Bàn toán Tàu khi một con
số kêu lên thì người có trách nhiệm bỏ bàn toán, cuối
cùng tự nhiên các số đó được cộng lại, máy vi tính
Tàu.

159. Thua thiếu nhiều hơn tiền nợ cần đòi, thiên hạ còng
đầu lại chớ chẳng chơi! Tiếc là bản văn không nói vì
sao mà Lía lại thoát được cái vòng vây của nhà mình
mắc nợ do thua bài, nói kế gì đó của Lía làm cho họ
la làng truyện sẽ hay hơn.

160. Gà mất con hay gà mất mẹ? Đằng nào thì cũng lăng
xăng, tở mở không biết làm gì cho đúng, chỉ việc
chạy tới chạy lui, kêu tở mở…

161. Đúng rồi, mới hôm qua là vinh, sáng nay thua hết
tiền tử là nhục quá đi chớ!

162. Nhắc lại, trong hát bội, vãn thường là câu hát để *nói
chuyện đi đường*. Đây Lía trốn về nhà mẹ. Nôm khắc
chữ *thương* 仿 hay 伤 sai lạc thành ra chữ *tính* 併.

163. *Thiên hữu phong vân mạc trắc* 天有風雲莫測, *nhơn khởi vô họa phước nan lường* 人起無禍福难量: Trời còn có gió mưa khó đoán định, con người há lại chẳng có họa phước không lường hay sao?

164. *Phước chí tâm linh* 福至心靈, *họa lai thần ám* 禍來神暗: Phước đến thì mình sáng dạ đón nhận, còn họa đến thì thần ám mình ngu muội nên lảnh đủ. Văn Doan than mình ngốc nên chơi bài khiến nên nỗi!

165. Đổ thừa cho nhà nghèo [nên phải lang thang nơi nầy nọ,] chẳng được ở kế bên để trả hiếu cho cha mẹ!

166. Về đến nhà mẹ, không xa lắm mà đã nửa khuya thì chắc là Lía thừa lúc đêm tối bỏ nhà họ trốn ra đi!

167. Chuyến, Nôm dùng chữ Hán *chiến* 戰, thấy hay hơn chữ *truyện* 傳. Dân Nam bộ nói: *chiến(g) nầy*, chớ không nói chuyến nầy. Miền Nam, chữ Nôm *chiến* 戰 và *chuyến* 傳 thông nhau.

168. *Tôi một băng ngàn* 碎义冰豻: Tôi đã quyết định ra đi, trốn!

169. *Mắc tiền quan* 相錢官: Làm thâm thủng tiền của quan. Thâm thủng công quỹ còn đỡ hơn, chẳng có ai nóng ruột!

170. Nếu có bề nào (mẹ chết) thì chẳng thấy mặt con vì con phải đi trốn, không gần mẹ được. Thằng hiếu hạnh dữ tề! Chữ mặt 糆 bản Nôm viết mặc 黙, cũng là chuyện bình thường ở Miền Nam. Xin lập lại ở trong Nam các chữ *có vẽ sai chánh tả* là chuyện thường tình, người viết tự nhiên dùng và coi là đúng phép.

171. Câu nầy và câu ca dao sau tương tợ về ý: *Con ơi học lấy nghề cha / Một đêm ăn trộm bằng ba năm làm!*

172. Nhóm chữ *đừng có nói hung* 仃古吶㘰 quá hay! Đừng có nói giọng dữ! Nói giọng dữ sẽ kéo theo hành động hung đó con. Kết quả của hành động hung là việc bi thương cuối đời của Lía! Bà mẹ già hay thiệt tình!

173. *Nhựt nhựt đãi khách bất bần* 日日待客不貧: Ngày ngày đãi khách cũng không nghèo. *Dạ dạ thâu tài bất phú* 㖠㖠收財不富: Đêm đêm thâu tiền vô (cướp trộm) cũng không giàu. Mẹ khuyên can con không nên trộm cướp mà nên hào phóng. Tiếc là Lía chỉ nghe lời mẹ về sự thực hành hào phóng, nhưng còn cướp giật thì hoàn cảnh đẩy đưa không thể chừa.

174. *Nhơn tham tài tắc tử* 人貪財則死: Con người ta tham tiền thì chết. *Điểu tham thực tắc vong* 鳥貪食則亡: Chim tham ăn thì mất mạng. Lời khuyên chừa tánh tham.

175. *Tróng* 枡 đồ đóng chưn, cột chưn (tróng chó) kẻ có tội– *đóng tróng, mang tróng*: Thọ hình. Đem tróng đem gông về nhà tức là tạo tai họa cho gia đình do mình làm bậy.

176. *Vi phú bất nhân* 爲富不仁: Làm giàu mà bất nhân, bất nhân để làm giàu. *Tổn nhân lợi kỷ* 損人利己: Làm tổn hại người khác để lợi cho mình. *Dân tán tụ tài* 民散聚財: Dân thì tang hoang mà tài sản thì tụ lại cho họ. *Tham quan trá hiểm* 貪官詐險: Bọn tham qua hung hiểm, dối trá. Những bọn đó thì không cướp để tiền cho chúng làm gì phí đi.

177. Đứa con trước hoàn cảnh của mình quyết chí làm lại cuộc đời theo cách thế riêng của nó, bỏ qua lời gián can của mẹ già mà nó rất thương yêu. Có ai hiểu được sự đau lòng của Lía trước sự quyết định nầy?

Lía một băng ngàn, chỉ sự quyết chí ra đi của Lía. Chữ *can* 干 bản Nôm khắc sai thành *thiên* 千.

178. *Thiện ác đáo đầu chung hữu báo* 善惡到頭終有報: Làm thiện ác rồi thì chung cuộc đều có báo ứng. *Cao phi viễn tẩu dã nan tàng* 高彩遠走也難藏: Có chạy xa cách mấy thì cũng không trốn khỏi. Đời có báo ứng, phải theo lẽ trời mà ở cho phải đạo. Thằng Lía hiểu mẹ mình nói phải, dạy phải mà đường đời xô đầy nó đi vào con đường khác lần lần từ chút, từ chút một đến khi không thể trở đầu ra được nữa.

179. Thằng Lía nói *túng mà phải đi*, có thể hoặc là không muốn nói rõ hơn chữ ăn cướp, cũng có thể thợ khắc nhảy hai chữ *ăn cướp sau chữ ra đi*. Tôi thiên về hiểu theo lý do thứ nhứt vì biết đâu Lía muốn nhắc đến thành ngữ *túng thì phải tính!*

180. *Vọng lâm sơn trực khứ* 望林山直去: Nhắm rừng núi mà thẳng vô. Đi trốn, đi tìm lục lâm thảo khấu, bước đầu của sự nghiệp ngang tàng!

181. Đặc biệt trong thơ tuồng Văn Doan nầy các địa danh đều thuộc địa phương Việt Nam. Một điểm đáng khuyên son. Hầu hết tác phẩm xưa địa danh đều thuộc Trung Quốc. Đáng buồn và đáng trách biết bao! *Non Bến Đá* 漺渡砳: Núi Bến Đá, không biết địa danh nầy ngày nay có còn không, vật đổi sao dời!

182. *Tới đà vừa hết tiền thì sạch trơn* 細它皮𣳮錢辰湃莊: Cạn vốn! Câu văn lượm thượm nhưng không phải dễ tìm như nhóm chữ *tiền thì sạch trơn* ở tác phẩm thế kỷ 18, 19. Chữ *sạch trơn* bản Nôm viết bằng *sạch trang* 湃莊, cũng là do ảnh hưởng cách *phát âm địa phương* thôi.

183. Tiệc bày cơm cá ê hề một mâm 席排餡魰衣兮文樱: Kêu dọn cho nhiều ăn uống phủ phê, Lía tính trước trong lòng rồi, ăn giựt thì cũng phải cho đáng. *Ê hề* 衣兮, chỉ đồ ăn thức uống nhiều. Thơ Lục Vân Tiên: *Quán rằng thịt cá ê hề!* Bản Nôm viết chữ *mâm* bằng *bộ thủ* 扌 thay vì *bộ mộc* 木, là cách viết phóng khoáng, không cần theo sát qui tắc.

184. Chưa biết cách tính tiền xưa. Một quan là 60 đồng. Nhưng tôi chưa biết một *tiền* 錢 xưa ăn bao nhiêu *đồng* 同. Đại khái ở đây là anh chàng chẳng đủ tiền trả. Ngày đó không có cảnh *cơm tù* ở các địa phương hẻo lánh như ngày nay – vô quán là họ bao vây lại chẳng cho ra - , nếu không thì thằng Lía đã bỏ mạng sa trường rồi bởi vì lực lượng an ninh quá mỏng không đủ để kiểm soát tụi chủ trương cơm tù.

185. *Quán nhân* 舘人: Người chủ quán, người trông coi quán. Chữ nầy mới thấy ở đây là một, thường người ta dùng *chủ nhân* hay *tiểu nhị*.

186. Chữ *la làng* 啰廊 cũng là chữ đặc biệt, gần đây đã mất. *La làng* là la lớn lên để cả làng nghe mà đến cứu, để chánh quyền của làng đến giải quyết xử phân. Người yếu thế cần giúp đỡ khi bị ức hiếp thì *la làng*. Chữ nầy ở miền Trung thường hay sử dụng có nghĩa là kêu vang.

187. Chúng tôi phiên chữ 碎 *tui* vì nghĩ là hợp với văn cảnh hơn là *tôi* quá trịnh trọng trong trường hợp nầy.

188. *Đá quán* 移舘: Đá đổ đồ đạt trong quán, kẻ ngang ngược hay người bất bình với quán thường *đá quán*. Người đọc bản Nôm trước ngỡ là *phá quán* 破舘.

189. *Tua khá phân nhau trở về* 須奇分燒阻術: Thôi thì mình nên về cho rồi. *Tua khá* 須奇: Cần phải.

190. *Bộ hành vắng vẻ không ai đi đường* 步行問敃空埃絴 塘: Ngoài đường không có ai. Chữ *vắng vẻ*, được Nôm bằng *vắn vẻ* 問敃 theo cách phát âm của người Miền Nam.

191. Xin chú dừng lại, đợi tôi đã!

192. *Năn nỉ duyên do* 能爾緣由: Nói rõ ràng nguyên nhân, giải thích cặn kẻ chuyện gì. Từ *năn nỉ* ngày xưa chỉ có nghĩa là *nói chi tiết*, nói rõ ràng, trình bày cặn kẻ, ngày nay biến nghĩa trở thành giải thích để xin xỏ điều gì đó, chẳng hạn như bớt tiền phạt, tha phạt, xin đừng giận hờn. Thơ truyện *Hứa Sử* (khắc in năm 1880) có chữ *năn nỉ* nghĩa xưa giống như của truyện Văn Doan: *Lẽ trong đạo đức y qui/ Chàng sao thiếp vậy hề gì mà lo./ E sau chàng lại nhàm no, / Chớ lo chi thiếp dặn dò trước sau./ Vợ chồng năn nỉ cùng nhau, /Những điều khổ não, thần sầu, quỉ thương.* Để ý chữ *năn* 能 viết Nôm theo giọng Nam.

193. *Học thí công* 學施功: Học ở luôn nhà thầy không phải đóng tiền, nhưng phải giúp việc trong nhà.

194. *Khuyên giáo* 勸教: Xin ăn, xin tiền bố thí. Trong Lục Vân Tiên, tiểu đồng của Vân Tiên sau khi thầy bị hại, bơ vơ: *"Sớm đi khuyên giáo"* để sống, *"tối về quải đơm"* cho hương hồn Vân Tiên.

195. *Nhất sanh hành thiện thiên gia phước* 一生行善天加 福: Một đời làm điều thiện thì trời ban phước đức cho mình. *Tích thiện chi nhân đại cát xương* 積善之人 大吉昌: Người tích thiện thì được những may mắn. Lía ca tụng, vuốt ngọt để lừa thế..

196. *Khắp hết tứ vi* 泣歇四囲: Mọi phía, bốn bề, tứ hướng.

197. *Chạy tức thì dường tên* 趍即辰羔笓: Chạy liền, mau như tên bay. Chạy nước rút thiệt mau.

198. *Đũi* 縧: hàng to chỉ, dệt bằng tơ kén đỏ, bền hơn vải tuy rằng thô mặt hơn; *thao* 幍 hàng dệt bằng chỉ tơ trong suốt. Những thứ quí giá chú lính cắp củm đem về quê khi hồi hương bị Lía lấy xài trước. Đời nào cũng có kẻ lém lỉnh gạt gẫm người cả tin. Nhớ mấy chú bộ đội ngu ngơ sau 1975 bị điếm Sài gòn gạt!

199. *Cơ hàn khởi đạo tâm* 飢寒起盜心: nghèo khổ sanh lòng trộm cướp. Lía biện minh cho hành vi cướp cạn của mình. Cho rằng mình túng nên phải tính vậy thôi. Mình cũng là loại *vi phú bất nhân* mà mình từng kết tội. Lương tâm của Lía cũng dày vò Lía, đáng thương thay con người làm điều xấu do hoàn cảnh!

200. *Héo don* 栲橄: buồn bã. Ngày nay nói trại thành *héo hon*. Hai chữ nầy bản Nôm viết bằng bộ thủ 扌, cũng là cách viết đơn giản, cho mau lẹ thôi.

201. *Trực chỉ sơn tiền* 直指山前: Đi thẳng về phía núi. *Lâm trung tiến bộ* 林中進步: Đi vô rừng. Cách nói trong hát bội chỉ *đi về phía nào đó*, ở đây là vô rừng núi.

202. *Đoạt lộ bôn ba vọng lâm trung* 奪路奔波望林中: Chạy mau vô rừng. *Thủ kỳ tài vật khoái ngô tâm* 取其財物快吾心: Vui thích vì lấy được tài vật của thiên hạ. Sự vui thích nầy là mầm cho sự lún sâu vào đường tội lỗi của kẻ mới bắt đầu làm điều xấu như Lía.

203. *Đánh giáo cầm tay* 打教拎秵: Rèn một cây giáo để trang bị. Xưa những động từ thuộc về tạo tác thường được dùng đơn giản bằng chữ *đánh: Đánh một con mương, đánh một con cúi, đánh một con dao, một cây giáo, đánh một cây rơm…*

204. *Như thể cò ma* 如骷鸕鷉 Hình dáng ốm yếu, cao nhòng, giống như con cò ma. *Cò ma* 鸕鷉 Loại chim chân dài, cổ dài, xương nhỏ, ít thịt.

205. *Mới nói vân vi* 買呐云爲︰Nói rõ ràng, giải thích tường tận.

206. *Mấy quan chẳng sờn* 余貫庄潺: Bao nhiêu tiền cũng không ngại. Lía nói mạnh miệng để tạo lòng tin nơi người, đã có chủ ý sẽ giụt. Thằng lém quá!

207. Làm trận làm thượng, cái thằng nhỏ nầy!

208. *Nói tầm phơ* 呐尋啡: Nói tầm phào, nói bậy bạ, hoang đường.

209. Đâm vật gì mà giáo bị hư mới là rèn giáo không tốt. Lý luận rõ ràng ha!

210. *Đi hoa thảo* 扻花草: Múa một đường quyền, côn, giáo…Côn giáo, chưn tay đều như vẻ hoa, vẻ cỏ.

211. Thằng Lía lại làm cho người khác la làng nữa! Quậy quá xá quậy! Chữ và trường hợp *la làng* thêm lần nữa có chủ ý của người viết: Tạo một bức tranh sinh động về cuộc đời của Lía lúc mới lớn. Tuồng hát bội hay truyện thơ bình thường tuân khuôn phép vì phải theo sát những câu thúc nên *không có* những hình ảnh nầy cũng như những từ ngữ kiểu nầy.

212. Câu nầy bản Nôm chứng tỏ *sự vô ý* của thợ khắc Tàu, khắc lộn tùng phèo: *Thốt thôi thằng ra đi Lía* 說崔倘

吶扬俚. May mà đủ chữ, không thôi mình mò thấy ông bà ông vãi mà cũng *không dám* quyết đoán.

213. *Đã sắm rồi* 扫懺耒: Đã tậu được, đã mua được. Ở đây Lía coi như mình đã mua sắm cây giáo nên nó mới thuộc về mình! Chữ *sắm* 攝, 懺 bản Nôm viết không có bộ *thủ/tâm* không được đúng.

214. *Kiếm các đầu lâu la* 劍各頭娄羅: Kiếm lâu la, tìm các tên trộm cướp. Lúc nầy Lía chưa có ý định làm đầu tàu, đầu đảng, chỉ muốn nhập bọn mà thôi.

215. *Tót trang anh hùng* 卒莊英雄: Anh hùng bậc nhất. *Tót* 卒, từ xưa có nghĩa là *trên hết*. Bây giờ thỉnh thoảng còn nghe nói: *tót chúng, tót vời, tót thế....*

216. *Làm thầy người ta* 夕柴得些: làm lãnh tụ, ở đây có nghĩa là đầu đảng, đầu thầy của một nhóm.

217. *Nhược bằng làm dữ ắt thì tan xương* 若朋夕與乙辰散昌: Nếu mà làm dữ thì chắc là mầy phải chết. *Nhược bằng* 若朋: Nếu mà. Ở đây bản Nôm chữ *ắt* 乙 khắc trệch thành *khất* 乞!

218. *Phủ Lía, Lía tràng* 府俚俚傳: Nhảy cao lên cao chụp xuống mình Lía, Lía nhảy tránh qua một bên. Tràng: sàng qua, nhảy tránh. Chữ tràng bản Nôm viết bằng truyền 傳 vì truyền> troàn> tràn> tràng. Huình Tịnh Của có hai từ *tràng qua* và *tràng đi* theo nghĩa nầy: tránh đi, trớ đi, sàng qua, trớ qua.

219. *Quái sát tha mãnh hổ* 怪殺他孟虎: Con hổ quái quỉ nầy. *Chân độc thú đại can* 眞毒獸大肝: Thiệt là loài thú độc lớn gan.

220. Tương truyền là cọp biết võ cho nên tác giả tả cọp như người biết võ. Bắt được giáo của địch bèn ôm vô ngực.

221. *Trương Phi một đá* 張彩文硪: Một cái đá mạnh như đá của tướng Trương Phi thời Tam Quốc. *Lác tai lỗ đầu* 落聰魯頭: bị vít vô tai, vô đầu, chảy máu.

222. Hùm ngã xuống ngay sau cái đá của Lía. *Làm song/xong* là tiếng xưa, chỉ quá khứ vừa mới xảy ra tức thì. Có thể nói *làm xong* tương đương với *vừa mới, liền*.

223. Mới ra nghề thì cọp đã bị giết chết. Câu nói để diễn tả một sự kiện trong tuồng. Ta có thể bực mình vì nó hình như dư *thừa* đối với ta nhưng là điều *bắt buộc* trong tuồng để khán giả dễ hiểu hơn, đồng thời giúp người ở xa sân khấu dầu không trông thấy cảnh diễn chỉ nghe hát thôi cũng hiểu được.

224. *Làm thầy* 尐柴, *đầu thầy* 頭柴: Đầu đảng, kẻ giỏi hơn hết trong bọn. Chữ *thầy* ở đây không có nghĩa tốt như các chỗ khác. Cùng với nghĩa chữ *thầy* nầy là chữ *thầy kiện, kẻ bày đặt, xúi giục cho người ta đi kiện* như trong thơ Nguyễn Bỉnh Khiêm: *Mấy đời thầy kiện mà thua bạc*. Về sau, đầu thế kỷ 20 chữ *thầy kiện* mới được dùng với nghĩa *trạng sư, luật sư*.

225. *Tụ đảng* 聚党: hợp thành nhóm làm chuyện bất lương. Gần đây thường nói: *kéo bè kéo đảng*.

226. *Tiền khuyết* 鈌錢: Tiền làm chuỗi riêng, để mà nộp thuế. Theo Huình Tịnh Của.

227. Thêm một địa danh, chắc chắn bây giờ không còn vì chuyện trồng trọt đã đổi thay theo nhịp sống! Sàigòn xưa có xóm Vườn Lài, Chợ Đũi, Cây Điệp, nay đã

mất dấu mất tên, Chợ Rẫy, Gò Vấp, Vườn Chuối… chỉ còn tên mà đã mất dấu..

228. Cả kêu làng xóm 奇叫廊墧: Lía lại làm cho thiên hạ la làng la xóm nữa!

229. Lâu lắm mới thấy một câu lục bát bắt vần ở *chữ thứ hai.*

230. *Kính lão đắc tràng* 敬老得長: Còn nói *kính lão đắc thọ:* Kính người lớn tuổi thì được sống nhiều tuổi. Như tục ngữ: *Kính già già để tuổi cho.*

231. Cái chuyện đầu heo nầy phiền phúc nhiều bề. Trước đây tạo nên hủ tục trong chốn hương đảng khiến nhiều kẻ hám danh chịu tốn thiệt nhiều để chỉ nhận được có cái đầu heo giữa chốn đình trung!

232. *Lấy ngao lường biển* 祕鰲量溟: Làm chuyện không ai làm được, cái vỏ con ngao quá nhỏ múc nước biển để lường thì sao cho xong. Ý nói nhà ngươi có tài gì mà dám (chống lại tao!)

233. *Bất tùng thượng hạ chi ngôn* 不從上下之言: Không nghe lời của người trên.

234. Khinh thị rằng Lía là đứa mới ra nghề. Bản Nôm lộn vị trí thành *mầy mới cướp ăn…*!

235. *Mặt đỏ phừng phừng* 黙黮炠炠: Giận quá! Không ngờ thằng nhỏ mình mới thâu nó vô mà nó coi mình không ra đám rác. Chữ *mặt* 䁇, bản Nôm dùng chữ mặc 黙 nhưng lại sai thành *nhiên* 然.

236. Đầu heo là cái danh dự trong làng xôi thịt, được kiếng đầu heo là *được kỉnh vì* cho nên hai bên giành nhau không phải vì chính cái đầu heo thực tế mà vì *cái danh dự được hưởng đầu heo.* Từ ý niệm nầy xảy

ra biết bao nhiêu chuyện dở khóc dở cười trong làng nước, chốn đình trung cả mấy thế kỷ nay!

237. *Hồ cầm hai bộ lao bay* 胡拎弐部捞飛: Cha Hồ có nghề cầm hai cây lao để phóng ra, nhằm sát hại đối thủ khi mình vẫn ở xa. Nghề nầy lợi hại, đặc biệt là khi đối thủ chậm tay, không lanh mắt…

238. Chuyên phóng lao nên khi các lao bị bắt hết thì mình đành chịu… chết.

239. Chữ *làm xong* hay *làm song* 乄双 là chữ khó trong văn Nôm. Nghĩa của nó chưa được xác định, tôi cho là nhóm từ chỉ *việc gì vừa mới hoàn thành, vừa mới xảy ra*. Ở đây cha Hồ vừa mới ngã xuống thì chú Nhẫn liền nhảy ra trợ chiến.

240. *Chém như bay* 鉆如飛: chém lẹ làng, kiếm nầy tiếp kiếm kia như kiếm có thể bay được. Tay nghề ha!

241. Anh hùng ngã xuống thì coi bèo nhèo hơn ai!

242. *Tranh tớ tranh thầy* 争佊争柴: Tranh giành địa vị trong chốn giang hồ.

243. Lại lộn vị trí hai chữ *nói ra* 吶囉 thành *ra nói* 囉吶. Chuyện nầy xảy ra coi bộ nhóc ở quyển nầy, lựa bỏ hoài không hết.

244. Giọng điệu đã thay đổi: *kỉnh dâng, chú Lía, mời ăn đầu heo..* không còn mầy tao… nữa! Đã bội phục, đã khẩu phục tâm phục.

245. *Tờ đòi khắp hết đâu đâu* 詞隊泣歇兠兠: Phát lạc giấy ra cho các nhân vật giang hồ. Oai dữ ha, ra giấy và đòi anh hùng giang hồ tới trình diện. Cái oai đó kéo theo cái vạ sau nầy của Lía, say mê quyền lực!

246. *Sanh tử cũng đồng chớ ly* 生死拱同渚離: Anh em đồng sanh đồng tử, không chia lìa. Cảnh thề nguyền một lòng cùng nhau của bọn giang hồ, chỉ thiếu cắt tay uống máu thôi. Lời thề nầy chính Lía sau đó giữ trọn để chịu chết chớ không chạy trốn khi thất bại, anh em chết quá nhiều…

247. Từ đây có tên mới, đẹp hơn: *Văn Doan* 文緣, người có duyên, duyên ăn cướp chọc trời khuấy nước chăng, hay người tạo cái *duyên* cho *nghiệp* nặng nề của mình? Nhắc lại, chữ *tên* 㧡 (họ) đã được Nôm bằng *tên* 筅 (cung).

248. Bắt đầu chỉ có năm mươi, coi bộ hơi ít, vậy mà khi thất bại Lía còn tới mấy ngàn quân.

249. *Các vị anh tài đủ mặt theo đây* 各位英才齔黙蹺低: Người có tài bắt đầu theo Văn Doan đông đảo. Chánh nghĩa chăng? Thời thế khó khăn chăng? Có thể là chánh nghĩa nếu ta để ý đến trường hợp tham quan Lê Tiếp đòi hối lộ trân tráo khi Lía đi thi. Bản Nôm lại khắc lầm *mặt* 黙 thành *nhiên* 然!

250. *Dầu lòng* 油悉: mặc tình, mặc ý, mặc thích. *Toan đương* 筭當: Làm việc gì. *Dầu lòng toan đương*: Muốn làm gì tùy ý.

251. *Đại phú bất nhân* 大富不仁: nhà giàu mà thất đức. Đánh tụi nầy là Lía vạch con đường cho mình, con đường Lía hứa với mẹ trước khi ra đời đi ăn cướp, con đường tự cho mình là có quyền *thế thiên hành đạo*, nhưng thế thiên hành đạo không thể có trong xã hội con người đã có sẵn định chế cho nên Lía phải thất bại cách nầy hay cách khác do nguyên nhân nầy hay nguyên nhân khác.

252. *Đánh mở hàng đầu tay* 打嗎行頭秄: Đánh cướp lần đầu tiên của sự nghiệp ăn cướp. *Mở hàng* là làm chuyện gì lần đầu, ngày nay còn dùng trong việc buôn bán.

253. Ba người ba võng 㕭得㕭網: Những tay cầm đầu được khiên bằng võng, cũng oai, khỏi đi bộ. Ba người không được kể tên nhưng ta có thể đoán biết là Văn Doan, Cha Hồ, Chú Nhẫn.

254. Đi có chiêng trống coi bộ oai dữ ha, đông và bạo nên làm được chuyện chút đỉnh!

255. *Gò Cà, Bến Đá* 堰樀浚砀: hai địa danh trong vùng Bình Định.

256. Vậy thì Lía tụ tập không xa chốn đô hội bao nhiêu, có nửa ngày đường thì đến trung tâm Phú Yên thôi. Chữ Phú Yên 富安 bị khắc sai vị trí thành Yên Phú 安富.

257. *Mõ đình bây kíp nổi lên* 㙁亭悲急浽进: Lía ra lịnh cho đánh mõ lên để tụ tập dân làng. Giọng ra lịnh thiệt ngang tàng, giống như lịnh nhà quan. Chữ *lên* 进 khắc sai nét chút đỉnh thành ra chữ *cận/gần* 近.

258. *Cai đình thủ khoán* 該亭守券: Những viên chức quan trọng trong làng. Người coi đình, người giữ giấy tờ của làng.

259. *Cúi đầu bái tạ thượng quan* 唅頭拜謝上官: Cử chỉ kính trọng, cám ơn. Thấy đông đảo, thấy gươm giáo, thấy võng lọng, thấy vẻ tự tin của Văn Doan ai cũng dạ thưa răm rắp, biểu gì lại chẳng nghe.

260. *Vâng lời thánh chỉ tức thì vãng dân* 哪㓹圣旨即辰往民: Thừa lịnh vua đi thăm dân tình. Xạo hết chỗ nói!

261. Văn Doan làm bộ lấy lòng dân hay thương dân thiệt đây! Nghe câu nói cũng thấy cảm tình.

262. *Ông Câu Liễu đã già* 翁句柳㐌搽: Ông già tên Liễu làm chức Câu Đương trong làng. *Câu Đương* là một trong các chức sắc của làng giữ việc hòa giải những xung đột của dân trước khi sự tranh tụng trở thành lớn phải đi đến cấp cao hơn. Trong Nam, đầu thế kỷ 19 có một ông Câu Đương tên Lãnh được gọi tắt là Câu Lãnh, tạo công đức với địa phương, khi chết rồi được đặt tên cho vùng ông ở là vùng Câu Lãnh, sau nói trại thành Cao Lãnh. Ông Câu Liễu già nầy cũng có cái hay, nhìn được mặt hai thằng ăn cướp. Nhưng mà trước cảnh nầy mấy ai lại tin lời ông già, mặc dầu trước khi nói ông đã nhìn đi nhắm lại hồi lâu, coi thiệt kỹ!

263. Chúng tôi buộc lòng tạm thay chữ *phải* 沛 trong bản Nôm thành *nào* 芇. Xin người xưa đại xá! Chữ *cha* 吒 ở đây cũng có vấn đề, người đọc trước quệt thêm nét thành ra giống giống chữ đồn 木+屯.

264. Làm tiệc đãi cướp. Hết sức nói! Mụ Giám mừng là vì mình được mời quan. Thời nào cũng vậy, thiên hạ biết bao kẻ thích dựa hơi. *Chiếu hoa* 照花: *chiếu bông*, tượng trưng cho việc trân trọng đãi khách quí, khác với *chiếu trơn* của nhà bình dân. Chẳng những trọng đãi, trải chiếu hoa- như lót thảm đỏ ngày nay- mà còn bắt hai con heo mập làm thịt để tiệc tùng nữa!

265. Chữ *thưa lại* 疎吏 của Cha Hồ chứng tỏ sự kính phục của kẻ chịu phận làm đàn em.

266. *Mưu bất cập lượng* 謀不及量: Mưu tính không bằng liệu lượng, suy đoán (trước hoàn cảnh cụ thể). *Họa phát tu du* 禍發須臾: Hoạ xảy ra trong một phút giây

ngắn ngủi mà thôi. Lời gián can kêu lo tính để làm tới liền đi, coi chừng bại lộ nếu chần chờ đến sớm mai.

267. Tạm thêm chữ *ắt* để trọn 5 chữ đồng sánh với vế trên.

268. *Bây đừng nói quấy uổng danh anh hùng* 悲亭呐怪枉名英雄: Mấy tụi bây đừng nói bậy bạ mất mặt anh hùng hết. (Tao đây chớ đâu phải ai kia mà lo sợ không thành công.) Chữ *bây* 悲 rất kẻ cả, giọng kẻ có quyền thế nói với người dưới. Văn Doan luôn luôn có cách nói chuyện của người đàn anh.

269. *Đã nhập vu gia nội chi trung* 㐌入于家内之中: Đã vô được trong nhà rồi. Thiên hạ đã mở cửa mời vô rồi, chuyện cướp đã dễ nhiều, còn lo nỗi gì?

270. *Mưu sự tại nhơn thành sự tại thiên* 謀事在人, 成事在天: Người tính chẳng bằng trời tính. Có trời hết. Người đặt kế hoạch nhưng trời cho thành công hay thất bại. Thiệt ra lý thuyết thiên mệnh nầy không đáng tin, chỉ là một sự giải thích nầy nọ về chuyện xảy ra mà thôi!

271. *Tưng tưng* 曾曾: Trời tưng bửng sáng, vừa mới bắt đầu ngày, tiếng xưa.

272. *Ta mạng bạc* 嗟命泊: Than mạng mỏng, xui xẻo. *Khiếu hoàng thiên* 叫皇天: Kêu trời. Cách nói diễn tả lời than buồn. Nếu *một vế ngắn được lập lại* là diễn tả trạng thái **quá buồn** hay **quá mừng vui** của hát bội…

273. *Bạc vàng một chóe chôn mà trước sân* 泊鑛爻烇坢麻罢璘: (Bị đánh khảo, mụ Giám khai) Bạc vàng mình để trong một cái chóe chôn ở phía trước nhà. *Chóe*, hình dáng như cái lục bình nhưng lùn hơn, hơi

giống cái hủ nhưng ốm hơn. Nó là cái *chum* phần hông không bầu rộng như chum.

274. *Bắt heo làm thịt* 抔玃夕䣐: Lại lo ăn uống, ngồi trên sự thành công của mình.

275. *Sổ dây* 数練: Sút dây vì cột lỏng lẻo hay người canh lơ đểnh khiến mụ Giám có thời giờ tự mở được! Mụ chạy ra kêu cứu bằng cách *la làng*. Lại la làng, chủ quán la làng, mụ Giám võ nghệ đầy mình cũng la làng!

276. *Cha Hồ mất vía hồn kinh* 吒胡杧睏魂驕: Cha Hồ sợ quá đổi sợ. Không phải sợ vì mụ Giám sẽ kêu người lại đánh nhau mà sợ vì cái đầu mình có thể bay!

277. *Thính thuyết lôi đình chi nộ* 咱說雷廷之怒: Nghe nói thì giận qua xá giận. *Ngô văn diện thượng sanh yên* 吾聞面上生煙: Nghe nói thì mặt ta bốc khói. Hai câu nầy là hai câu *cổ điển* tuồng nào cũng có để diễn tả sự giận tức quá đổi.

278. *Nễ bất cẩn quan phòng* 你不謹関防, *nễ tội bất nan dung* 你罪不难容, *quyết toái thi vạn đoạn* 決最屍萬斷: Mầy không coi chừng cẩn thận, tội mầy không thể tha, quyết bầm thây mầy ra muôn mảnh! Giận quá nói vậy chớ có ai xin tha thì đồng ý ngay, lòng Văn Doan không đến nỗi nào! Chữ Hán trong câu nầy có hai chữ lấy âm, không lấy chữ chính xác là *quan* 関 thay vì phải là *quan* 觀, và tối 最, thay vì phải là *toái* 碎.

279. *Tương cha Hồ trảm thủ* 将吒胡斬首: Đem cha Hồ chém đầu. Quân pháp nghiêm minh ha! Cái khổ của người Việt Nam từ xưa đến nay là nghiêm minh với người dưới nhưng không nghiêm minh chút nào với

mình (và không dám nghiêm minh với người trên hay kẻ có quyền thế.)

280. Lời xin cứu mạng của chú Nhẫn tha thiết quá! Anh em giang hồ cũng giàu tình cảm như bất cứ ai.

281. *Nể tội ưng cai trảm thủ* 你罪膺該斬首: Tội của nhà ngươi đáng chém đầu. *Nhứt phiên quá thất bất nhẫn chi* 一番过失不忍之: [Nhưng mà] Một phen lầm lỡ ta không nỡ lòng. Vậy là được tha, vậy là anh em cảm kích nhau, vậy là đạo nghĩa giang hồ.

282. *Tự tư dĩ tiền* 自兹以前: Từ bây giờ về trước.. *Tự tư dĩ hậu, bất dung* 自兹以後不容: Từ bây giờ về sau, không tha. Lời đe nếu sau nầy có lỗi nữa thì … đừng trách sao quá cứng rắn.

283. *Thị binh lai tứ lộ* 是兵来四路: Thiệt là binh đến từ bốn hướng. Chúng ta bị vây rồi!

284. *Bất úy, mạc kinh* 不畏莫驚: Đừng sợ, đừng sợ. Văn Doan là tướng bình tĩnh.

285. *Ví bắt cho đặng đầu thầy nó thôi* 咅抔朱玔頭柴奴崔: Bao vây bắt cho được đầu đảng của nó thôi, không cần đánh nhau nhiều với bọn tiểu tốt. Đầu thầy 頭柴: Kẻ bày đầu, người đầu đảng, kẻ bày đặt, kẻ hướng dẫn.

286. Cha Hồ có tài phóng lao, anh ta cầm cả trăm cây lao để phóng. Vậy dân chúng sợ gì từ các cây lao đó? Chữ 荄 đọc là *cây, gai* đều không thật sự ổn. Tạm ghi là gai, chờ chỉ giáo.

287. *Người nào bị dấu* 得市被哂: Ai bị thương tích. *Dấu, vít* là từ xưa của chữ *thương tích* ngày nay.

288. Đàn em cầu cứu đàn anh. Nãy giờ đàn anh vẫn an nhiên ngồi lược trận. Thái độ tự tin, bình tỉnh của tướng ha!

289. *Quở mắng vang dầy* 喋嗱荣移: La rầy lớn tiếng. Phong cách người lớn, nhưng mà nóng nảy.

290. *Nhơn tử lưu danh* 人死畱名, *hổ tử lưu bì* 虎死留皮: Hùm chết để da người ta chết để tiếng. Nên nhớ Văn Doan thường dùng câu nầy nọ trong sách dầu thời gian đi học tại trường chẳng có bao lâu…

291. Tới đây Văn Doan cũng vẫn chưa ra tay, chỉ mới khiển tướng thôi. Chì thiệt!

292. *Phỉ bấy như mã phùng Bá Nhạc* 匪閉如馬逢百樂: Vui như ngựa mà gặp được tay nuôi ngựa giỏi Bá Nhạc. *Toại thay dường bằng điểu ngộ phong* 遂台羔鵬鳥遇風: Thỏa lòng thay như chim bằng mà gặp gió (dễ cất cánh lên, xem Trang Tử, Nam Hoa Kinh.)

293. *Đẳng đẳng hồi thọ tội* 等等囬受罪, *Cự tha bất thắng chi* 拒他不勝: Chúng tôi trở về chịu tội. Cự không lại họ. *Ca ca xuất lữ chi tài* 歌歌出旅之才, *Ngu huynh đệ bất nan cản cự* 愚兄弟必難趄拒: Xin đại ca ra tài, các anh em tôi không thể nào cản cự họ được.

294. Hai câu thiệu ruột của hát bội nói rằng giận quá khi nghe báo tin. *Thính thuyết tâm trung hỏa phát* 咱說心中火發, *Ngô văn diện thượng thông hồng* 吾聞面上通紅: Nghe báo cáo thì lòng ta như lửa đốt, mặt giận đỏ bừng lên…

295. *Thằng thân thọ phọc* 繩身受縛: Trói mình chịu tội.

296. *Thế nhân xuất lực* 世人出力: Ra sức giùm cho người ta. *Vô ích chi công* 無益之功: Là chuyện ra công vô ích. Làm chuyện vát ngà voi, chẳng lợi ích gì.

297. Tiếc quá, mấy chữ nầy bản Nôm nhòe đọc không được.

298. *Phải làm một tiệc lễ rày Tiên Sư* 沛夕文席礼屚先師: Phải làm lễ cúng tổ. Văn Doan chuyện gì cũng bài bản, đánh cướp lớn đầu tiên thì nói *đánh mở hàng*. Thắng lớn đầu tiên thì đòi cúng tổ.

299. *Ngã ái kỳ đại lễ* 我愛其大禮, *ngã ái kỳ đại nhạc* 我愛其大樂: Ta thích có lễ lớn, ta thích có đại nhạc. Lễ nhạc là hai phần không thể thiếu trong việc cúng kiến xưa. Như là hai câu nầy của Khổng Tử.

300. *Xuống bắt heo về* 冠抔玃緳: Xuống dưới xóm làng mua heo. Cách nói xưa *bắt* có nghĩa là mua. Cách nói nầy còn sót lại trong tiếng cờ bạc đánh/*bắt*, cá/*bắt*.

301. Chi tiết cho biết đi *bằng thuyền* xuống chốn đô hội.

302. *Có heo bán mua cho* 古謨朱玃半: Lời rao mua heo. Thường là lời rao bán, đây lại là lời rao mua. Sinh hoạt nầy cũng lạ, chưa từng thấy trong tác phẩm cả trăm năm nay, ngoài đời mới thấy gần đây trong những chuyện mua bán của người nghèo như mua ve chai, lông vịt, vàng vụn bạc vụn, nồi bể, máy ổn áp....

303. Chữ 杉 đọc là *Sam* mới đúng. Chữ *Bân* phải viết như thế này 彬, thế nhưng các bản Chàng Lía quốc ngữ gặp chữ 杉 đều đọc là *Bân*, tôi ngờ là lúc xưa các gánh hát bội hay người kể thơ đều nói là *Bân*. Xin được theo bản quốc ngữ, mà không theo bản Nôm trong trường hợp nầy như trường hợp tên Nguyệt *Kiểu*, Chung Vô *Diệm*..

304. *Trầu cau ăn nghỉ* 蔞槁哎扔: Ăn cau trầu rồi ngồi nói chuyện rề rà lúc lâu mới vô đề chuyện chánh.

305. *Vun trôn đá đít* 膥膪矴的: Thái độ của đàn bà chợ quá giận, tả thực bậc thầy, không ngán chữ cấm ky. Cho tới bây giờ cách thời tả nầy gần 3 thế kỷ sau người viết còn tự cấm thay!

306. Lại la làng nữa vì nhóm ăn cướp cạn nầy.

307. *Trường côn giáo cái* 長棍教丐: đồ hung khí, côn dài, giáo lớn nặng.

308. Có lẽ là "*Cò bay*".

309. Cái là tại mụ nghe 丐尢在媒睴: Chuyện nầy là tại bà a nghe, có gì đừng trách tụi tui! Giọng điệu giang hồ.

310. *Ngoắt ngoắt chạy ra* 月月趏黜: Chạy với cử chỉ đau đớn, vừa chạy vừa xoay mình qua lại để đè nén cơn đau. Huình Tịnh Của sửa lại là: *ngúc ngoắt*.

311. Bản Nôm mờ quá, đọc không ra cả chục chữ. Đây đọc theo Huình Tịnh Của. Theo bản Nôm thì bốn chữ sau cùng phải phiên âm là *ngày rày bây đi!* Tiếng chưởi.

312. *Phân ngôi phân thứ ba vòng* 分嵬分次吧洆: Chia nhau ngồi đông đủ theo thứ bậc. Nôm viết chữ *vòng* bằng *dòng* 洆.

313. *Nhứt gia vi chủ vậy mà cho xuê* 一家爲主丕麻朱吹: Cho rỡ ràng xứng đáng làm chủ một vùng, một trại.

314. *Ngôn dực trường phi* 言翼長彡: Lời nói có cánh bay xa. Tiếng đồn sẽ thấu tay chánh quyền. Cha Hồ khuyên chí phải, đáng mặt quân sư, tiếc là Văn Doan bung ra quá sức và không kềm tánh xấu sau nầy.

315. *Quật địa vô nha trảo* 掘地無牙爪: Đào đất không nanh không vút. *Thăng thiên khiếm vũ mao* 升天欠羽毛: Lên trời không lông không cánh. Chạy đâu cho khỏi bị bắt. Lâm vào đường cùng, khó trốn thoát.

316. *Nhân vô viễn lự tất hữu cận ưu* 人無遠慮必有近憂: Người không suy tính xa thì có những lo lắng gần.

317. Đòi bạn hát 隊伴偈: Đòi bọn hát, kêu gánh hát. Mấy từ như *bạn hát, bạn ghe, ở bạn* nay đã mất.

318. Xin nhận lịnh, đi xuống vùng xuôi. *Trường an* 長安, danh từ chỉ nơi đô hội.

319. Xuống chốn đô hội thấy cảnh vật xinh đẹp. Khoái chí thích lòng.

320. Giả lính oai vệ thì chẳng ai dám hạch hỏi. Kế cao!

321. A! Xưa áo lính thì màu đen!

322. Khắp trong phủ Hoàng Nghĩa nầy, Nhưng Tiết hát hay nhứt. Chữ *Tiết* là đọc theo Huình Tịnh Của, dù Nôm viết *Tuyết* 雪. Chữ *Nhưng Tiết* 仍雪 đã đi sâu vào lòng người dân miền Nam, như các chữ *Nguyệt Kiều, Chung Vô Diệm...* Thêm nữa trong Nam dân chúng không phân biệt khi đọc nói *tuyết* và *tiết, tùy* và *tì…*

323. *Thốt thôi* 說崔: Đây nói về…. Lời chuyển tiếp qua đoạn khác của văn kể chuyện.

324. Làm ăn thất bại ngồi buồn khoanh tay rế! Chữ *ngồi* Nôm viết hay, phần tọa 坐 đã được viết gọn chỉ còn chữ *thổ* 土 mà thôi.

325. Than van, tỏ ra điều bất bình. Nghĩa xưa, nay đã thay đổi nghĩa.

326. Chồng nào cũng ngán vợ kiểu nầy!

327. Bản Nôm mượn chữ *mọn* 閅 để đọc *mòn* 閦.

328. Tác giả thêm vào bài thơ nầy để đổi không khí, nhưng bài thơ rất hay. Người viết *Văn Doan* phải là nhà Nho hay chữ! Thỉnh thoảng trong các tuồng hát bội, ta được xen kẻ những *bài thơ* hay *văn tế* xuất sắc, chẳng hạn *Văn tế các quân sĩ chết trận* của Tào Tháo trong tuồng hát bội *Tam Quốc Diễn Nghĩa* của triều đình nhà Nguyễn viết vào những thập niên đầu thế kỷ 19.

329. Ở nhà nhưng Tiết vậy mà ở đây 於茹仍雪丕麻於低? Đây phải nhà nhưng Tiết không ? Câu nầy nhìn chữ thì như *câu xác định* nhưng diễn viên chỉ cần lên giọng đầu câu rồi xuống giọng cuối câu thì thành *câu hỏi*. Người đọc trước không hiểu điều đó nên sửa trong bản Nôm chữ đây 低 thành *đâu* 兜, nếu như vậy thì mất cái hay của văn hát bội đi.

330. Nghe nói người nhà quan nên liền tỏ vẻ kính trọng mặc áo tràng vào. Bản Nôm khắc lầm *bước ra* 跐呀 thành *ra bước* 呀跐.

331. *Nan càng thống thiết* 难乾痛切: Tôi hiểu là sự khó, tình cảnh càng buồn. *Mệnh tắc tu du* 命則須臾: Mạng chắc gần hết rồi. *Tu du* là thời gian rất ngắn.

332. *Kim triêu phân lưỡng lộ* 今朝分两路: Sáng nay chia hai đường. *Hà nhật đắc tương phùng* 何日得相逢: Bao giờ thì được gặp nhau! Lời than chia tay.

333. Vợ chồng không thể bỏ, bạn bè không quên nhau.

334. (Như) Nước chảy về Đông hải, trăng lặn về hướng Tây, không thấy được nhau nữa!

335. *Huyết lưu mãn diện sầu vạn đoạn* 血流滿面愁萬段:
Buồn quá, khóc nước mắt thành máu chảy đầy mặt.
Nhãn mục trầm hồ lệ sanh bi 眼目沉乎戾生悲:
Nước mắt đầy, thảm thiết vô biên. Để ý trong chữ
Nôm người viết có thể *dùng chữ đồng âm* của Hán
Việt, cho nên chữ *hồ* 乎 đây có nghĩa của chữ *hồ* 湖,
cái hồ.

336. Chỉ tại tình duyên của ta không bền, than ôi nước mắt
ta hòa cùng nhau! Than dữ tợn ha!

337. Đầu mà để tang 頭麻底喪: Coi như chồng mình ra đi
là chết. Mà không đi thì còn chắc chết hơn nên để
tang trước cho yên. Cái đẹp nằm trogn chi tiết nầy!

338. Giữa chợ mà lòng vợ Nhưng Tiết tan nát, chắc vậy!

339. Nghe hỏi tới thì tủi thân chứ trước đây cố cầm lòng.
Nói rằng/nhưng tiết/nhà Cha/người đòi, sự ngắt câu
theo nhịp 2 chữ liên tiếp như là tiếng nói đứt nối do
tức tưởi. Quá hay!

340. Người xưa có lòng dữ ta! Ngày nay họ thở dài tương
lân giùm chút xíu đã là may, đâu tới đưa tặng cho vịt,
gà đem về cúng tế đâu.

341. Tế sống. Bây giờ không còn lệ đó nữa!

342. Kèn đám ma tới thổi đưa linh trước.

343. *Quán tẩy* 舘洗: Vẫy rượu cúng dâng cho cô hồn. Chữ
quán phải là 灌 mới đúng, nhưng bản Nôm được
phép dùng thông. Điều nầy khiến việc hiểu bản Nôm
nhiều khi hơi khó. *Cúc cung* 菊躬: Cúi mình, xá, tức
làm lễ.

344. *Tửu tuần sơ hiến* 酒旬初献: Tiếp đến là rót rượu cho
các vị quỷ thần, ông bà khuất mày khuất mặt…

345. Chữ *đố ai hơn* 妬埃欣 là lời khen tuyệt vời bằng từ ngữ rất đặc biệt của vùng Nam Hà, nay còn dùng ở miền cực Nam của nước Việt.

346. *Già gấp* 䀼急: Chết kế cận bên.

347. *Nhà xiêu cửa xổ* 茹漂闚数: nhà cửa lệch đổ, còn nói nhà xiêu cửa tó.

348. *Lão bầu cầm đủa đang ngồi chưa ăn* 老瓢拎筷當坐 渚 唵: Đang buồn ngồi chống đủa, nuốt không vô, chẳng buồn gấp..

349. *Anh em* 英俺, tức các kép trong đoàn. Cái hay là các kép đều đi theo Nhưng Tiết dầu biết rằng sẽ đi vào chỗ chết, không thấy nói kép đào nào trốn bỏ không đi.

350. *Kẻo nữa nó trông* 斜女奴篭: Không thôi sau nầy vợ nó trông chờ tin tức của chồng. Chữ *kẻo nữa* là chữ đặc biệt của vùng.

351. *Gần bốn bữa* 近罷餚: Quá ba ngày. Quá một chút là quá hạn rồi. Oai Văn Doan thiệt lớn, thiên hạ sợ chạy té khói. Nghe kêu mời là lập tức lên.

352. *Thấy con cùng vợ đoạn tràng héo don* 体昆共媘斷腸 㦂橄: Thấy mặt vợ con mà buồn thảm tuyệt cùng, như đứt từ đoạn ruột. *Héo don* 㦂橄: Buồn bã, không chút màu tươi. Xưa nói *héo don*, nay trại âm thành *héo hon*.

353. *Lý lắc* 理扐: Theo Huình Tịnh Của là lau chau, liến xáo, nết ở không đầm thắm. Thường được hiểu là hay phá phách, thích chơi trò nghịch ngợm của trẻ con làm cho người lớn bực mình. *Chứng lý lắc* là tật lý

lắc, tật khó chừa. Bầu Tiết lấy tư cách kẻ trên trước dặn dò đào kép không được lộn xộn khi lên trên đó.

354. Tất cả đồ trang trí chưng lên *giáp vòng*, lớp trong lớp ngoài thành ba lớp. Bản Nôm viết *ba dòng* 匹沠, nghĩ là phải hiểu *ba vòng*. Đặc biệt ông Huình Tịnh Của mặc dầu không theo sát bản Nôm, nhưng chỗ nầy ông sửa lại bổn cũ thành: *Chưng bày đồ đạc trướng vi ba dòng, Lư vàng hộp bạc cho ròng...*

355. *Gối sách* 蹭册: Phải chăng là gối lá sách là thứ gối may nhiều lớp có tua có tụi. Nhưng sao lại chưng ở ngoài?

356. *Quân vô tướng hổ vô đầu* 軍無將虎無頭: không có kẻ chỉ huy để cho lớp dưới làm chuyện xấu, bậy. Văn Doan sợ mất uy danh của mình.

357. *Ba dãy cho xinh* 匹氾朱撑: (Văn Doan ra lịnh binh sĩ) sửa soạn ngăn nắp, bày biện chỉnh tề.

358. *Áo tràng gài giải* 祆長棋解: Mặc áo dài nghiêm chỉnh, chỉ sự kính trọng.

359. *Bạch cúc rót ra* 白菊啤呐: Chính tay Văn Doan rót rượu ngon cho bạn hát. Biết lấy cảm tình quá đi chớ! Xưa rượu cúc được cho là ngon và sang, cảm tình lắm mới mời. Thơ Tuồng *Ông Trượng Tiên Bửu* nàng Tiên Bửu mời tráng sĩ uống vài chung: *Thuyền tôi chật hẹp/ Mặc chú liệu dùng/ Cúc tửu đây xin dụng đôi chung/ Tiệc mọn đó hãy dùng một bữa....*

360. *Xướng nhi vô loại* 唱兒無類, *đâu dám đồng tịch* 兜𡨸同席: Là bọn con hát, không được xếp hạng với nhóm nào (trong sĩ nông công thương,) cho nên không dám ngồi cùng chiếu đối ẩm cùng Cha.

361. Văn Doan nói chữ mà diễn tả luôn cách sống của mình. *Tửu trung bất ngữ chân quân tử* 酒中不語真君子: Trong tiệc rượu mà không nói (nhiều) mới là người khôn ngoan. *Tài thượng phân minh đại trượng phu* 財上分明大丈夫: Chuyện tiền bạc mà rõ ràng, minh bạch thì là người đàng hoàng. Văn Doan ít học mà nói sách câu nào cũng đáng đồng tiền bát gạo.

362. *Nhân hữu tôn ti* 人有尊卑, *khẩu vô thượng hạ* 口無上下: người ta mới có tôn ti thứ bực, chứ miệng thì có trên dưới bao giờ. Điệu nói ngang trên bàn nhậu nói xuôi cũng được mà nói ngược cũng xong.

363. *Phen nầy một thác mà thôi* 番尼叉托廲崔: Kỳ nầy chắc chết quá. Cách nói chắc chắn, dùng chữ *một*, đi kèm với chữ *mà thôi* càng chắc chắn hơn. Bạn hát nghe nói đã run sợ.

364. *Con sắm vậy mà tuồng chi* 昆懺丕麻從之: Con đóng tuồng gì? Nay hỏi *đóng tuồng gì*, xưa hỏi *sắm tuồng gì*. Cái hay của sách vở xưa ở chỗ đó: Còn lại *vết tích của cách nói xưa*. Tôi còn nghe má tôi xưa hay nói: "Con nhỏ đó sắm tuồng quá lâu." *Sắm tuồng* là **nghĩa rộng** của trang điểm, sửa soạn.

365. *Hát bổn Tử Tư* 喝本子思: Hát tuồng Ngũ Tử Tư. Cách nói xưa dùng chữ *bổn* thay gì chữ *tuồng*.

366. Văn Doan chê hành vi của Ngũ Tử Tư. Cũng khen chàng Lía có cái nhìn nhân hậu!

367. Để ý *chí* của Văn Doan khi bắt buộc bỏ tuồng Ngũ Tử Tư vì đây là tuồng của người thất bại, tuồng của kẻ ngu trung, chọn Tam Quốc là tuồng của anh hùng chí lớn, vạch ranh sơn hà…

320

368. Sắm áo vua mà không mặc thì uổng quá nên Văn Doan tới luôn, mặc áo vua cầm chầu, chẳng khác nào vua thiệt đương coi hát bội.

369. Cha Hồ chú Nhẫn dân chơi mà lừng khừng, còn run, lo can gián!

370. *Ý cẩm dạ hành* 衣錦夜行: Mặc áo gấm mà đi đêm (thì ai có biết đâu mà mặc chi cho phí công.) Ý nói tao có áo gấm mảng bào thì tao mặc, chẳng sợ gì ai. Tao làm vua ở trong địa phương của tao.

371. *Sanh tử viết giai hữu định* 生死曰皆有定, *toán lai do mệnh bất do nhân* 算來由命不由人: Chuyện chết sống đều có định trước hết rồi, cái mệnh định liệu chuyện đó chứ không phải do người định liệu đâu.

372. Câu dưới đây phải của nhưng Tiết, nhưng bản khắc không để chữ gì cho phân biệt lời nhưng Tiết và lời Văn Doan, chúng tôi thêm vào.

373. Giọng nhỏ nhẹ nhưng nghe thấy ghê ghê người. Đúng giọng lục lâm đương quyền thế!

374. Chi tiết khá hay, cha Hồ ngán cái tánh nói là làm của Văn Doan nên hối thúc con hát sắm tuồng mau mau mà ra hát, kẻo có chuyện gì…

375. Cho các con chút đỉnh gọi là để cùng nhau chia lộc. Tôi thích chữ *xíu lễ* 少礼 nầy, bây giờ còn nói chút xíu, bé tí xíu, nhỏ xíu.

376. Đúng là biết tẩy các ông kép hát bê bối, ở đây là *đánh me,* loại cờ bạc thạnh hành thời đó.

377. *Trống chiến* 鼓戰: Trống lớn.

378. Câu nầy không hay. Ý Khổng Minh nói mình lựa lời bày mưu thần sầu giúp Lưu Bị nhưng cách nói ở đây có gì không ổn với sự hiện diện của chữ quỷ. Để ý

cách viết Nôm chữ *uốn* 宛 thành uống 旺, đó là thói thường của cách Nôm trong cùng Nam hà.

379. Đi chầu vua.

380. Thưởng Khổng Minh vì vừa ý. *Đành lòng* 仃悉 là tiếng xưa có nghĩa ưng bụng, vừa lòng vừa dạ.

381. *Quân cộng lạc hề, thần cộng lạc* 君共樂兮臣共樂: Vua cùng vui thì quần thần cùng vui. *Ứng hồ thiên nhi thuận hồ nhân* 應乎天而順乎人: Ứng với trời nên thuận với người. Câu khen Văn Doan được lòng người.

382. Biết tỏng tòng tong lòng mấy ông nội lục lâm thảo khấu nầy thương ghét vui buồn bất chợt lắm. Biết đâu chút nữa mấy ổng giận là bọn mình chết hết!

383. *Kéo ra làm tuồng* 斜吧⺤從: Kéo nhau ra hát. Chữ *làm tuồng* có nhiều nghĩa: làm bộ, giả như, sắm tuồng, đóng tuồng..

384. *Mang sao* 芒牢 ở trong thành ngữ *mang sao đội nguyệt*: Chỉ sự cực khổ bương chải ngày đêm lo chuyện đại sự.

385. *Hạ tiên vân* 下箋雲: Viết thơ (trên giấy hoa tiên).

386. *Chi dạy con vác* 之移昆博: Không cần phải động binh khí. Chúng sợ oai mà tự tan rã. *Con vác* 昆博: Cây giáo, chỉ binh khí nói chung.

387. Nhiều phen vào sanh ra tử. Đánh trận nhiều.

388. *Cúi thân qua dưới trướng* 蹲申戈冠帳: Cúi đầu dưới trướng thưa. *Thân* 申: thưa.

389. *Phượng Luận* 鳳論, theo văn cảnh đây là tên một kép hát đương đóng vai Quan Công.

390. Tên kép đóng vai Quan Công sợ quá quăng thanh long đao, ngã ra bất tỉnh vì Văn Doan lạy mình.

391. Văn Doan không thèm nói chuyện với kép hát, mà rầy người điều khiển nó. Chữ *quở* 喏 ở đây cũng rất đắc địa, chỉ người trên rầy người dưới mà rầy nhẹ nhàng bao dung, không la hét ồn ào.

392. Chỗ nầy hay. Nó chỉ là tên kép quèn thôi, không phải Quan Vân Trường thiệt, nó sợ ông là phải.

393. *No nao* 怓市: chừng nào, bao giờ. Từ xưa.

394. Chỗ nầy vừa khôi hài vừa bi đát: ban hát bội không đủ người nên mượn thằng kép tàn tật đóng vai Lưu Huyền Đức!

395. *Thiên sanh giáng thế* 天生降世, *nhứt quốc vi vương* 壹國爲王: Là người trời sai xuống, làm vua một nước. Chơn mạng đế vương. Văn Doan thắc mắc cũng phải: Chơn mạng đế vương sao chơn đi cà nhắc khập khểnh, coi không giống ai?

396. Nhưng Tiết miệng lưỡi luôn luôn phân biệt giữa người thiệt của lịch sử và người đóng vai tuồng.

397. *Các bợm* 各乏: Các người đó. Chữ *bợm* không có nghĩa xấu như ngày nay, chỉ có nghĩa là một người nào đó thôi.

398. Cách nói của người trên trước bằng chữ *tao* 蚤, chữ *bây* 悲. Lại còn so sánh mình với vua khi dẫn câu nói xưa *quân tử bất hí ngôn* (*quân tử đâu rày hí ngôn.*)

399. *Sao bây sợ dại* 牢悲咋瘣: Sao mầy sợ quàng xiêng, sợ ngu ngốc không có căn cứ gì hết vậy?

400. *Quân tử thuyết xuất* 君子説出, *tứ mã nan truy* 四馬难追 : Người quân tử đã nói ra, xe bốn ngựa cũng đuổi không kịp. Tao nói là giữ lời mà!

401. *Rạp gấm* 攃錦: lều căn ra che nắng mưa để chứa khán giả và đoàn hát; có thể di chuyển được. Đây là lều làm bằng gấm. Sau đó căn nhà để hát gọi chung là rạp hát, dầu không còn dạng lều nữa. Văn Doan rất hào phóng cho nguyên cả lều làm bằng gấm vừa mới làm cho đoàn hát của Nhưng Tiết.

402. *Cha cho mười đứa đưa con trở về* 吒朱迷都逸昆阻米: Cho người hộ tống người về vì sợ bị cướp giật. Mình là ăn cướp ở đây rồi còn ăn cướp nào nữa mà sợ! Tuy vậy phòng ngừa vẫn hơn.

403. *Tao chém quách chớ chẳng chơi* 蚤鉆郭渚庒制: Dọa là sẽ giết nếu có làm điều sái quấy. Luật lệ của Văn Doan là chém quách khi ai lầm lỗi!

404. Sử dụng thành ngữ: *Mạng sống hơn đống vàng* 命耔欣涷鑮: Không gì quí hơn sanh mạng mình. Ra được khỏi ổ của bọn cướp núi mới thấy mình còn sống. Mới vui được. Sống cực khổ bao nhiêu mà sống được vẫn hơn là mang đống vàng mà chết! Chữ *cũng* 拱 trong câu nầy hay, như là lời mừng rỡ.

405. *Bổn bạn Tràng an phản bộ* 本伴场安反步: Ban hát của chúng tôi xuống thành phố. Trường An ở đây có nghĩa là nơi đô hội, một danh từ riêng đã được dùng như danh từ chung. Chữ *bạn hát*, cũng như chữ *bổn bạn, bổn ban*, chỉ đoàn hát, nay không còn dùng nữa! *Đầu lạy Cha* 頭襦吒 có nghĩa là cúi đầu lạy Cha.

406. *Dặm bao nài hổ bộ long phi* 琰包奈虎步龍彩: Đi xa không ngại ngần những hiểm nguy. *Hổ bộ long phi,*

tức cọp đi rồng bay, chỉ thú dữ, tượng trưng cho những nỗi nguy hiểm rình rập trên bước đường.

407. *Hân hoan thị hân hoan* 欣歡是欣歡: Vui mừng là vui mừng. Câu *công thức* của hát hội có nghĩa vui mừng, thích thú.

408. *Triển ngô thần võ bảo hí nhi* 展吾神宇武保戲兒: Nỗ lực bảo vệ mấy người trong ban hát.

409. *Phước như đông hải* 福如東海, *thọ khảo Nam Sơn* 壽考南山: Phước nhiều như biển Đông, sống thọ như núi Nam. Chúc phước, chúc thọ.

410. Câu *hát vãn* công thức nói về chia tay.

411. Lời cám ơn để lộ lòng mừng quính. Thoát chết!

412. Đây cũng là *câu công thức* của hát bội nói chuyện chia tay.

413. *Tam thốn khí tại thiên ban dụng* 三寸氣在天般用, *nhất đán vô thường vạn sự hưu* 一旦無常萬事休: Ba tấc khí do trời cho để dùng mà sống, nếu một sớm xảy ra chuyện vô thường thì tất cả đều là hết. Con người tới lúc thì phải chết thôi.

414. Câu công thức chỉ sự tới nơi.

415. Nhắc lại, chữ *thốt thôi* 説崔 là chữ diễn tả sự chuyển đoạn.

416. *Bồng con cho bú vào ra một mình* 蓬昆朱腴朌吡乂畲: Buồn, ôm con thơ thẩn nhưng không quên bổn phận với con. Sự mô tả tương tợ như thế nầy các thể văn khác cùng thời đại không thể có, ngay cả trong các tuồng khác cũng không có. Chỗ nầy bản Nôm khắc hai chữ ra 吡 丗, như là người viết không vừa ý với chữ thứ nhất, xóa nhưng thợ khắc Tàu không hiểu

ý khắc luôn 2 chữ. Chúng tôi đánh máy lại chỉ dùng chữ sau thôi.

417. *Chồng tôi về rày, trả lễ một heo* 猷碎米屧呂礼义獬: Lời vái kiểu nầy cho tới ngày nay vẫn còn nhan nhản.

418. *Mười phần kể một* 迣分計殳: Chín phần chết một phần sống. Tánh mạng con người như chỉ mành treo chuông khi phải lên Truông Mây. Vợ Nhưng Tiết coi như chồng đã chết.

419. *Trông đêm vọi vọi, nhớ ngày băn khoăn* 箞店峆峆, 汝導邦傾: Đêm trông chồng thấy dài đăng đẳng, ngày nhớ quá thấy cồn cào trong ruột. Câu đão ngữ dễ thương làm sao!

420. *Con thơ vợ yếu ai nuôi* 昆踈纈要埃餒: Tình cảnh khó khăn của gia đình khi người cột trụ gia đình mất đi. Chữ *yếu* 要 Nôm khắc lầm thành *anh* 娿.

421. *Lấy chi đơm quải* 祕之眈䰟: Lấy gì mà cúng cơm (cho cha con). Để ý câu nầy người mẹ nói với đứa con, đó là một kỷ thuật rất sáng tạo vào thời tác phẩm xuất hiện.

422. Có thương thì về nhận của cúng nầy chứng cho lòng thảo của em đối với anh. *Thảo nầy của em* 討尼貼俺: Chữ *thảo* ở đây nguyên nghĩa là đồ cúng tế cũng hàm nghĩa là tình cảm của người vợ

423. *Lão bầu* 老瓢, tức *ông bầu*, chủ gánh hát. Cũng nên ghi lại rằng từ nầy coi như rất mới nhưng đã xuất hiện rất lâu trong ngôn ngữ Việt. *Thôi mới bước vô* 崔買跐無, chỉ moột sự thật bất ngờ.

424. *Xé ra một thước mà chia một người* 事 叶义 𦀗麻吱 义導: Xé từng thước một mà chia cho từng người. Nhưng Tiết quá có lòng đối với người chung quanh,

không giữ lại để xài cho riêng mình dầu nhà rất nghèo. Chữ Nôm *xé* được viết rất tài tình, hài thanh bằng âm *xe* 車.

425. *Kẻ nhiều người ít chia nhau* 几遶得沙哋燒: Anh em tùy theo chức vụ và công trạng mà chia, kẻ nhiều kẻ ít. Chữ *nhiều* 遶 bản Nôm khắc lầm thành *nhiễu* 繞. Bản Nôm viết chữ *chia* 哋, dùng *chi* 支 với dấu nháy khẩu không hữu lý vì chữ 哋 nầy thường đọc là *chê*.

426. Tiếng xưa *dẩy xe* tức *đẩy xe* theo cách nói ngày nay.

427. Chữ 冤 có thể đọc là oán không? Nếu phiên là *hoang* tôi nghĩ có hơi xa.

428. *Có thương tới mẹ xin con ở nhà* 杏伤細媄嗔昆於 茹: Con thương mẹ thì nghe lời mẹ, ở nhà hủ hỉ với mẹ, đừng đi hoang nữa. Lời mẹ thống thiết biết bao! Chữ *thương* 伤 bản Nôm khắc nhầm chữ tính 併.

429. *Minh kinh* 銘經: Tự điển Huình Tịnh Của không có chữ *minh kinh* mà chỉ có chữ *minh sanh* với nghĩa: Khuôn liễn dài để tên họ, chức tước người chết, khiêng đi trước quan tài. Tôi cho rằng hai từ là một, hai địa phương nói khác nhau. Cả hai câu: Nếu mẹ mất đi đừng làm giá triệu, minh kinh, nghĩa là lễ táng không cần rườm rà chi hết. Đơn giản, đơn giản.

430. *Tay chưn lạnh lẽo tắt hơi đã rồi* 稇崟冷了則 唏爸 耒: Chết. Trói xong những điều cần thiết thì chết. Bà dạy con làm điều tốt, nhưng con có chí của con! Con muốn làm anh hùng ngang dọc. Bản Nôm thường viết chữ *chưn* bằng *chưng* 坒, *tắt* bằng *tắc* 則, đó là cách viết theo âm địa phương miền Nam.

431. *Ai ta hồ từ mẫu* 哀嗟乎慈母, *thống thiết dã ngô nhi* 痛切也吾兒, *kim triêu phân lưỡng lộ* 今朝分 两 路,

hà nhẫn sử chi ly 何忍史之离: Than ôi mẹ hiền, đau đớn thay lòng con. Hôm nay phân cách hai đàng. Nhẫn tâm nào làm chia ly vậy? Lời than khóc kêu trời trách đất bi thương khi có tang.

432. *Đồ thành phục* 圖成服: Quần áo tang. Huình Tịnh Của giải thích chi tiết hơn. *Đồ thành phục*: Cha mẹ chết, ba bữa, may đồ tang rồi, làm lễ chịu tang.

433. Mẹ trối không làm tang ma lớn mà vì lòng thương mẹ nên vẫn làm quá xôm. Chữ *mời* 迣, bản Nôm thêm dấu nháy thay bộ khẩu cho thấy bộ khẩu trong chữ Nôm có công hiệu như dấu nháy.

434. Để ý đám ma có *hát bội* kèm theo. Trong tác phẩm nầy chữ *hát bội* được dùng nhiều lần được viết 倍 hay 啂. Chúng ta từ đây có thể coi như giải quyết dứt khoát cái tên *hát bội/hát bộ*.

435. Chữ *một* 爻 khắc nhầm thành chữ *nghệ* 艾

436. Chữ *cách* 格 khắc nhầm thành chữ *khác* 恪

437. Bài *Văn tế* làm theo lối tứ tự, nên chúng tôi viết theo cách ngày nay, mỗi hàng bốn chữ.

438. *Giá triệu* 這召: Tấm liễn đề tên họ, chức tước người chết, thường để trên cái bàn, khiên đi trước linh cửu.

439. *Linh xa* 灵車: nhà vàng, xe đưa quan cửu, đi sau giá triệu. Để ý xưa có chuyện khóc lăn nằm vật vã ra đường phố.

440. Nôm viết *sơn tuyền* 山泉, có nghĩa là suối trên núi, chúng tôi phiên âm như là *sơn tiền* 山前 có nghĩa trước núi, hữu lý hơn.

441. Câu văn để *diễn tả sự di chuyển*, ở đây là di chuyển quan tài bà cụ ra phần mộ.

442. *Mộc dục tĩnh nhi phong bất tức* 木欲静而風不即: Cây muốn lặng mà gió chẳng ngừng. *Tử dục tồn nhi mẫu bất tồn* 子欲存兒而母不存: Con muốn mẹ sống mà mẹ lại chết. Lời than trời chẳng chìu lòng người.

443. Hổ thẹn với những người hiếu hạnh, mình không bằng họ. Lấy điển tích trong 24 hiếu chỉ là làm đẹp lời đẹp ý thôi, cốt nói về người hiếu hạnh với cha mẹ.

444. *Cành cao phút gãy* 梗高發掫, *cầu dài lại xiêu* 橋戾吏漂: Thấy mọi vật như hư hại, đổ nát, mất mát. Cảm động biết bao, mẹ chết là mất tất cả!

445. *Hai hàng nước mắt* 試行渃沫: Thấy nơi phần huyệt của mẹ, cảm cảnh biệt ly nước mắt rơi dài. Chữ *sơn cao* 山高 ở đây khiến ta tin hơn cách đọc *sơn tiền* thay vì *sơn tuyền* là nơi chôn mẹ của Văn Doan. Chữ *mắt* 沫 được viết cho *mắt* 眜 khiến tôi tin tưởng hơn rằng tác phẩm nầy của người sanh trưởng ở Nam Trung bộ, nghĩa là vùng Phú Yên, Bình Định.

446. Đám ma lớn lại có 4 thầy trò Tam Tạng dẫn đường. Chuyện nầy về sau không thấy nữa!

447. *Đạo tùy hạ rộng vừa rồi* 道隨下曠皮耒: Đạo tùy hạ linh cữu xuống huyệt vừa xong. *Hạ rộng* 曠: Hạ quan tài xuống huyệt.

448. *Hát bội* 喝㗂 Xưa trong đám ma có hát bội để mua vui cho khách đến viếng và mua vui cho linh hồn kẻ vừa tạ thế như gần đây có các trò ca vọng cổ hay hề diễu… Chữ *hát bội* 喝㗂 đã xuất hiện hơn hai trăm năm trước, chữ *hát bộ* 喝步 chỉ mới xuất hiện chừng 80 năm nay.

449. Tôi thiệt tình không biết đơn vị nầy. Ba trăm gì, chắc chắn là không phải ba trăm nén vàng, chắc là ba trăm quan tiền.

450. *Xóm làng chí những ai ai* 塔廊至仍埃埃: Tất cả mọi người trong làng. Nhóm từ *chí những* 至仍 là cách nói vùng Nam Hà con xót lại ở Lục Tỉnh mấy chục năm trước. Người nói nhóm chữ *chí những* thường bị coi là nói kiểu cách, làm dáng… chính tôi cũng có cảm giác như vậy lúc đó, bây giờ *thấy tiếc* là không còn được nghe nữa.

451. Cất rạp sống bên mồ mẹ, rất thương mẹ, Văn Doan đáng khen thêm chỗ nầy.

452. Theo sự dọ hỏi của chúng tôi (Cha Hồ chú Nhẫn) thì có quân lính ở đó, khí giới lại nhiều…

453. Nhác hít như vậy mà cũng nói là thuộc dòng ăn cướp! Văn Doan nói giọng anh hùng dầu Doan không thuộc dòng ăn cướp ba đời như ai kia!

454. Thấy việc Văn Doan phát lạc tờ đòi mới tưởng tưởng được lực lượng của anh ta lớn mạnh thế nào.

455. Vậy thời có hai phó tướng và mười tướng yểm trợ!

456. Quân chia thành năm đạo, bốn hướng và Trung quân. Điều binh theo sách vở.

457. Ra đi đánh cướp nhưng cũng vái hương hồn cha mẹ.

458. *Thảo thân dốc báo* 討親篤报: Lạy cúng cha mẹ là thảo theo quan niệm của Lía, không dính dáng gì đến chuyện đi ăn cướp của mình hết!

459. *Sơn trung tự hữu thiên niên thụ* 山中自有千年樹: Trong núi có cây sống lâu cả trăm năm. *Thế thượng nan phùng bách tuế nhân* 世上難逢百歲人: Ở đời khó gặp người sống tới tuổi trăm. Văn Doan quan

niệm đi đánh trận là đi vào cõi chết, nhưng coi đó là chuyện bình thường thôi, cây sống lâu thì có, người trăm tuổi dễ có mấy ai! Văn Doan là người biết sống và biết chết, biết làm chủ đời mình, không tham sống sợ chết, bằng cớ là sau nầy Doan đã hào phóng cắt đầu mình tạ ơn lão tiều. Để ý bản Nôm thỉnh thoảng khắc sai, chữ *thiên* 千 khắc thành *vu* 于!

460. Ít ai thương mẹ như Doan, nghĩ mẹ mình lạnh lùng trong cõi chết! Đời có biết bao nhiêu người con khi mẹ còn sống cũng đã quên sự hiện diện của bà, để bà cô độc, có nhớ cũng chỉ để lợi dụng tiền bạc, công lao!

461. Quân sư can gián. Để ý chữ *quì thưa* 跪疎. Oai của Doan thiệt lớn.

462. Gan cùng mình, giả lịnh triều đình, vào hang cọp!

463. Ra uy trước cho đánh mõ làng coi như mình có quyền ra lịnh khẩn cấp tụ tập dân.

464. *Đi đòi bổn phố cùng chúa tàu tới* 挼隊本浦 共主 曹 细: Văn Doan sai người đi đòi những người nhà giàu đến trình diện mình. *Bổn phố* 本浦/舖 tức chủ phố, chủ có nhiều căn nhà căn nhà cho mướn, *chúa tàu* 主曹 tức chủ tàu, chủ ghe. *Bổn phố* và *chúa tàu* là những người có máu mặt ở địa phương, hai danh từ giờ không còn dùng. Hồ Biểu Chánh có quyển *Chúa Tàu Kim Qui,* chữ *chúa tàu* nầy nghĩa ở mặt quyền hành nhiều hơn.

465. *Lịnh sai thảo khấu Hồ Nhung* 令差討寇胡戎: Lịnh trên sai tao đi dẹp bọn giặc cỏ. Để ý Văn Doan không nói mình lãnh lịnh từ ai, cũng không nói rõ đi dẹp giặc nào. *Hồ Nhung* 胡戎, chỉ các giống dân ở giáp

biên giới nước Tàu thường đánh nhau với Tàu, họ rất ghét, gọi bằng những danh từ khinh thị.

466. *Cậy bây* 忌悲: Nhờ cậy các ngươi giúp cho..

467. *Xúm nhau tiền gạo* 塔燒錢粘: Mọi người cùng nhau góp tiền bạc. Nghe nói như vậy ai mà dám đậy hầu bao lại, phải mở ra thôi.

468. Ai ai cũng sợ tai vạ nên rút vô nhà cho an toàn, đường phố trở nên vắng tanh.

469. Chiếm địa phương ba ngày tha hồ thâu góp tiền của thiên hạ, được mười muôn là còn quá ít. Thử hỏi nếu chiếm cả nước trong thời gian đăng đẳng cả mấy chục năm thì thu biết bao nhiêu mà kể!

470. *Đi đòi nhà khó tức thì* 挆隊茹苦即辰: Kêu những kẻ nghèo khổ đến đây lập tức. *Nhà khó* 茹苦, tức nhà nghèo, xưa có từ *nhà thương khó* là chỗ người ta đem ban phát tình thương đến những kẻ nghèo khổ, bây giờ còn lại tiếng *nhà thương* vì chữ khó đã bị rơi rụng.

471. Doan biết lấy dân nghèo làm căn bản nên phát cho hạng đáng thương đó. Bài học nầy của Doan không phải dễ học, càng không dễ để áp dụng!

472. *Thương mãi làm ăn* 商買尐唉: Làm ăn buôn bán. Doan biết rằng lo làm ăn buôn bán, nếu mà có vốn thì sẽ bắt đầu được nên Doan nói *lo buôn bán làm ăn thì sẽ hết cực thân cơ hàn*!

473. *Kẻo lòng ta thương* 斜弄些伟: Tội nghiệp quá! Nhưng mấy tiếng *kẻo lòng ta thương* làm xúc động người đọc, chứng tỏ lòng nhân từ của tướng núi Văn Doan.

474. Văn Doan đã tính trước chuyện mình về thăm mẹ già nên cho lâu la về thăm bổn hương, nghĩa là giải tán một thời gian chờ khi có lịnh mới.

475. *Lưu ngũ thập viên chiến tướng* 留五十員戰将: Còn ở lại trong hàng quân năm mươi viên chiến tướng mà thôi. Câu trước đó, chúng tôi nghĩ là khắc thiếu chữ đa. *Hứa đa* 許多: nhiều. Ra lệnh cho về thì quá nhiều kẻ về.

476. Đoạn nầy thiệt là cảm động. Văn Doan nói rằng mình buộc lòng lắm mới cho anh em về, đau lòng vì tình anh em thắm thiết mà phân tán nhưng vì tuần chay của mẹ đã đến mình phải về thăm mả mồ và làm chay cho mẹ. Chí hiếu, chí hiếu!

477. *Ngu đẳng tống thượng trình* 愚等送上埕: Chúng em đưa tiến anh đi. *Hiến nhứt trản tửu bôi* 獻献一盞酒杯: Xin dâng một chén rượu. *Kính trưởng huynh thượng lộ* 敬長兄上路: Kính đưa đại ca lên đường.

478. *Thiên các nhứt phương phân thủ túc* 天各一方分手足: Chia tay mỗi người một phương trời. *Thống ngã tâm trung áo não tình* 痛我心中袄惱情: Đau buồn lòng ta!

479. *Sơn cách thủy cách tình nan cách* 山隔水隔情难隔: Các sông cách núi, nhưng tình ta khó cách. *Tinh di nguyệt di, chí bất di* 星移月移志不移: Trăng sao dời nhưng chí chúng ta không dời.

480. *Đây về bổn quán* 低㳽本貫, *đó hồi trại trung* 妬回寨中: Ta về quê nhà, các người về trại. Câu hát để diễn tả sự đi từ đâu đến đâu trong tuồng hát bội.

481. *Huề thủ đồng hành vãn cố hương* 携手同行往故鄉: Giang tay cùng nhau trở về quê nhà. *Đồng tâm ngô*

đẳng các nhứt phương 同心吾等各一方: Chúng ta đồng ý là mỗi người đi một phương trời.

482. *Ngày bách nhựt* 昙百日: Ngày cúng 100 ngày cho người đã khuất.

483. *Ơn cha nghĩa mẹ ví bằng trời xanh* 恩吒義媄哿朋丕撑: Ơn nghĩa cha mẹ đối với con quá to lớn, bao la. Nội một câu nói nầy cũng thấy lòng hiếu của Văn Doan cao ngất trời xanh. Mới đọc trên mạng thấy một ông Ấn Độ tình nguyện gánh cha mẹ đi con đường hơn hai trăm cây số để tạ ơn cha mẹ đã sanh ra ông ta mà hổ ngươi cho mình.…

484. *Các chức* 各耿: những quan viên. Tiếng gọi tâng, tỏ ý kính trọng.

485. *Mượn dân làng cho đủ một trăm* 嗢民廊朱乬乭纍: Mượn một trăm người trong làng ra giúp chúng tôi. Cần phải có nhiều người để làm việc. Cái oai của Lía là đây, ra lịnh là làng phải nghe, vui lòng nghe!

486. *Các tự thầy chùa* 各寺柴廚: Thầy sãi khắp các chùa.

487. Chúng tôi tạm thiết lập lại bốn chữ bị mất, còn ít vết tích..

488. *Làm cổ bĩ bàng đơm mâm* 冖古彼盘扰櫌: Làm thật nhiều cổ dọn lên mâm. Từ *đơm mâm* bây giờ không còn dùng, được thay bằng *dọn mâm, lên mâm*, nay chỉ còn từ *đơm cơm* mà thôi.

489. Xưa nay chuyện thầy chùa tụng kinh nhảy bỏ bớt kinh xảy ra hà rầm. Lý do là vì thầy mệt, thầy tu quấy quá.… *Kinh Hồi Dương Nhân Quả* 回陽因果 có kể chuyện các thầy tụng kinh nhảy, bỏ.. chết xuống Âm Ty bị xử phạt, phải đọc lại nhiều hơn.…

490. *Làm quấy* 歹怪 tức làm quấy quá, làm quọt quẹt cho có, không chuyên tâm vào cho cẩn thận. Bây giờ ta không dùng nghĩa nầy nữa mà *làm quấy* là làm điều càng rỡ, làm sai luân thường đạo đức. Để ý bản Nôm viết chữ quấy bằng quái 怪 có dấu nháy < chứng tỏ người chủ trương việc đưa khắc ván cũng rất cẩn thận, sai lầm chắc chắn là do thợ khắc nước lạ không đọc được chữ Nôm.

491. *Trong thầy ngoài lễ* 冲柴外礼: Nghi thức đầy đủ nghiêm trang, bên trong thầy sãi đọc kinh, bên ngoài các Lễ Sanh làm lễ tế lạy…

492. *Quì lạy khóc ròng* 跪褙哭浘, lễ tế mẹ 100 ngày mà con khóc ngon khóc ngọt không phải là chuyện dễ. Văn Doan được lòng người làng nước ở những tình cảm như vậy: hiếu, nhân, tín…

493. *Kẻ nhiều người ít chia nhau* 几饒尋仚吱饒: Tùy theo loại người mà có kẻ nhiều người ít. Chữ chia bản Nôm viết bằng chê không hay 吱.

494. Xong xuôi mọi việc Văn Doan về lại sơn trại ở Truông Mây. *Sấp lưng* 胒腠 là quay mặt đi, *bắt mặt* 北槵 là đi về phía nào đó.

495. Dân làng lại muốn nhờ Văn Doan bảo vệ cho làng vì thấy Doan có nhiều quân sĩ và có lòng thương dân….

496. *Trú cư hà xứ* 住居何処: Ở tại đâu?

497. *Thính thuyết tâm trung hỏa phát* 咱說心中火發: Nghe nói trong lòng (nóng) như lửa cháy. *Văn tường nhĩ nội sanh yên* 闻祥耳内生煙: Tai (lùng bùng) bốc khói. Giận quá sức giận. Hai câu *cổ điển* của tuồng chỉ sự giận dữ, bất bình.

498. Hành vi như thế mới đáng mặt trai. Lời khen Văn Doan của dân làng. Chữ *vầy* 丕 khắc lộn nét thành *chí* 至!

499. *Biệt liễu mộ phần bộ như phi* 別了壙墳步如彤: Đã xa mộ phần, ta đi mau như chạy. *Đáo lai sơn trại tụ anh hùng* 到來山寨聚英雄: đến sơn trại qui tụ các anh hùng.

500. Hai câu 6-8 nầy quá yếu, không vần điệu lại trùng lập 2 chữ cuối.

501. *Các bợm anh hùng* 各乏英雄: Những tay hão hớn. Chữ *bợm* nầy dùng *phạp* 乏 trơn trong khi chữ *bợm* tiếp theo *có bộ nhân* 仮 là chữ thường dùng.

502. *Tờ kỳ nội trong ba ngày* 詞期内匹旱: Tờ ra lịnh kỳ hạn trong ba ngày. Văn Doan quyết liệt trong vụ nầy để lấy uy danh. Chữ *tờ kỳ* 詞期 nay không còn dùng nữa dầu trong bản Văn Doan dùng 2 lần chứng tỏ thời đó từ nầy thông dụng. Tuy nhiên, khoảng 100 năm sau, năm 1906 thì từ nầy đã khó hiểu cho nên Huình Tịnh Của khi sửa lại xuôi câu đã dùng *tờ mây/giấy mời trát tay*, trong tự điển của ông, 1895 có 31 mục từ *tờ* cũng không có chữ *tờ kỳ*. Tự điển Anam-Latinh của LM. J. S. Theurel, 1877, mô phỏng theo công trình của Tabert cũng không có từ *tờ kỳ*. Chúng tôi trên sự kiện nầy suy ra rằng bản văn Văn Doan phải được viết ra *trước đó cả trăm năm*, ngay sau thời chúa Nguyễn Phúc Nguyên.

503. Bản Nôm lộn vị trí hai chữ bữa 餖 và chém 鉆 thành ra chém bữa 鉆餖.

504. *Lực hữu vạn phu chi dõng* 力有萬夫之勇: Sức mạnh ngang sức muôn người.

505. *Trước là ta bắt hàng đầu* 畧亣些抔降頭: Trước là bắt hắn thần phục ta. Văn Doan muốn ra uy thế, người mạnh cũng phải chịu dưới quyền mình. Chữ *hàng đầu* 降頭 hơi khó hiểu đối với ngày nay dùng chữ *đầu hàng*.

506. *Đặng cho tao biết thằng nào khéo khôn* 邛朱蚤別倘市窖坤: Cách nói của Văn Doan tự tin ở mình, hỏi để biết tài tụi nhỏ chớ tao thì đã có kế hoạch rồi.

507. *Đừng đánh chỗ nầy* 仃打注尼: Chớ nên gây chiến với phía đó. Chữ *chỗ* viết bằng *chú* 注 không đúng cách, *chỗ* thường được viết 坫. Không thể đọc *chú chỗ nầy* vì người được nói tới là phụ nữ.

508. *Nữa thua* 芕收: Nếu sau nầy ta đánh nó mà bị thua, bản Nôm viết 芕, nghĩ là nên đọc *nữa*. Có thể đọc là *lỡ/nhỡ* khi cho rằng người viết Nôm dùng thông các chữ 芕 và 汝. Tuy nhiên trong Nam thường dùng *Nữa+ động từ* chỉ một giả thuyết ở thì tương lai giống như *lỡ/nhỡ* ở miền ngoài.

509. *Các chiếm nhứt phương* 各占一方: Mỗi người chiếm một chỗ khuyên Văn Doan ở yên địa phương mình, đừng lấn chiếm, ai có địa bàn nấy…

510. Cực chẳng đã người phiên âm phải thêm hai chữ *Sao Mai* 牢埋 cho tròn tám chữ của câu, không dám nói họ dốt, chỉ ngờ là **khắc nhảy** chữ.

511. *Hữu chi* 右枝: phía bên hữu… Văn Doan đề binh khiển tướng giống như các quân sư hay đại tướng, chia binh ra các đạo cẩn thận. Chữ *hữu* 右 khắc lộn thành *cổ* 古.

512. *Nhứt cổ tiến binh* 一皷進兵: (Nghe) Một hồi trống thì tiến tới.

513. *Nhược bằng thoái hậu thời tao chém đầu* 若朋退後辰蚤鈷頭: Nếu mà nghe trống tiến mà lui thì tao chém đầu. Nghiêm lịnh. Cũng lại khắc sai vị trí hai chữ *tao chém* 蚤鈷 thành *chém tao* 鈷蚤!

514. Văn Doan sai tướng tên là Xe Lửa đem chiến thư tới Sơn thành, sào huyệt của địch nhân Mụ Trà.

515. *Sức mạnh trăm cân* 㔮孟林斤: Sức mạnh có thể cử được trăm cân nặng.

516. Người đưa thư lúc được gọi là *Xe Lửa* lúc được kêu là *Hỏa Xa!*

517. Xem thơ thì giận quá chừng giận cái thằng nhải ranh lớn gan! Câu cổ điển của tuồng diễn tả sự giận tức.

518. *Ngô minh nhật hạ san* 吾明日下山: Ta ngày mai xuống núi. *Quyết toái thi vạn đoạn* 決最屍萬断: Quyết phân thây nó làm muôn mảnh. Câu thường dùng trong hát bội, tỏ sự quá giận, thề giết địch. Chữ *toái* 碎 là phân chia ra manh mún bị khắc chữ *tối* 最 là *rất* vì người Nam đọc *không phân biệt rõ ràng lắm* hai chữ *toái/tối*.

519. *Thệ trảm Lía chi đầu* 誓斬俚之頭, *nguyện bất dung tiểu bối* 愿不容小輩: Thề trảm đầu thằng Lía, không dung tên nhóc hỗn hào.

520. *Min* 綿, tiếng xưa nghĩa là ta. Tuồng hát bội thường có chữ nầy mà văn thơ bình thường ít thấy. Nhứt là tuồng Tam Quốc.

521. Câu chửi khi giận: Thằng nhỏ lớn gan!

522. Quơ thương thề chém đầu mầy!

523. *Khá khan ngô thần võ* 可看吾神武: Hãy xem uy lực của ta đây!

524. *Thần đao huy khởi trừ tiểu tặc* 神刀揮起除小賊: Múa thần đao diệt trừ thằng giặc nhỏ. *Yên cảm khinh ngô thị đại can* 焉敢輕吾是大肝: Dám lớn gan khinh khi ta. Để ý bản Nôm khắc chữ đao 刀 thành chữ lực 力.

525. *Hảo hảo tai lão phụ* 好好哉老婦: bà già khá thiệt. *Thiện thiện dã kỳ tài* 善善也奇才: Tài lạ quá hay. Lời khen biết sức đối thủ.

526. Mình đã đánh nhau trăm hiệp. Cũng là câu cổ điển của tuồng *để diễn tả sự đánh nhau.* Trong tuồng hát bội, để diễn tả một sự kiện, một hành động, chẳng hạn như bắn cung, cử tạ, làm văn, đánh giặc, chuyển quân, đuổi giặc…người viết thường cho nhân vật nói lên bằng "loạn". Trên sân khấu, nhân vật vừa múa vừa ngâm phần *loạn,* hầu hết đều bằng chữ Hán.

527. *Dư trăm hiệp bất phân thắng phụ* 餘累合不分勝負: Đánh nhau hơn trăm hiệp không ai thắng ai. *Hội nhứt trường vị định cao đê* 會一坩未定高低: Một trận chưa định được cao thấp. Hai tướng tài ngang nhau.

528. Hẹn ngày mai đem binh tới trước núi giao chiến.

529. Thường trong bản Nôm, nhân vật nói nhỏ đáp lời một người nói lớn tiếng trước thì không đề tên, đây là lời Mụ Trà đáp lời Văn Doan.

530. *Lão phụ* 老婦: Bà già. Mụ Trà là một người đàn bà mạnh, có nhiều quân dưới trướng nên Văn Doan phải hạ triệt để tạo uy thế cho mình.

531. *Ám hành* 暗行: Đi lén để làm phục binh.

532. *Quá xinh* 過撑 đây có nghĩa là quá oai hùng, quá dũng mãnh.

533. Cũng là câu hát diễn tả sự đánh nhau.

534. Diễn tả sự đuổi theo. *Tiến truy* 進追: Truy đuổi.

535. Kéo toàn quân ra đánh bỏ thành yếu thế nên bị đốt, Mụ Trà hoảng hốt liền…

536. *Dâm phụ* 淫婦 chỉ mụ Trà ở đây chỉ là tiếng chưởi, cũng như một khái niệm xấu nào đó được gán cho người bị không thích, bị muốn diệt trừ.

537. Bản Nôm quá mờ, không đọc được, tạm đọc là *ngựa* theo văn cảnh.

538. Thắng thỉ làm tướng làm vương, thua thì vô chùa thí phát làm vãi. Cũng gọi là biết sống. Khá khen Văn Doan không giết Mụ Trà, mở đường cho mụ đi ra để lên chùa tu.

539. *Cường trung tự hữu cường trung đắc* 强中自有强中得: Kẻ mạnh còn gặp kẻ mạnh hơn. *Cao thủ hựu phùng cao thủ nhân* 高手又逢高手人: Kẻ tài giỏi lại gặp người tài giỏi hơn. Mụ Trà biết nguyên lý cuộc đời: Kẻ giỏi còn có người tài hơn.

540. Chữ Nôm *rất* 叱 dư nét thành *cha* 吒.

541. *Ẩn nơi sơn cốc tu hành thiện môn* 隐尼山谷修行善門: Ở ẩn nơi hang núi tu hành theo *cửa thiện*. Tu hành thì đương nhiên thực hành điều thiện là tiêu chí. Chưa từng nghe, trong văn chương Việt, chữ *thiện môn* 善門, chỉ nghe chữ *thiền môn* 禪門 mà thôi.

542. *Phăng phăng giong ruổi dặm ngàn* 方方駷躕琰阡: Cởi ngựa phóng mau thiệt mau đi. Chữ *giong* 駷 bản Nôm khắc sai thành lạc 駱.

543. Chỗ nầy nếu mà là *dấu phết* của chữ *phút* 丿 do người khắc thêm sau khi đã khắc xong chớ không phải là mực Tàu do người đọc trước viết thêm thì phải đọc là: *Băng chừng cao lãnh hầu/phút kề cao sơn.* Không dám nói cách nào, nhưng khó mà nghĩ khác. Thợ khắc Tàu dòm qua dòm lại chữ nọ xọ chữ kia không ít ỏi gì, bản Nôm nào cũng lựa ra cả rổ sai bậy. Bà Trà lên núi tu luôn, nhường đời tranh đấu cho phái trẻ đương lên là nhóm Văn Doan.

544. *Tiệc bày hỉ hạ* 席排喜賀: Tiệc dọn ăn uống vầy đoàn vui vẻ. Các tự điển xưa đều dùng *hỉ hạ*, nghĩa là tiệc vui, như chữ *hỉ lạc* nay người ta nói trại thành *hỉ hả*, như chữ hể hả, vừa ý.

545. *Sau tường quốc gia* 娄祥國家: Sau nữa là biết những chuyện lớn tầm mức quốc gia. Bấy lâu nay lớn mạnh cho mấy cũng là tướng cướp núi mà thôi, trong xó Truông Mây!

546. *Nhân quân phải đạo thời phò* 仁君沛道辰扶: Vua là vua nhân đức cai trị theo đường phải thời anh đầu quân giúp sức. *Nhược bằng không đức thời anh trở về* 若朳空德辰英阻米: Còn như vua chẳng có đức độ thì anh về lại lãnh sơn. Hai câu nầy nói lên con đường chánh đạo của Văn Doan: Phò vua khi vua có nhân, chẳng thèm theo người hôn muội. Nói như vậy nhưng khi có chút thành công thì chính Văn Doan theo con đường hôn muội mê sắc khiến người dưới chết oan biết là bao nhiêu!

547. *Xuốngtrường an* 冠坿安: Xuống kinh đô, xuống chốn thành thị đô hội. Chữ *trường an* nầy là danh từ chung, mượn từ danh từ riêng Trường An. Chữ *trường* 坿 bản Nôm lại khắc sai thành *ai* 埃!

548. E như 依如: Nếu như. Bản Nôm viết *em như* 俺如, vô nghĩa.!

549. *Như nhục huyền hổ khẩu* 如肉懸虎口: Như thịt treo miệng cọp. Thế nào cũng bị đớp!

550. *Tua khá chớ đi* 須可渚䞘: Xin anh đừng đi. *Tua khá* là lời khuyên *nên làm* điều gì. *Tua khá chớ*: đừng nên.

551. *Bất qui vương hóa* 不逵王化: Không thần phục nhà vua.

552. Văn Doan nhiều lần xác định niềm tin này: Số mệnh tại Trời. Mỗi người đều có số, không phải muốn chết/sống mà được.

553. Văn Doan đi chỉ dẫn theo *hai người* bình thường thôi cho nên khi đụng chuyện họ không giúp gì được.

554. *No nao* 奴市: bao giờ.

555. *Đương niên* 當年: Đương tại chức.

556. *Gian hùng ai đương*奸雄埃當: Gian hùng không ai sánh bằng, quá xá lưu manh.

557. *Tháng hai mùng bốn* 腨𠄩初罘, chúng tôi đọc chữ sơ 初 là mùng vì không ai nói sơ bốn mà phải nói *sơ tứ* hay *mùng bốn*. Vậy là *đọc nghĩa* chữ nầy.

558. *Phân nhau thông tín* 分僥通信: Phái người đi rỉ tai nói về tin tức. *Chư Nho nó tường* 諸仪奴祥: Cho các Nho sĩ được biết. Chữ *Nho* 仪 hai lần đều bị khắc sai thành *du* 攸!

559. *Nữa thời có thất thời tao dung tình* 姅辰古失辰蚤容情: Đem quyền thế ra dọa kẻ cô thế. Chữ *thất* 失 chúng ta có thể đọc là *trợt*, khi cho rằng người khắc

đã viết đơn giản chữ *trậ*t 秩, 跌… Cũng có thể đọc *rớt* (đọc nghĩa) nhưng chuyện đọc nghĩa chúng tôi không tin tưởng lắm. Xin chất chính. Mong thay! Nhưng thất là gì? Có thể hiểu là thơ phú bị *thất luật, thất vận*, chữ *thất kính* như ky úy mà viết không thay đổi…dung tình nghĩa là quan giám khảo thấy mà làm lơ bỏ qua.

560. *Giàu thời trân trọng* 曻辰珍重 *còn thi làm gì* 群詩宀吃: kẻ đi thi biết *chuyện đầu tiên* thì được quí trọng, cho vào thi, như vậy thì chuyện thi cử đâu còn giá trị gì, đâu còn đáng để ý nữa. Chữ *trân trọng* bản Nôm viết bằng 珍庄, có lẽ sai, chữ gì 吃 khắc dư nét thành 吃 (*chi* 之 thành *phạp* 乏)

561. Ngày kỳ 寻期, tương tợ như chữ *tờ kỳ* ở trên, *ngày kỳ* là ngày đến hạn để làm việc gì đó, đây là ngày thi.

562. *Ngượng tay* 掺秝: tay đang viết trơn tru, bỗng khựng lại. Nhớ ra là nó không đưa tiền, không phải chuyện không được tiền mà là chuyện mất mặt vì có thằng dám coi chuyện mình đòi là không đáng kể. Chữ 掺 còn đọc là *ngáng* nhưng đọc *ngượng* hay hơn.

563. *Hình bằng cò ma* 形朋瓢麻 Tác quá ốm yếu lại cao lêu khêu, giống con cò ma, loại cò nhỏ mình mà cẳng thiệt dài. Quan trường nhắm tướng đã khi dễ lại thêm chẳng có chuyện đầu tiên! Rõ khổ!

564. Gần đây còn nghe nói thằng đó *tướng như tướng ho lao*. Thế mới biết cách nói quần chúng sống lâu trong dân gian.

565. Trả lời ngang ngạnh ha, thấy mà ghét!

566. *Tiểu nhân bất ngoa ngôn* 小人不訛言, *văn võ giai thục thức* 文武皆熟識: Kẻ tiểu nhân nầy không nói

ngoa đâu, hai môn văn võ tôi đều biết thuần thục. Lời nầy càng làm cho kẻ gian ghét, giận.

567. *Ngô hữu thiết côn nhứt kiện* 吾有鉄棍一件, *trọng hữu nhị bách cân* 重有弍百斤: Ta có một côn sắt, nặng hai trăm cân. Ý muốn thử sức mạnh của Lía.

568. Cũng là *câu công thức* của tuồng hát lên trong lúc múa gươm, cử tạ, cử đỉnh…

569. Thói thường thua người ta thường gán cho là gian tế nầy nọ. Ở đây gán cho Văn Doan là tên *Giang đạo sĩ* 江道士 nào đó, có thể là người từng bị tiếng xấu. Cũng có thể là *gian đạo sĩ*, tức đạo sĩ gian, chữ viết sai âm sai chánh tả làm cho ta nát óc suy nghĩ mà không thể quyết định…

570. Câu nầy hay, quan nghe đau đớn vô cùng. Trả lời từng điểm từng điểm. *Thếp mình* 妾命: Sơn mình bằng vàng thiệt, như người ta thếp tượng Phật.

571. Chữ *bắt* nầy đọc *"đoán mờ"*, bản Nôm không còn lại nét nào do thời gian.

572. Thêm một chi tiết về địa danh, tỉnh (hay phủ) Bình Hòa, làng Tái Hội. Ông Huình Tịnh Của là người sống không xa thời gian lúc quyển nầy xuất hiện cũng giữ nguyên địa danh trên, vậy sự có thật của nó tin tưởng được, từ đó ta có lý do vững chắc để xác quyết tác giả là người sanh trưởng ở một trong các tỉnh Bình Định, Phú Yên, Qui Nhơn.

573. *Chẳng theo cuồng đồ* 庄跊狂徒, lời nói vô cùng khẳng khái, tao chẳng theo bọn khùng điên như tụi mầy, khùng điên vì lo bốc lột dân.

574. *Hữu thế bất khả ỷ tận* 有勢不可倚尽: Có quyền thế đừng có ỷ thị quá. *Bần cùng bất khả khi* 貧穷不可欺:

Người nghèo khó đừng nên khi dễ. *Ngô kim lai sát nễ* 吾今來殺你: Nay ta đến giết nó. *Thư thị tự Văn Doan* 书是字文緣: Thơ đề chính thiệt là chữ của Văn Doan.

575. Đem binh báo thù, báo thù gì hay là cái xã hội dung túng bất công và thiếu đạo đức khiến những kẻ như Lê Tiếp đè lên đầu cổ nhân dân làm mưa làm gió. Giết Lê Tiếp chưa đủ, Văn Doan muốn báo thù cái xã hội xấu xa đó.

576. *Tham tâm hại kỷ* 貪心害己: Nuôi dưỡng lòng tham thì hại mình. *Lợi kỷ tổn thân* 利己損身: Mưu tìm lợi mình thì hại thân. Bài học để sống ở đời không nuôi dưỡng lòng tham, không chạy theo tư lợi. Để ý Văn Doan đem sách thánh hiền ra nói nhiều câu chí lý.

577. *Hành nhân thuyền bộ nghiệm tra cho tường* 行人船步驗查朱祥: Người đi đường bộ cũng như đường thủy đều được kiểm soát (để tìm kẻ tội phạm).

578. *Quan tường thư nội* 觇 祥书内: Xem rõ thư. *Chỉ thị hung nhân* 指是凶人: Thiệt là kẻ dữ. *Sát tướng trào chỉ thị đại can* 殺将朝 只是大肝: Giết quan triều đình thiệt là lớn mật. *Di huyết tự chân vi dõng khí* 移血字真爲勇氣: Để lại chữ bằng máu thiệt là người có khí dũng.

579. Trí

580. Quân số coi bộ nhiều. Chữ *muôn* khắc lạ [hộ+môn], hộ 戶 tức chữ *vạn* 万 viết đơn sai nét mà thành.

581. Văn Doan cho người mình giả đi thương mãi làm ăn để dò la tình hình địch, vậy mà sau nầy không đề phòng bị ngay cái sự do thám nầy của địch…

582. Phục binh nhiều chỗ, xóm dưới làng trên, đủ hết. Tính toán như đánh trận trong binh pháp xưa.

583. Văn Doan điều binh khiển tướng coi bộ rành như mấy chủ tướng trong truyện Tàu.

584. *Nễ đái mã binh nhứt thiên nhân* 你帶馬兵一千人: Ngươi đem người ngựa một trăm quân. *Tả chi sát nhập sát quan bình* 左支殺入捉官兵: Tấn công vô phía tả để giết quan binh.

585. *Phụng lãnh kim ngôn xuất tả chi* 奉領金言出左支: Lãnh mệnh lệnh đến phía tả. *Sát tha quan tướng nguyện toái thi* 殺他官將願碾屍: Thề phân thây quan tướng của chúng. Hai câu thường có trước khi ra trận trong tuồng hát bội.

586. *Nhứt thiên cung nỗ tiến mã hành* 一千弓弩進馬行, *hữu biên sát nhập bất phóng chi* 有边殺入不放之: Đem một ngàn quân ky mã với cung nỗ tới phía bên mặt, không để sót chúng nó.

587. *Khâm thừa soái lệnh đáo trận tiền* 欽承帥令到陣前, *Dương uy dũng dược phấn kim thương* 揚威勇躍奋金鎗: Vâng lệnh chủ soái ra trận, ra oai sức giơ thương. Đây cũng là *câu công thức* của hát bội để diễn tả sự đánh nhau của tướng.

588. Lời dặn không cho quân lính sách nhiễu dân chúng biểu lộ lòng nhân ái của Văn Doan và là nguyên do dẫn đến sự lớn mạnh của nhóm Văn Doan. Bản Nôm *đêm canh ngày nhặt cho nghiêm* 店更導日朱厌, phải là *đêm ngày canh nhặt cho nghiêm*.

589. *Tùng thiên hành đạo* 從天行道, *tẩy trừ gian quan* 洗除奸官: Theo lẽ trời mà thực hiện cái đạo. Trừ

quan gian nịnh. Nguyên lý nổi dậy cứu dân của Văn Doan, nghe thiệt là hấp dẫn, thuận lòng người.

590. Giọng điệu tự tin, ngang tàng. Thời nầy quan binh triều đình không còn chút uy danh gi hết! *Min* 綿, từ xưa có nghĩa *ta, tao*.

591. Bản Nôm mất ba chữ tạm thêm theo văn cảnh: *mà gióng rân*.

592. Câu nầy mới xem qua không rõ nghĩa. Có nghĩa: Bắt đặng nột người đàn bà. Nàng nói là người nhà họ Tiếp. Lâu la kéo vô nhà ông ta…

593. *Chỉ thị Tiếp quan chi kế thất* 只是接官之继室: Chính thiệt là vợ bé của quan họ Tiếp. Biết là kế thất của đại thù, thế mà vẫn cứ xáp vô, khó biện hộ cho Văn Doan về tánh mê gái!

594. *Văn tường số ngữ* 聞祥數語, *tâm thậm hân hoan* 心甚欣歡: Nghe mấy lời thì lòng vô cùng vui thích. Vui thích có người đẹp hay vui thích được trả thù thêm lần nữa?

595. *Ngõ đặng hiệp vầy cá nước* 午卬合囲鮏渚: Về cùng ta giao hòa đôi lứa! Câu của kẻ thắng trận, quyền thế!

596. *Ngửa trong đức đại vương* 語篦彷大王, *đoái tới hoa tàn phận gái* 兌细花藏分姁: Cám ơn ông đã tưởng tới phận gái tàn tạ nầy. Lời nhi nữ thỏ thẻ nát dạ anh hùng! *Hoa tàn* 化藏: Nàng Nghĩa nương muốn nhắc thân thế mình chồng bị giết, thân bơ vơ. Để ý chữ Nôm *tàn* 殘 viết bằng *tàng* 臧, giọng địa phương.

597. *Bất khả thính* 不可咱, *mạc dung chi* 莫容之: Đừng có nghe! Chớ tha nó! Câu của cha Hồ là câu gián can bộc phát nên được lập lại 2 lần. Gián can nhưng Đại Ca có nghe cho! Và thế là tất cả bọn đều vong mạng!

598. *Trảm thảo trừ căn* 斬艸除根, lưu chi hậu hoạn 留之後患: Cắt cỏ thì diệt gốc, giữ lại thêm tai họa về sau!

599. Người nào chớ tao thì không đâu! Nói miệng tài, tới chừng xảy ra thì than thời vận, đời ai cũng thế, chưa thấy quan tài chưa đổ lệ.

600. *Bất úy phụ nhân chuyên chế chi sự* 不畏婦人專制之事, *hà tất đa ưu* 何必多憂: [Ta] không sợ sự chuyên chế của đàn bà, vậy [các em] lo ngại làm chi?

601. *Kim lưu thử tiểu nhi* 今留此小兒, *hậu nhựt vi đại họa* 後日爲大禍: Nay là tha đứa nhỏ nầy, ngày sau nó gây họa lớn cho mình. Văn Doan biết một mà chẳng thấy hai vì bóng sắc che mờ mắt. Cái họa trước mắt kề bên cạnh đó!

602. *Thầy bịnh thất tình thác đi* 柴病失情托歹: Bị bịnh buồn rầu thái quá mà chết. *Thất tình* 失情 ở đây chỉ nghĩa là buồn bực thái quá. Chữ *thầy* 柴 đọc theo bản Nôm, có thể hiểu là tiếng chỉ những lãnh tụ trên Truông Mây, đó là những ông *đầu thầy*. Tiếc thay chữ thầy nầy chỉ dùng có một lần nầy mà thôi. Có thể chữ nầy là *nhiễm* 染 Nôm đọc là *nhuốm* hoặc *nhuộm*.

603. Hai câu nầy nếu đọc như trên thì có nghĩa là: Lo không hiểu lành dữ như thế nào vì chưa biết chuyện của người mình sai đi. Bản Nôm chữ "sự" khắc như là viết tháo của chữ sự 事. Chữ cát 吉 bản Nôm là nhân 人, không có nghĩa nên tạm đọc là *cát*. Chữ *chửa* 褚, bản Nôm khắc là *tự* 緒. Hai câu nầy quá rắc rối khi đọc theo bản khắc. Chúng tôi chấp nhận bản Nôm khắc lầm 3 chữ là điều không muốn nhưng phải áp dụng ở trường hợp nầy.

604. Suốt đêm không ngủ, chỉ lo lắng về chuyện đó. Bản Nôm khắc *mảng* 蟒 bằng *mắng* 嘛 vì khắc bộ khẩu đáng lẽ phải là bộ trùng. Chữ Nôm lắm trường hợp viết/khắc quá phóng khoáng, ta đọc phải du di, căn cứ trên nghĩa của toàn câu, văn cảnh và dựa trên kho tàng từ cổ.

605. Bản Nôm là *loài* 類, nghĩ là *loàn* 亂 mới hợp lý. Nhắc lại, những trường hợp như thế nầy chúng tôi khi chế bản Nôm mới *vẫn để lại như cũ* cho dễ dàng học giới sau nầy khi nghiên cứu. Biết đâu sau nầy có người chứng minh được rằng chữ *loài* mới hợp lý!

606. *Kéo vô dầy dầy* 斜無移移: Quân lính kéo vô quá đông đảo. Huình Tinh Của giải thích *dầy dầy* là *tiếng đông người chào rào*. Thật ra cái quan trọng không phải là *âm thanh* của đông người mà là *tình trạng đông người, tình trạng nhiều*. Truyện thơ Nôm Lý Công *tóc mây dầy dầy*: tóc quá nhiều.

607. *Sát tha phiến giáp vô tồn* 殺他片甲無存: Đánh giết chúng nó manh giáp không còn.

608. *Trảm tắc tường chi cho đào thoát* 斬賊將之朱逃脱: Giết tướng giặc không để thoát một ai.

609. *Đánh chừng qua Dậu chạy về* 打澄戈酉趙術: Đánh với họ, đến chừng qua khỏi giờ Dậu thì rút quân về thành. Văn Doan có sẵn kế mưu nên ra lệnh rất rõ ràng: giờ Dậu. Lúc đó thì trời đã xụp tối rồi.

610. *Hứa bại chớ bất hứa thắng* 許敗渚不許勝: Chịu bại chớ không chịu thắng. Các em của Văn Doan hiểu lầm anh chàng lém lỉnh nầy. Lía chịu rút lui là có kế sách hay trong bụng rồi!

611. *Dõng lực quá nhân* 勇力過人: Sức mạnh hơn người. *Cự địch bất như chí thủ* 拒敵不如志取: Cự với địch mạnh không bằng cứ thủ trong thành. Văn Doan nói sơ qua về chiến thuật của mình.

612. *Tam thiên nhân mã phục Đông Tây* 三千人馬服東西: Đem ba ngàn người ngựa mai phục ở hướng Đông và hướng Tây. *Pháo hướng phân binh sát tặc doanh* 炮向分兵殺賊營: Nghe tiếng pháo lệnh thì chia binh để tiến vào trại địch mà đánh giết.

613. *Phụng lãnh mật ngôn phục lưỡng biên* 奉領密言伏两边: Vâng lệnh mật đi mai phục hai bên. *Sát tha tặc tướng phấn thần thương* 殺他賊將奮神鎗: Giết tướng giặc vũ lộng thương thần. Câu hát hùng hào khi đi ra trận trong tuồng hát bội.

614. *Nam Bắc lưỡng sơn hàm mai phục* 南北两山咸埋伏: Hai núi phía Nam Bắc thì ém binh ở đó mai phục. *Quan binh tẩu đáo khả sát chi* 官兵走到可殺之: Quan binh chạy đến thì giết hết.

615. Hai tướng theo đúng kế hoạch của nguyên soái Văn Doan: tới giờ Dậu thì rút quân về thành.

616. Nguyên bản là *binh đâu* 兵兜, không có nghĩa, nghĩ là *bổng đâu*.

617. *Đánh một trận đặng an* 打乂陣玵安: Đánh ăn/thắng một trận.

618. *Nam đình* 南廷: Triều đình phía Nam, nghĩ là tiếng gọi triều đình của Chúa Nguyễn. từ đó suy ra truyện Văn Doan được viết thời các chúa Nguyễn, thế kỷ 18.

619. *Đáng tru* 旦誅: Đáng giết. Chữ *đáng* bản khắc viết theo giọng Nam đán 旦, thường là *đáng* 當.

620. *Đái công thục tội* 带功贖罪: Đem công mình thực hiện về sau để chuộc lỗi trước. Gần đây nhóm từ nầy đã bị Việt hóa thành *đái công chuộc tội* hay *lấy công chuộc tội*.

621. Bỏ hai chữ *vô hồi* 無田, bản Nôm *khắc dư*. Chắc là người sáng tác khi viết trên giấy để đưa cho thợ khắc đã không bôi sạch hai chữ nầy, thợ Tàu không biết chữ Nôm, cứ nhắm mắt mà khắc, thành dư thừa, thành lộn lạo hoài.

622. *Vương thị hai chàng* 王氏弒撞: Hai người trai họ Vương: Vương Long, Vương Hổ của triều đình.

623. *Một muôn người ngựa* 乂爾得駿: Quân số mười ngàn người, như vậy thì thế lực của Văn Doan lúc đó thiệt lớn hơn đám cướp rừng, cướp núi, bọn giặc cỏ đói khát thời nào cũng có.

624. Mấy câu công thức hát bội nói chuyện xuất quân. Kéo quân đến tỉnh Hòa tức Bình Hòa. Chưa có thời giờ tra cứu để biết Bình Hòa là địa danh thiệt hay được hư cấu, nếu thiệt thì có lúc nào là tỉnh chăng.

625. Như chú thích trên.

626. *Tiểu quân* 小軍: Quân đi tuần.

627. *Nghe nói kinh hồn* 喧呐驚魂: Nghe báo Chánh Tường cầm quân đến thì sợ thất thanh. Cái sợ của Văn Doan là cái sợ của người biết mình biết địch, đánh giá cao kẻ sẽ đối đầu với mình.

628. *Thủy lai thổ yểm* 水来土掩 *binh đáo tướng đương* 兵到將當: Nước đến thì dùng đất chặn ngăn, binh đến thì dùng tướng chống chọi. Ý nói nếu họ đem quân đến thì mình cự địch thôi, không chuyện gì mà

sợ hãi. Rõ ràng các đệ tử của Doan không hiểu lòng chủ tướng mình.

629. *Tri kỷ tri bỉ* 知己知彼, *thức bại thức thành* 識敗識成: Biết mình, biết đối phương, hiểu được lẽ bại, hiểu được thế thắng.

630. *Lão phu lực đại vô cùng* 老夫力大無窮, *túc trí đa mưu chi sĩ* 足智多謀之士: Ông ta là người sức mạnh vô song, lắm mưu nhiều kế lại khôn ngoan. Văn Doan biết người biết ta như vậy mà vẫn bị thua, có ngờ được đâu người mưu giết mình lại là người đầu ấp tay gối ở kế bên mình lâu nay!

631. *Chi bằng về núi* 之朕米岀, *ai mà chi ai* 埃麻之埃: Bàn định rất chí lý. Cô thành không có thế ỷ dốc, khó giữ, nếu cần thì ta lui về tựa vô núi mà giữ thế, chẳng ai làm gì được ta.

632. *Lộ đồ gian nan* 路塗艱難: Đường đi cực khổ. Nói như một sự thông cảm, như là lời tạ lỗi, cũng lại là lời biếm nhẽ: Vì bọn tôi mà lão tướng triều đình phải cực khổ thế sao!

633. Cả đoạn nầy là lời nói ngon ngọt dụ hàng: Về giúp chúa, không ở núi non làm khổ dân đen.

634. *Bất thất công hầu chi vị* 不失公侯之位: (Hàng thì sẽ) Không mất chức công hầu, sẽ được cho làm quan.

635. *Ngọc thạch bất phân* 玉石不分, *hối chi hà cập* 悔之何及?: Không phân biệt ngọc đá (đánh thành tụi lâu la chết, tướng cũng chết), lúc đó hối tiếc thì còn đâu kịp nữa.

636. Người ta rủ rê mình về hàng, mình lại dụ người ta cùng làm loạn. Giọng điệu như giả ngộ. Mà đối với

Văn Doan đời có gì quan trọng lắm đâu để không giả ngộ!

637. *Quyết trảm nhữ chi đầu* 決斬汝之頭, *bất dung tha tặc bối* 不容他賊輩: quyết chém đầu mi, không dung tha bọn giặc. Diễn tả sự tức giận, thề lấy đầu địch quân, cũng là cách mô tả trận chiến bắt đầu theo cách công thức của hát bội.

638. Cả bốn câu diễn tả trận chiến và kết quả. Trong bản văn tuồng hát bội, sự mô tả rất sự kiện xảy ra trên sân khấu ít khi được sử dụng, nên người đặt tuồng sử dụng lời nói của nhân vật, nhiều khi trở thành công thức, để gián tiếp diễn tả.

639. *Phục tả biên sơn* 伏左边山: Mai phục bên phía trái của núi.

640. *Nghe ốc đánh ra* 喧蝠打吥, *nghe còi trở lại* 喧噲阻吏: Nghe tiếng tù và thổi thì tiến công, nghe tiếng còi thổi thì lui. Chánh Tường tổ chức phục binh và tổ chức qui củ tiến thoái sau khi quan sát địa hình.

641. *Tam thiên nhân mã Thanh hà phục binh* 三千人馬清河伏兵: Đem ba ngàn quân ém phục ở sông Thanh hà.

642. *Hoài Sơn mai phục* 怀山埋伏: Mai phục ở chỗ gọi là Hoài Sơn.

643. Tiếng ốc –tù và- vậy là lúc nầy có đạo quân khác nảy giờ nằm im giờ mới tiến đánh Văn Doan.

644. Tướng Thanh Tô của Văn Doan chết vì mai phục người ta dè đâu đã có mai phục của địch trước rồi. Ở trên không nói Cát Vàng làm gì trong trận nầy nhưng cho biết Cát Vàng cũng chết ở đây.

645. *Lịnh truyền hắc dạ phục dinh lão thần* 令傳夜伏服營老臣: Truyền lịnh đánh úp bản dinh của Chánh Tường khi đêm tối. Văn Doan sau khi thua trận mất hai tướng nghĩ là địch sẽ vui mừng chiến thắng mà lơ đễnh nên ra kế hoạch hành quân nầy. Bản Nôm chỗ chữ *phục* 服 là chữ *báo* 報, nghĩ là *khắc lầm*, báo ở đây thì vô nghĩa. Kế hoạch nầy quá hay nhưng lão tướng Chánh Tường nhờ bà cậu độ bỗng nhiên mặt đỏ phừng phừng chiếm quẻ, biết được mà đối phó.

646. *Âu là thần quẻ chiếm coi* 嘔兮神卦占覩: Chánh Tường cũng biết chiếm quẻ Dịch để coi trước chuyện gì sẽ xảy ra. Ngày nay cũng như ngày xưa, quân ta đánh giặc thường tướng cho "ông nầy bà nọ" chiếm quẻ trước.

647. *Đêm nay nó ắt ám hành phục dinh* 店尼奴乙暗行服營: Chắc đêm nay chúng nó lén hành quân tối mà tấn kích dinh trại mình. Quẻ chiếm hay thiệt, nhờ đó chuyển từ bại thành thắng. *Phục* 服 khắc thành *báo* 報. *Phục dinh* là đánh úp doanh trại của địch.

648. *Không trại* 空寨: Chiến thuật lừa địch bằng cách để thành trống không, như là chẳng phòng bị gì, kỳ thiệt quân đã rút ra ngoài mai phục. Khi địch tưởng không phòng bị, kéo quân đánh thành thì bị quân mai phục bao vây trở lại. Chiến thuật nầy thành công khi tướng bên kia háo thắng, nóng nảy, quá tự tin…*Nghĩ thôi giựt mình* 扝崔翼命: Suy nghĩ lại mới thấy giựt mình, sợ vì trúng thành trống của địch. Chữ *giựt* 秩 bản Nôm dùng *dực* 翼, giọng Nam.

649. *Điểm tra quân sĩ* 点查軍士: Điểm danh coi ai thiếu ai còn. Xưa nói *điểm tra*, nay nói *kiểm tra*. Chết một trận năm trăm lính coi bộ cũng hơi nhiều! Giặc Văn

Doan như vậy thì là quá mạnh, trận đánh phải kinh hồn với thời binh khí thô sơ của ngày xưa.

650. Chết cũng bộn bộ ha!

651. *Ta thống thiết, cát ngã tâm* 嗟痛切割我心: Than ôi đau đớn, lòng ta như cắt. Đau khổ qua đỗi. Tướng cầm đầu thương xót cho sự thua thiệt của quân mình!

652. *Chư đệ kim hưu hĩ* 諸弟今休矣: Các em bây giờ không còn nữa. *Nhãn lệ sái lâm li* 眼淚洒林離: Nước mắt ta rơi lã chã. Buồn quá, vì lỗi của tướng cầm đầu mà quân sĩ chết nhiều vô số. Than khóc cũng là quá muộn.

653. *Tưởng lão tặc hỗn thân hỏa khởi* 想老賊渾身火起: Nghĩ đến tên giặc già, toàn thân ta như có lửa xông lên. *Hận Chánh Tường nộ phát xung quan* 恨正祥怒發衝冠: Căm giận Chánh Tường tóc đứng dựng mũ lên. Chữ *phát* phải viết là phát 髮 mới đúng nhưng trong chữ Nôm người viết *có quyền* dùng chữ đồng âm.

654. *Cầm lão tặc phanh can giảo nhục* 拎老賊烹肝咬肉: Bắt được tên giặc già, sẽ mổ gan, lóc thịt. Nói như nghiến răng!

655. *Nễ đái nhứt thiên binh* 你帶一千兵: Nhà người mang theo một ngàn binh sĩ. *Nghi tùy thân hỏa pháo* 喧隨身火炮: Nên đem theo súng lửa- hỏa pháo. *Đông tây tiểu lộ, dụng hỏa vi binh* 東西小路, 用火爲兵: Các con đường nhỏ ở hai hướng đông tây, dùng lửa giả làm binh sĩ. Nghĩa là núp ở đó với ít quân và thiệt là nhiều súng, đốt lửa và bắn ra, địch tưởng đại quân ta ở đó tiến vô, ta bao vây lại…

656. *Nhược quan binh lai đáo* 若官兵來到: Nếu quan binh đến. *Khả tẩu nhập cao sơn* 可走入高山: Khá chạy vào núi cao mà núp. Kế dụ địch. Văn Doan có trí và biết cách dụng binh áp dụng vào địa thế.

657. *Tận khởi chư nhân mã* 尽起諸人馬: Đem hết các người ngựa. *Phân nam bắc ám hành* 分南北暗行: Chia hai hướng bắc Nam mà lén đi đến.

658. *Văn pháo hiệu nhứt tề công tiến* 聞炮號一齊功進: Nghe tiếng súng lệnh thì đồng loạt tiến công. Dặn dò thiệt chi tiết, cẩn thận.

659. *Đánh lên sáng trời* 打蓮让創夬: Đánh lửa cho cháy sáng rực một góc không gian. Nói đánh lên 打蓮 mà không nói *đốt lên* 焠蓮 vì xưa lửa phải có hai hòn đá đánh vào nhau để làm cháy mồi bùi nhùi trước.

660. *Vô xem chẳng thấy vậy thì một ai* 無祜庄体丕辰殳埃: Thành trống trơn. Bị kế không thành, binh mình (Chánh Tường) như ong mà thành địch trống trơn, họ đang phục kích đâu đó, thế nào cũng bị đánh úp hay họ ở chỗ lợi thế hơn.

661. Bản Nôm khắc lộn thành *binh nào cự dám* 兵芇拒监.

662. *Tiệc bày quỳnh mai* 席排瓊梅: Nghĩa nương dọn tiệc đãi đẳng. Đương chiến trận bên ngoài mà nàng làm như vầy đáng lý phải biết chớ! *Quỳnh mai* 瓊梅: Một thứ rượu quí.

663. Nôm như là chữ *bóc* 卜, thật ra bản văn được sao qua lại nên mờ nét ngang của chữ *bèn* 下, chúng tôi đọc *bèn* theo văn cảnh.

664. *Tiệc say chưa mãn* 席醛猪滿, *dục tình giao hoan* 欲情交歡: Ăn uống no say, tiệc chưa tàn, đã sanh lòng

dục, bày cuộc mây mưa. Tả chân kiểu nầy quá rõ ràng, không thể hơn, nếu nhìn mặt văn nghệ của thời cách nay hơn 200 năm thì lại càng quá bạo, quá thực.

665. *Đã trăm phen vị tróc hung nhân* 㐌𣱆畨未捉凶人: Đánh nhau nhiều trận rồi vẫn chưa bắt đặng kẻ ác. Lời nói, *có vẻ dư,* của công thức hát bội, cho biết về nhân vật, sự suy nghĩ của ông ta…

666. *Ròng đủ* 浺舮: Đầy đủ, phong phú, nhiều.

667. Bản Nôm mờ nhòe, đọc mãi không ra chữ nầy! Tạm đọc là *tính* 箏.

668. *Nhược chinh chiến bất năng thủ thắng* 若征戰不能取勝: Nếu mà đánh nhau không thể thắng được. *Dụng cao mưu ám thử tróc chi* 用高謀暗此捉之: Phải dùng mưu cao mà bắt hắn ta. *Mới đặng cho* 買邛朱: Mới vừa lòng, mới được.

669. *Kham ta phu phụ tình phân đoạn* 堪嗟夫婦情分断: Than ôi tình nghĩa vợ chồng phải chia cách. *Cốt huyết chi ly vạn tải bi* 骨血之离萬載悲: Ruột thịt mẹ con phải chia lìa buồn bã biết đến bao giờ. Lời than của Nghĩa Nương cho thấy hận lòng với Lía quá thâm sâu. Sự thất bại của Lía bắt nguồn từ lòng oán hận đó.

670. Bản Nôm chữ nầy không rõ, đoán là *cừu* 裘 (cừu nhân 裘人) theo văn cảnh.

671. *Quê hương rày đã khôn trông* 圭鄉𣈙㐌坤篷: Chẳng thể thấy được quê nhà! Bị giữ ở đây không mong gì về được.

672. Hai chữ *bánh* và *trái* nầy chúng tôi đoán và thêm, trong bản Nôm nhòe, đọc mãi không ra.

677.

673. *Trước mãi nhân tình* 署買人情: Trước là làm thân. *Sau lại thăm coi sau* 娄吏 探視: Sau là dò la tin tức, cách bố trí quân trong trại… Do thám, điệp viên!

674. Nghĩa nương xem thấy giống hình người quan 義娘 貼体種刑茹官: Nghĩa nương nhìn phong cách biết được là do thám. Cử chỉ điệp viên chưa thuần thục. Lân la ra bán được phía sau dinh là khôn khéo lắm rồi, thế mà vẫn để sơ hở cho người ta nhìn biết mình là người của chánh quyền phái tới.

675. *Đừng có lậu* 仃古漏 ra, tức đừng cho ai biết chuyện nầy, lậu sự ra là chết ta đó.

676. *Mồng hai tháng chín* 初試腩尬: Ngày mồng hai tháng chín, hẹn tiến công vì sẽ có nội ứng. Chúng tôi đọc mồng thay vì *sơ*… Việt không nói *sơ hai…*, chưa biết hai trăm năm trước nói như thế nào!

677. Chữ nầy trong bản Nôm *không đọc được*, nghĩ là khắc sai của chữ nào đó, xin tạm thế vào bằng chữ *biệt* 別. Mong được các bậc cao minh chỉ giúp.

678. Nhắc lại, những chỗ bản phiên âm để trống là vì bản Nôm nhòe hay mất chữ. Rất ít trường hợp phiên giả đoán định để tìm chữ thích hợp, trường hợp nầy là hai chữ *thành rồi* được thêm vào.

679. Bản Nôm đọc không được vì mờ, nghĩ là chữ *vợ* 媿, theo văn cảnh.

680. *Trước đền nợ nước* 署坤芙渃, *sau là báo phu* 娄圠 报 夫: Trước là trả nợ cho quốc gia, sau là báo thù cho chồng. Lê Tiếp tham quan mà vẫn có người vợ chung tình! May cho tên tham ô nầy!

681. Hai chữ *thôi nữa* do chúng tôi thêm vào vì bản khắc không đọc được.

682. Đây cũng là một *bài công thức* nói về đánh giặc. cũng là diễn tả trận chiến theo qui ước của hát bội. *Lẫm liệt hùng binh đáo sơn tiền* 廪列雄兵到山前: Đem hùng binh oai dũng đến trước núi. *Bài khai diệu kết tróc tặc thần* 排開妙計捉賊臣: Bày kế hay nã tróc nghịch tặc. *Thôi long nhứt chỉ bình sơn trại* 崔龍一 指平山寨: Đánh rồng một cái thì thâu được trại giặc, *Hãm súng thiên viên diệt lâu la* 陥銃千員威娄纙: Súng bắn ngàn viên diệt hết quân giặc địch.

683. *Phó tứ đệ hạ san* 付四弟下山: Giao cho bốn em xuống núi. *Dữ quan binh giao chiến* 與官兵交戰: Đánh nhau với quan binh. Lía nghe tin báo giận quá, bèn sai bốn em xuống núi đánh với quan binh. Bốn tướng tiếc là sau đó đều tử trận.

684. Ải địa đầu của Lía đã mất, khí thế suy giảm rất nhiều.

685. *Các em chưa đặng hiển vang* 各俺渚邛顯荣: Các tướng chưa hưởng vinh vang gì. *Bị anh nên nỗi thân thi chẳng toàn* 備英年浽身屍庄全: Do sự sai lầm trong sự điều khiển của anh mà chết thảm. Văn Doan tự trách mình lầm lỗi nên di hại vì chuyện mất Sơn quan. Nước ta biết bao tướng đời nay, văn cũng như võ, chưa bao giờ biết trách mình mà chỉ đổ lỗi cho sự kiện khách quan ngoài tầm tay của họ.

686. *Sơn quan nay đã mất rồi* 山關尼㐌昳耒: Mất thành Sơn quan. *Lòng thêm bối rối còn gì trí mưu* 悉添貝緆群吃智謀: Lòng dạ rối như tơ, không tính kế gì được nữa. Chết tướng, mất ải địa đầu nên bối rối. Ở đây cách đánh trận bày trận thế giống truyện Tàu cho thấy vào thời tác phẩm nầy hoàn thành truyện Tàu đã ảnh hưởng sâu đậm ở Việt Nam.

687. *Thủ địa lôi hỏa pháo* 取地雷火炮: Đem địa lôi hỏa pháo. *Khá mai táng tứ phương* 可埋散四方: Hãy chôn kín bốn phía. Tôi hiểu chữ *mai tán* 埋散 Nôm là *mai táng* 埋喪, chôn dấu.

688. *Quan binh công thượng Sơn thành* 官兵功上山城: Quan binh chúng tấn công Sơn thành. *Chi cho khỏi nó tử vu thành hạ* 之朱塊奴死于城下: Thì chắc chắn là chúng sẽ chết dưới thành thôi. Lời đoán chắc nịch của tướng đã nắm vững tình hình. Nhưng lại quên chuyện nữ nhân trong dinh nội!

689. *Đã vong chi trận thượng*㐌亡之陣上 Đã chết ở trong trận. *Lại thất thủ Sơn quan* 吏失守山關: Lại mất thành Sơn quan. Sự tiết lộ của Văn Doan cho Nghĩa Nương coi như mắc thêm một lầm lỗi lớn nữa. Chuyện binh cơ nầy đâu cần nói với đàn bà, nhất là người đàn bà mình đã giết chồng giết con họ. Lỗi lầm thường thấy trong trận chiến Quốc-Cộng vừa qua!

690. Khi mà chúng công phá Sơn thành, dầu cho có thiên binh vạn mã đi nữa, anh cho đốt hỏa lôi pháo thì như là trời xụp đất lở chúng không thể nào thoát được. Cái sai lầm trầm trọng của Doan chỗ nầy là cả tin không đề phòng. Chữ Nôm có cái sai nhỏ: Chữ *mã* 馬 khắc lộn nét thành *yên* 焉.

691. *Chén quỳnh nhặt rót khuyên mời* 戰瓊日捽勸迍: Rót rượu ngon mời chén nầy tới chén khác. *Nhặt* 日: kế tiếp, liền liền, khác với thưa. Có câu: *Nhặt thưa quyên gọi đầu cành.*

692. *Xin anh uống lấy giải sầu mà chơi* 嗔英旺祂解愁麻制: (Nàng Nghĩa nương khuyên mời Lía): Cứ thoải mái uống chơi chút đỉnh, đừng buồn rầu nữa! Chữ *chơi* nầy như nghĩa chữ *chơi* trong câu mời khi khách

đến nhà: *Xin cậu/em cứ ngồi chơi, tôi bận tay một chút!* Câu mời chết bao nhiêu người.

693. *Cung nhân phò lại giường ngà ngủ quên* 宮人扶吏羌俄昕涓: Thể nữ nâng đỡ Lía lại giường ngà ngủ say. Chữ *cung nhân* 宮人 và *giường ngà* 㙩俄 cho thấy nghi vệ của vua, hay ít ra Văn Doan cũng đã lập nên một góc triều đình, kiểu Từ Hải. Chữ *ngà* bản Nôm viết bằng chữ *nga* 俄, nghĩ là tác giả muốn viết chữ *ngà* 牙 hay muốn dùng ngã 我 với bộ nhân 亻 coi như *dấu nháy* để đọc *ngà*.

694. *Hai người, có lên* 亼得古辻: Hai người do thám của Chánh Tường có lên sơn trại hay không?

695. *Trời xui vận chúa còn yên* 丕吹運主群安: Nhờ trời vận chúa còn vững vàng, không thôi thì chắc là nguy cơ vì Văn Doan có thể lớn mạnh lên. Chữ *vận chúa* 運主 ở đây rất quan trọng, Tác giả không dùng chữ *vận nước* mà dùng *vận chúa* khiến cho ta có thêm lý do để tin rằng truyện được viết thời các Chúa thay gì vào thời các vua nhà Nguyễn. Điều nầy cộng với những từ xưa cho ta chắc chắn rằng truyện *không phải lấy bối cảnh* thời các Chúa mà là *được sáng tác* thời các Chúa.

696. *Mới gặp hai người giao bức tiên vân* 買及亼得交幅箋雲: Mới gặp mà trao bức thơ. *Tiên vân* hay *hoa tiên* là giấy quí, đẹp dùng để viết thư.

697. *Phân thập đội công thành* 分十隊攻城, *quyết nã tróc tặc nhi* 決拏捉賊兒, *bất dung tha đào thoát* 不容他逃挩: Chia ra mười nhóm tấn công thành, quyết đuổi bắt cho được giặc, không để cho chúng thoát. Câu công thức của tuồng nói chuyện tấn công thành địch.

698. *Đặng nhứt tiên chi thư* 叩一箋之书: Bắt đặng một bức thơ (Viết trên giấy vân tiên).

699. *Thiên quân vạn mã* 千軍萬馬, *vô nhứt cá sanh* 無一个生: Cả ngàn vạn quân mã cũng không sống sót được một ai. Đại bại.

700. *Khá cẩn thủ sơn quan* 可僅守山關: Hãy giữ cẩn thận thành. *Chờ nội ứng chi nhân* 除內應之人: Chờ người nội ứng [báo tin thành công]. *Sẽ hiệp công sơn thượng* 仕拹攻山上: Sẽ cùng nhau đánh lên trên núi. Kế hoạch chờ đợi của Chánh Tường: Bế thành thủ mà chờ tin tức của nội ứng rồi mới bung ra tấn kích.

701. *Cứ theo kỳ nhựt công thành* 據蹺期日功城: Cứ theo ngày giờ đã định sẵn mà tấn công thành trì của Văn Doan.

702. Lấy cớ là sợ có đánh nhau trong vùng nên xin được ở lại, không dám về. Chỗ quân tình mà cho thường dân trà trộn vào thiệt là nguy!

703. *Tỉnh ra mới biết mộng trung quá kỳ* 醒呀買別夢中過奇: Tỉnh giấc nghiệm thấy điềm chiêm bao quái lạ. Thiệt ra chiêm bao linh, tiếc là Lía không để chút thời giờ bói quẻ chứng thực điềm chiêm bao đó nên đại sự hỏng bét.

704. *Chẳng hay anh ngủ hãi kinh chuyện gì* 庄咍要昤 駮鴑唞吃: Anh ngủ thấy gì mà kinh sợ như vậy? Chữ *anh* 要 nầy từ miệng người đẹp Nghĩa nương đáng lý ra Văn Doan phải nghi ngờ vì ngọt ngào quá đi thôi!

705. *Ấy là long phục hổ tòng vận ta* 伩扎龍伏虎從運些: Ấy là điềm rồng chầu, hổ phục, điềm tốt. Đàn bà ghê lắm, bàn xạo cho qua để Văn Doan khỏi nghĩ tới nghĩ lui công chuyện mà đề phòng.

706. *Chiêm quái* 占卦: Bói quẻ Diệc. Xưa tướng đều có tài bói để đoán định sự dở hay quân tình, Chánh Tường cũng có tài nầy.

707. Đọc đoạn nầy mới thấy người Nghĩa Nương nhiều mưu mẹo và lanh trí, luôn luôn đánh lạc hướng suy nghĩ của Văn Doan, làm cho chàng ta không còn thời giờ lo cho chuyện chánh là binh sự, đề phòng....

708. *Chẳng kém Tây Thi chi sắc* 庄劍西施之色: Không thua sắc đẹp nàng Tây Thi. Khá phen Tô Huệ chi tài 可畨蘇惠之才: So sánh được với tài của người thơ Tô Huệ. *Phen* 畨 có nghĩa là so sánh ngang với.

709. *Ngô kim tâm thậm hân hoan* 吾今心甚欣歡: Lòng ta nay rất vui. *Thiên sử ái khanh dữ ngã* 天史愛卿與我: Vì trời cho ta có nàng. Vui quá cho nên sau nầy khổ!

710. *Giả lòng* 假悉: Làm bộ, giả tuồng, cố gắng làm vui.

711. *Rượu ngon lại bỏ bùa mê* 醋呤吏補符迷: Nàng thêm chút thuốc mê vô trong rượu cho chàng dễ say. Bóng sắc ỏng ẹo riêng thôi cũng là *bùa mê* 符迷 rồi!

712. *Tuổi em ba sáu* 歲俺卍拼: 36 hay 18? Chắc 36 vì nàng đã có con với Lê Tiếp trước đây và đã sống với Văn Doan thời gian dài sau nầy.

713. *Văn Doan như thể Trụ Vương* 文緣如体紂王: Giống như vua Trụ mê Đắt Kỷ. Khó có trường hợp mê gái nào hơn nữa!

714. *Tha hầu* 他候: cho thể nữ khỏi hầu nữa. (Để nàng dễ dàng thi hành độc kế giết anh hùng.)

715. *Lấy tóc mà buộc giường ngà đã xong* 祕鬑麻扑羞俄 钷衝: Lấy tóc dài của Lía buộc dính vô giường. Xưa

người ta để tóc dài, nay tóc đó hại lại Văn Doan. Tin tưởng phát phu thọ ư phụ mẫu cũng có cái hại!

716. *Tưới pháo* 洒炮: Địa lôi chôn giấu trước kia bị nội ứng nên các địa điểm đều bị biết, họ tưới nước cho ướt ngòi thế là hết!

717. *Ôm giường Lía nhảy khỏi binh* 揩羌俚跐塊兵: Nhảy ra khỏi vòng vây với cái giường còn lủng lẳng trên đầu, phải ôm cho chặc. Tôi vẫn không hiểu tại sao Lía không cắt tóc cho đứt ra khỏi giường. Có lẽ nào Lía khư khư coi tóc là vật của cha mẹ tạo nên mình không được đụng tới?

718. *Bạc vàng tiền gạo xe về thành trung* 泊鑌錢糒車術城中: Đem hết những gì có thể thu góp được về thành đô. Như chuyện gần đây thôi, đời nào cũng vậy!

719. *Phá thành quách chỉ lưu không địa* 破城郭只畱空地: Triệt hạ hết không còn chút nào để có thể tái lập.

720. *Minh nhựt sẽ truy tầm phản tặc* 明日仕追尋反賊: Ngày mai sẽ truy tầm nó, bây giờ về nghỉ đã. Giọng hể hả của kẻ thành công và chắc rằng địch không thoát được.

721. *Mỹ sắc hồng nhan tiện thị sát nhơn chi kiếm* 美色紅顏便是殺人之劍: Sắc đẹp của phụ nữ là kiếm khí giết người. Khi nhận định như thế là người đã đạt, đã hiểu lẽ đời,nhung quá muộn đối với người hùng đã dấn thân vào vòng đao kiếm.

722. *Tiền tòng ân ái* 前從恩愛, *hậu đáo thành cừu* 後到成讐: Trước là tình ái ân, sau trở thành cừu địch. *Khả tích anh hùng* 可惜英雄, *như kim hà tại* 如今何在: Khá thương thay anh hùng, bây giờ man mác nơi đâu?

723. *Lạc đạo an bần thánh hiền trước* 樂道安貧聖賢畧:
Noi theo thánh hiền xưa mà vui với cái đạo, an nhiên
với cái nghèo. Chữ *an* bản Nôm viết *tham* 貪, cũng
có nghĩa. Thường thì người ta nói *an bần*.

724. *Hôm mai vui với gió trăng* 歆埋盃貝逾朕: Ngày
ngày vui với thiên nhiên trăng thanh gió mát. *Ngày
tháng bạn cùng hoa thảo* 昙腍伴穷花草: Đời làm
bạn thiết với hoa với cỏ. Tức sống trong cảnh đời
thanh nhàn và vui với nó.

725. *Hỏi rằng ông ở sơn đầu* 唅浪夅於山頭, Lấy chi nuội
miệng rừng hoang một mình 祂之餿呬棱寃乂俞:
Hỏi ông ở đây núi rừng hoang vắng làm sao mà
sống? Gặp người già cả, biết liên tưởng đến cuộc
sống của họ mà hỏi thăm trong khi thân mình thì tang
thương, *từ tâm* của Văn Doan đáng ghi nhận. Chữ
rừng hoang 棱荒 bản Nôm viết theo âm địa phương
rừng oan 棱寃.

726. *Tranh đua danh lợi hại mình chú ôi* 争都名利害佘
注喂: Dính vô trường danh lợi, được thua thì chỉ hại
mình thôi chú em ơi. Câu nầy của ông Tiều là giọt
nước cuối cùng khiến Văn Doan quyết định chết.

727. *Còn ba sét gạo để mai* 群阤察粏底埋: Còn chút đỉnh
gạo để dành ăn ngày mai. *Sét* 察: đồ đựng nho nhỏ
như cái lon sửa bò, thường làm bằng ống tre.

728. *Văn Doan nghe nói khóc ròng* 文緣喧呐喫湴: Thấy
người già có chút gạo để dành mai ăn mà đưa cho
mình, Văn Doan không thể nén xúc cảm. Thêm một
chứng cớ khác cho thấy từ tâm của Văn Doan, đến
chết vẫn còn.

729. *Sơn thành chủ tướng* 山城主將: Đầu đảng trên núi.

730. Thấy người khó đói, ta cho cái đầu 体得苦餧些朱 丐頭: Lời thiệt là khí khái. Cái chết coi như không!

731. *Hiến công* 献功: Đưa công trạng của mình cho chánh quyền để lảnh thưởng (bằng đầu của giặc Văn Doan.)

732. *Mạng căn đã tới chạy trời sao xong* 夿根乭細趙爰 牢衝: Tới số thì không thể cải trời được. Tới lúc chết phải chết thôi không cách nầy thì cách khác. Để ý Văn Doan biết đoán quẻ, thường là quẻ Diệc, và không sợ chết. Tôi cho là Doan biết sống và biết chết.

733. *Hà diện mục qui gia* 何面目還家, *cảm quan ngô hương lý* 敢观吾鄉里: Còn mặt mũi nào mà về nhà, làm sao mà nhìn làng nước được nữa! Mất thể diện quá đi chớ, tất cả là tại mình mê bóng sắc, không nghe lời can gián của người cận thần.

734. *Hai chưn quị xuống* 仁蹎跪冠, *gián can nhiều lời* 諫干蟯例: Sợ quá té quị mà miệng vẫn gián can. Phiên âm *quị* làm cho bản văn hay hơn là chữ *quì*. Để ý bây giờ Văn Doan vẫn được gián can, chớ không phải can. Vẫn được kính nể.

735. *Người đời hằng bĩ thái* 得代恒 否泰: Người đời có lúc khổ sở, lúc sung sướng. *Nguyệt thường hữu doanh hư* 月常有盈虛: [Như] trăng có lúc tròn lúc khuyết. Lời khuyên rằng tùy theo vận mà sống, đừng chấp chuyện xuống lên. Nhưng người hùng Văn Doan có quyết định của mình, ông biết sống và biết chết, đâu sợ chết.

736. *Lão Tiều còn hỡi gián can* 老樵群哈諫干: Ông Tiều vẫn còn đương can gián. Ông năn nỉ Văn doan đừng tự sát mà không dám dòm lên, đến khi ngước mặt lên thì rụng rời tay chân. Chữ *hỡi* 哈 được viết bằng *hỏi*.

737. *Bò ra một đổi xa xa* 踊吡义对賒賒: Lão Tiều sợ quá, chưn cẳng quíu lại, chỉ có bò, lết mà thôi, ra xa xa mới dám nhìn lại hiện trường.

738. *Đứng xa mà ngó* 蹲賒麻眂, *không ai dám gần* 空埃監近: Thiên hạ sợ oai danh Văn Doan nên chỉ đứng xa mà ngó xác. Oai chết vẫn còn oai.

739. Để ý Văn Doan vẫn còn đứng sừng sững và tay vẫn còn cầm con dao đã cắt cổ mình, dầu rằng xác đã chết, hồn đã bay.

740. *Kiến nguy trí mạng, nên trang anh hùng* 見危致命年莊英雄: Gặp nguy nên mất mạng. Lời khen anh hùng gặp khốn. Tướng Văn Doan đến cùng chết rồi mà địch vẫn nể vẫn khen, hơn bao tướng đời nay giặc đến chạy có cờ sau lại nói ba hoa thánh tướng!

741. Quan trên dùng chữ *hóa thân* 化親 để nói về cái chết của Văn Doan cũng là tỏ ý kính trọng con người lẫy lừng một thuở.

742. Cũng vậy quan trên khi nói đến Văn Doan thì dùng chữ *người* 得 là tỏ ý kính nể lắm và lại *tỏ ra lịch sự* đối với người đã đối đầu mình nhưng nay không còn nữa…

743. *Lão Tiều mừng lấy đem về* 老樵明祉扰術: Ông Tiều được phép, mừng lắm, lấy đầu Văn Doan đem về. Mừng vì ông muốn làm chuyện hậu sự tươm tất cho Doan. Lòng ông nhân ái, không thể chịu nổi cảnh anh hùng đầu một nơi thân một nẻo. Chữ mừng 惝, bản Nôm viết đơn chữ nguyệt 月 bằng dấu nháy, nên khó đọc. Cách viết nầy còn thấy ở chữ bằng 鵬, xem bản Nôm trang 34 hàng 1.

744. *Sắm sửa chôn chàng* 懺使坆扒: Vậy thì chàng cũng hưởng đủ những lễ, kinh cần thiết dầu rằng người lo chuyện chung sự cho chàng thuộc loại nghèo.

745. Lão Tiều là người quá tốt bụng. *Mai* 埋: chôn, bản Nôm viết mai 梅, cây mai, chuyện nầy cũng thường, tuồng Nôm có thể viết bằng âm, không cần trúng chữ bởi vì tuồng là để diễn, nói lên, lóng tai nghe, chuyện đọc bằng mắt là chuyện sau nầy.

746. *Chánh Tường y mão vào tâu thánh hoàng* 正詳衣帽 豹奏聖皇: Quan lớn công lớn Chánh Tường sửa soạn quần áo chỉnh tề vào chầu vua báo công. *Y mão* 衣帽: Thay áo, đội nón.

747. *Sau là nghĩa phu* 娄北羑夫 [Trước là đền nợ nước], sau là trọn nghĩa với chồng.

748. *Lập làm miếu võ ở nơi Bình thành* 立彡庙 宇於尼平 城平城: Kiến tạo một miếu thờ nàng Nghĩa Nương ở Bình Thành (tức *Bình Hòa* 平和).

749. Mới đánh dẹp được một đám giặc ở địa phương mà phong làm Thái Sư thì hoặc là giặc Lía quá mạnh, hoặc nhà vua *tửng* rồi, Thái Sư đương quyền đâu?

Thiệt ra thì trong tác phẩm Nôm, chuyện phong quan chức *chỉ để cho có*, tạo khái niệm cho người đọc biết người được kia đã được tưởng thưởng, còn chức gì chỉ là tên gọi nào đó.

750. *Xem qua cho biết chuyện đời* 祜戈朱別傳代: *Oan oan gia báo lẽ trời đâu sai* 寃寃加報理美凳差: Ý nói mình viết chuyện nầy để cho người xem biết rằng làm xấu, làm loạn thì phải bị báo ứng. Báo ứng đây là cái chết của Văn Doan. Thiệt ra trong cách hành văn của toàn tác phẩm thì tác giả thiên về ý ủng hộ hành

động của Văn Doan, nói *oan oan gia báo, cho Văn Doan chết…* chẳng qua là tác giả phải viết như thế thôi, nếu không thì triều đình sẽ hỏi tội, điều tra tới cùng coi ai là tác giả!

751. *Chúa tôi vui hòa* 主碎盃和: Chúa và quần thần vui vẻ, cộng tác. Bản Nôm khắc chữ *vương* 王, không hợp vần điệu, e rằng là chữ *chúa* 主 lâu ngày bản sao mất dấu chấm chăang? Nếu là chữ *chúa* 主 thì chuyện nầy được sáng tác đầu thế kỷ 18, giả thuyết nầy tin được nếu ta để ý đến các chứng liệu về chữ dùng xưa rất ít thấy trong các tác phẩm khác, và nhứt là nhiều cách nói không còn được dùng nữa ở những tác phẩm triều Nguyễn vì đã trở nên cổ xưa.

752. *Kính chúc Nam trào an xã tắc* 敬祝南朝安社稷: Kính chúc nước nhà Nam triều an định. *Thái bình thiên tử thái bình dân* 太平天子太平民: Thiên tử được thái bình, dân chúng được an cư. Mấy câu chúc phải có khi chấm dứt một tuồng hát bội. Chúc vua chúa sống lâu, chúc nước nhà thái bình… Chữ Nam Trào có hai cách hiểu:

(1) Triều đình phía Nam của Chúa Nguyễn, phân biệt với triều đình phía Bắc của Chúa Trịnh.

(2) Triều đình Việt Nam thời bị Pháp đô hộ, để phân biệt với chính quốc hay các quan Toàn Quyền. Bản khắc in chúng ta có là bản in Phật Trấn, thường các bản nầy không đề năm, nhưng một vài bản có đề năm. Người nghiên cứu niên đại văn bản có thể căn cứ trên tiểu sử của những người chủ trương bản Phật Trấn như Duy Minh Thị, Minh Chương Thị sống vào những năm đầu thời Pháp thuộc để hiểu Nam triều theo nghĩa thứ hai. Tôi vẫn cho rằng đây là bản khắc lại từ một

truyện được sáng tác từ lâu trước đó nhiều, nên nghĩ là *Văn Doan Diễn Ca* được viết ra thời các Chúa, ít nhất là thời trước khi Nguyễn Ánh bôn ba.

Để ý là ông Huình Tịnh Của khi soạn lại bằng quốc ngữ bản nầy đã bỏ đi mấy chữ Nam triều mà chúc vua một cách chung chung, không thể giúp ta biết rõ ràng thời nào. Nhân tiện đó ông lý giải tại sao mình làm bản quốc ngữ:

> Xem qua cho biết truyện kỳ,
> Ngàn năm công luận ai vì đặng ai.
> Ngôi trời còn hãy lâu dài,
> Cửu như thiên bảo sáu bài hứng ca.
> Đầu đuôi mấy vận nôm na,
> Nương theo bổn cũ dọn mà xem chơi.
> Những trang hiền sĩ đương đời,
> Nhơn vui ghé mắt mựa cười rằng quê.

Nguyễn Văn Sâm 

(Khởi thảo May 2008, xem lại lần chót Dec. 2011)

欲，唱曰：媄俚盱體爻欺，媄卞買

币之，得辰萌固些辰苦巾．贊曰：富與貴是人所

即辰烌唵．媄荖群盱庄哈，俚烌皮未呌媄曳唵．媄喂群盱

抔噝鶍，皮嚇皮買撝呭爻嗒．術茹更唉群房，煜畑煋焰

買倘衝刨廊．鞭瓢鞭砧糾蘁，俚盜恢恢奸屸年奸，説崔俚

砒鰐買呞頭，爻命倘俚赳婁呭．仝倘俚底婁唵榕俚卞崔

昆於嗳貝翁陸祥．俚年罡歲乾伤，於眠陸祥眞爻排婁更

蔞抔喔嗒回，養餒慈母腈尋疎戈．倘俚崔買呐呭，朱

麵結羡生觷葭昆．時丕運遣嚙唄，吒托媄群俚召戊鬼蕟

2 固得於府逼仁，於符离縣於沔碧溪．吒碧另柱汰術媔

吏宄喧皰茹.倘俚喧吶滂淶,僂尼加害困蚤厑囬.又曰 4

更佇朱厌巡防糁向麻槐畓尼.倘芇嗝釧細低,悲抔奴

辽回婆庄与僂落参平抔劲.参平曰（袘丁悲喧引 芇家妎伬蚤）唱曰罘方

嗌厑之媄喂俚卞崔買吥劲,烱旱丕辰僂卮秙劲釟让釟

餀餅粹旱觇弄伤慈母歆埋於茹.碎麻庄伤媄燚碎劲唉

親戚离.（厑庇浉 辰沛媄）唱曰倘俚书媄乂欺,身昆於嘪於嗽共得餝

跪疎,伤媄於茹空几養餞.又曰（媄册杏浪 书冲得吶）富貴多人會,貧窮

伬罘分昆杏兜恬猿鹏唁,貼尼唉嗌得些宄術.倘俚

崔買吶咻,喈爪職吃得吏敬蚤.㑊苔辰杏分唉,磊役佇纏

3 噲貼尼於兜.倘俚书媄邓哈,貼尼陸祥敬媄乂槵.媄俚

阻吏．挽曰北㭊圭䜢阻吏，蹭頭自家主移眞．又曰（欧罢）急阻

疎翁，碎空於姅術餕媄㳿．又曰唅頭拜別主家，北㭊圭䜢

（翁碎疨都翁！书娄㐌術朱妈！）

陸祥飛報阿……唱曰陸祥崔買嘌頭㐌恩注俚邓

娄㐌術．奇唎倘俚謀淒蚤杚娄尼庄計群兜俚卞崔買

匎攎娄．又曰好好哉得計，快快也吾心．（欧廿）放娄奴術茹，回

論云爲，跨除丕最練匎宊欺．俚卞浽焰四縱，茹㘕㐌烃些

歇罜邊闈茹．參平語寔學徒宊朱錢粘俚卞吢赘宊命盘

啟學道孔呈，唱餂年買教勸茹得．䀡睡昆䀢眈連，倘俚忍

爪徒苦教勸茹得．頭辰些隊㦬幪秴拎櫺駿細尼參平碎

苦也苦也危哉危哉．（碎料牢疨術得晗／节别爪麻娄朱些）唱曰歐罜箄斫乂欺假

尢昆挢尋師學道如意埃麻浪渚如意昆舲廿父在觀其

挽曰娄昆祕隨從上路，伤娸䖔頭泊歲高．贊曰^娸_书如舲娸

固孝娄廿得哳．又曰嗔娸䖘罢奇移眞娄昆祕隨從上路．

娸俚喧呐奇伤昆它悶學文章共得瓜牢朱娸安弄罢罠

事呈戈．又曰_{书冲圣得呐}^{娸册人杏浪}人不學不知理，待老何爲_阿^娸唱曰

歇根源，碎舲庄群盜刼瓜之．嗔娸唉尢碎挢，让妁丕辰自

咬柴节呎昆廊達塔迀別名，昆哈_{噏刼啃屯屯娄}俏俚呐

術疎吏娸哈碎嗔挢學文章窮得．娸俚買呐共昆哨哈奸

奪路快吾情．唱曰術茹疎吏娸哈碎嗔嫂扄世事臲碎阻

吏家中，鄧5吽報來慈母_{阿！}乱曰遙望山川步步輕，奔波

咺媄吶術，趙蹺叻媄丕辰畧娄．蹨花昆底娄廈，阻術媄拮

學朱年道年蹭頭自也尊師，呅嗔昆祕邓碎阻術尙俚

事（咺弘昆柴）父事師立身行正道（阿咺）唱曰媄它叻保畧娄昆須奇

让場柴．嗔柴吣保祕疎，恩仒娄辰碎吐坤恩．師曰（媄吶…）

刧危除，爪唵餒媄養身胴寻．悲除奴悶學行，丕年碎沛寻

抔盗鶝得些．悲除奴危術茹，碎它嶙吣庄群如誓奸貪盗

俚買疎共柴，碎尤昆瘦學行共翁．寻誓奴姕犌瑬嚷繞奴

細場中候棋．唱曰媄昆崔買跳無，柴嘲媄俚丕辰姕兜媄

命分泊单孤，感伤浽媄淚潒舐行．北祒賒準圭鄉，丿兜危

志父沒觀其行三年無改6於父之道可謂孝乎．挽曰抙

庄咋沒徒濫双．咏柴些吏放撈，習尅行槽＜武芸＜精通．柴術

倘俚學邓呸舡，唫於場柴歲乜迚呸．學徒併邓試磊，倘俚

邓行惡之人如磨刀之石不見其損，日有所虧 昆女阿．唱曰

行．粗錢庄固沒同，加害朱柴吏杧名蚤．又曰 弜眉學時奸買 喧蚤如悶行補貪

喟倘唵刧蚤它別名．媄喟罘妳詐貞，釦刷挵祝朱昆學

花訴祥．蹪花喟底娄吲媄喟術麻拮故欺．買吶崔吏咥杧，

細茹，罨罘丑媄娄罘善翁．丐倘唵吶詐貞，蚤喧喟吲蹪

吶蘇嘳之俚卞達蹭疎戈，吲媄碎術唔妛得些．渚底麻奴

吶嘌頭，倘尼奸雄奴庄咋蚤．柴叫倘俚阻刨嗨喟吶乿

沒欺刨茹渚底麻奴杧7杉，嗹花油杧㝵娄庄苓柴喧俚

杏咋於謨．_{辰除}唱曰悲術疎吏共柴，浪悲乡尋麻庄體蚤鵲

_{於徒　學喂}係爪得悶立身行道辰蚤哪妬麻崔渚群如悲麻抔蚤

唰柴慮沛抔蚤字浪一日爲師，蚤學沒尋拱咋如吒．又曰

學徒祜體駭雄買保徒俚些哪令柴．俚叫咱學徒悲蚤哪

歇让辷丕麻拱空．眹體俚習芸孕詔俚赶晚辰叫

看東西觀不見，澄眙南北是無聞．唱曰徒監徒卜釦尋泣

子追尋徒俚．乱曰別自尊長步輕輕，屈曲那辞險路難，面

呐噎唭，伤害祕尼咋俚宗台．又曰褪尊師安在場中，朱弟

俚宄術朱蚤．學徒蹭拜疎蓬，乡抔徒俚嗔添朱嬈尊師

點吏學徒，倘俚崔買丕8麻杧乡．學徒悲奇喧唰悲乡抔

學徒即陣押無,打俚丕辰恪似如蝓,俚卞拖歇爪双,學徒釘塘挐迪打枕迸櫃.俚卞叫學徒喂,蚤咋朱媚哭媄㖞吒.中軍長棍沒布朱洴,蘭干沒傳底防些挑.徒节麻挐秭空,保饒,笪些朱觟打屬庄他.學徒些分爪匹,左支右翼立爪學徒我陵.徒俚爪與宗台,蚤願共媚壹死壹生.學徒崔買些急押無,祕練纋吏丕辰朱毛.俚卞體學徒無,移崔沒丐沛屯斜奴䏁卧.俚卞喧吶嚅嗔节蚤杳監易卧令柴.學徒學徒叫饒沒欺,徒节無抔奴挐朱未.些抔奴尢術柴,朱奴蚤當相放勞習芸學徒崔買吶浪,埃唆鵝媚嗑刼得些.尼蚤朱沒樆众悲挐匜杏9功釘尋嗔悲容吏朱蚤矯

文章，铖蚤尋柴浴瀦蹽蠓想罪媄鄧洳昆，哈兜昆吏庄伤

家共哨杏嗚蚤吏添庐，餂唵庄邓肭髇蹍瘌體嗚悶學

刼悋悋，奴它庄咋宛杠術茹．蚤辰沒吝沒𦀖生昆崔吏冤

梗宛術媄唵．媒俚崔買趂罪，越鹍兜帚昆梗術低．

死望生方，遠走高飛已脱危．唱日術茹叫咟媄𦀖

苦也，危哉危哉，罪毆梗拮奴让驨邓尋方避死阿！乱日

媄蚤唵娄帚哚肭極台身𦀖又日　脍碎昆些朱坫得邓卅／如麻打得之塊廊哈庄苦麻．苦也

趂句查朱廊．越鹍啐吏沒攏排獵吝乳梗扛呩𥹥．梗術朱

卞祐體咋哈，媄吒奴別乙帚釦蚤．媄辰歲索㐌𦀖錢兜麻

我冦動弄奇伤．扵辰崔吏扴牺，扵10時魯頭扵辰硞昌俚

媄辰半舘丕麻行槨．說崔倘俚罷迻，嗨埃嘫駸丕麻碎迻．

朱昆骨嵬媄於行槨，世間輕覞塔廊唭吱．昆嗔迻駸麻崔，

沒刷篝役於代啼半丠唫．昆它過磊閦分賒頭褪媄容情

托拱仍／悶辰沛麻：彭祖年高何在，群：顏回受天何辰 阿奴／唱曰吶崔共媄

昆书功媄尨朒鳩芒，三年乳甫逛恩渚坦．又曰 褪媄丠朱媄／纍媄體丕年盆媄

沒欺台行湝耝泏泏如遁媄生昆固沒命，妾芾媄庄伤情

出忏逆兒．碎常保祝麻拱宜，崔崔秅丠之姅芾．唱曰俚喧媄吶 拱呎庍仍奴空

丠之．贊曰 辰拱杏麻保喧刷辰固浪：孝順還生孝順子，產 媄想昆呎昆麻保喧刷辰固／册吶 埃夕福年／廾朱碎：產

廊，盜鶵盜趏得些㤜㤜昆．它庄想媄荖悲除群秅丕麻

媄荖．悲除昆吏補柴，學行庄想11涓屭性隖．據移泣塔泣

文回娄，體咏崔買趕甌術茹．又曰策神馬荒芒望家中

唱爪礼文獵踏怀庄體俚術，各旧崔買丕辰卟移倘俚远

探塀远廊迀庄別倘尼奴远移兜．喔共翁地翁廊蚤抔鄧

那辞險路危．唱曰各旧叫危歇唏蚤待倘尼踏危痹徵唏

阿嗔踏鳥道奔彩望林中直去阿！乱曰策馬荒芒步步輕屈曲

移文回娄，放得放驂杧甌庄群．又曰好也好也至歡至歡

勝驂即辰旧移．差員語寔仍卅錢罘迢耒勝驂朱毛祕錢

群台昆驂卒台，驂千里馬奴哈欣得．嘥辰錢罘旧挵鄧碎

朱碎勝即辰旧移，驂碎驂紫驂紅驂白丕麻驂黑拱哈．

丿兜買呐皮來12客商文屢移移細尼俚嗨旧嘥驂空，鄧

防饑廾牢昆阿! 俚曰

嗜书翌甘羅十弍爲承相姜子七拾爲

昆術體媄兜. 又曰昆別妬媄吏昆冲聖得吶係：養兒待老積穀

昆移補媄埃餒，庄磊道歪昆決情移餰餚媄於行

存不可遠遊唱曰討翌罜閔子騫冊群劏底名傳後來.

昆爪朱阿昆別媄罜已群仝坤古阿遍祕麻助昆! 辰聖人得固吶浪父母

移科篤弄爪官. 媄贊曰休去休去，勿行勿行.

碎疎共媄乂廁，碎嗔移科蹺得朱衝. 褪媄於吏行榔朱昆

益犥奇吶牢昆阻術. 俚卞崔買疎戈，碎空迻騣世間吱唭.

唱曰更仝俚術細茹，媄俚祐體丕麻嗨昆. 迻客唉歇哈群，

直去阿! 乱曰目看東西13觀四路，澄貼南北任奔彬.

嵬. 薟抏屋嗒回，碎學共柴屯鄧屸冬. 文章字 15 義精通，

罴，蹧疎柴隊爻欺事情. 碎得於府逼仁，吒托媄群碎召戊

麻阻罴. 俚崔除屯痳徵買散眀侯官吝皮眾. 俚卞跳吏仍

壅威俀釦鑽簘泊罰皮騇㹨. 俚卞蹲吏爻邊除朱散貝侯

秀盂它年盂杏官掌潤皰朝，俚卞祐體畧娄訢詳前呼後

尼廾準場安舖坊些噈齠茶旺咹餅行鉗魪少之男清女

生命貴天！死有富在麻！挽日兌祐賖準家莊發兜路體京師侯斯. 唱日注（劥碎廾沛麻）

悉寬快隊杆. 爫得杏盛杏衰，討親篤報迸恩呎坦.（如媄干拱仍）

慈安在芦莊，朱昆祕京師移跐. 挽日移跐母慈安在，料𣲘

14 公侯册㜮例屯伶伶後覺學隊先覺（庄媄）（邓书朱㐌番！）（買朱媄昆沒芾！）襁母

男兒志哥買輆英雄.杏得於府逼仁,乩藃貫16錢本利沛坤頑.三差補役茹官,每役每別藃唐叱哈.翁差乂役朱成,伤台.俚曰〔啟餕碎翁百／啫翁碎褪百福.〕唱曰倘俚無邓茹官,於唁堅妳疎呈吶浪,昆祕茹得如體招蚤.杏功奴㐪細低,辰餕祕奴料弄饒蚤刨侯.俚共柴隊跳刨,褪呈翁吝畧娄事情.掌潤崔買嵋斿逼仁,爪丕昆於乂廊共翁.乂廊兜妟補饒,蚤呈官欶柴隊養身腩㝵奇咧倘乳坤頑,蚤體眉吶動悉奇伤.蚤體娸辰㰠要坤㝵碎罖士苦乂欺机寒.畧罖泇德官蓮,娄泇何處養身〔阿昆唱曰〕褪翁碎買排罝吒碎托屬於府逼仁.餟敆年沛疎翁於共.又曰〔倘蚤渚唰箕嗨咱〕你父母住何村貫,他居於

哤. 扗駿唆旺希阿，席排喜賀伵柴叩劵. 17姅寻細府逼仁，

柴，釦鑌籂泊寻劵罢劵. 敎辰仒及長鎗晷征娄黏丕辰抌

禩渃侯斯圭罃又曰（軍蚤係隊沛朱安買朱，喧引廾安爪厌奴呂）唱曰使郎帕網伵

日塘長逃屈腜羝崉仙屯疎罢神屯戈. 賒祐路體逼仁稅

澄嵒嵒圭罃又曰（之杏浪，賢得呐）莫道蛇無角成龍也未知（辰屯麻，沛挽）挽

領契乂欺蹭頭跪褪朱碎迸塘. 挽曰北杰者自營内，急篦

塘詑不平庄年掌潤喧呐欣歡吥隊侯近祕詞奴劵俚卞

係廾隊安塘賒劵固槑槭丕麻買年碎隊朱䑛尐氺哝欺

利丕麻朱赶哤鑫俚浪鑫褪恩翁，差碎術劇在府逼仁.

哤. 塘辰隔阻賒吹，據冲文契昆祐麻隊. 期朱乂脪昆術，本

補乂注俚如鵶艽昆．錢官庄沛錢民，蚤麻於吏18乙罘芒

庄差．俚卞晚喕噢浪，收斸庄咋收磥體乜家丁迍歊乂欺，

蚤槐䡵先䭾怺歊包饒．塲編碎補翁吤吡磥尪逐丕麻

丕麻蚤制悉醜蚤悶打制包除阻吏收唵咋乜．䭾啟併此

旺醋醜未買隊廊塔即辰細低吶共廊塔悲喂，惣喂蚤打

乂逐謨帰醋咭．俚卞唵旺飯醛厸佪捑弔蹲殖押侯．俚卞

主茹喧吶駭雄，吨茹歔照即辰迒無．灬獦灬䶆

卧丕麻杏少哈空．錢辰杏本杏利，杏契固詞噲辰灬灬之．

俚卞崔買吶吪，蚤細低帰隊妛茹悲．錢官掌潤外箕，茹

匋茹主忟體崔涛淶．役之官細茹碎，疎翁吶吏朱碎哈共．

收貼得吏相錢官.悲除坤料坤箅,錢兜麻呂朱得19媄喂.

官.俚卞疎媄乂欺,昆㐖收稅逼仁府尼.昆醅打泊昆制昆

官,碎乂冰舒補媄埃餕媄俚崔買嚕昆庄哈昆衵錢之貼

吏媄哈隊錢昆㐖術低,功名庄鄧丕麻媄喂.戰尼昆衵錢

寒,耗冲㲋討磊外迌恩.唱曰姅店除子更㲋俚買術茹吶

禍福難量.（係卄）福至心靈禍來神暗（辰㐖沛）挽曰嗊　哎　分苦飢

俹媄䕀頭泊歲高又曰（碎吏人古浪扚聖得吶）天有風雲莫測,人起無

些阻吏碧溪曙探慈母婁探塔廊.挽曰路上咏探慈母,

些於吏乂命箅卢.爪尋固辱固榮古成古敗沛卢爪之毆

杠.俏俚併㐖歇方,役得辰創役命最沁.家丁奴㐖迸㐖,群

唱曰俚卞庄喧厕干，俚义冰薪崔買20䎃䶣．又曰

爲富不仁損人利己民散聚財貪官詐險．

諫於代爪唵．昆麻庄喧厕干，番尼媄庄祒昆爪叱又曰

歲索㐌䓫體囚考扱媄它咋台昆麻杏孝媄䓫嗔喧干

食則亡麻！唱曰牢昆庄併爪唵，昆遣尢枾尢杠術茹．媄辰

日日待客不貧，群夜夜收財不富杏人貪財則死鳥貪

巴寻體之．媒俚喧吶义欺，魂彡魄散丕辰我凌．又曰

呂妛錢官，娄卄媄底麻餕身䓫．义店拱杏餘䜶，庄欣迓騦

餇渴飢寒吏佲．碎疎共媄义厕，昆䶣唵刧尢術媄唵畧卄

媄辰斯坦賒丕，娄固變移庄體杰昆．功媄尨胕鳩芒，補媄

趖塘.體乂注另回鄉,賒賒琰唐些21急趖燒.又曰大叫

秥來,众些須奇分饒阻術.俚祐庄體埃燒,步行問厖空埃

吏打碎.塔廊兜妬埃埃,喧罵趖細東它年矻舘奴匜

吙醅醨,矽舘俚趖刨棱乂欺.媒舘崔買嘅廊,唵吙空錢奴

同杏祕哈空.舘人體呐陣台,哈卄唵刼餀悉麻趖.俚卞假

舘醢肉舌吙唵,席排鉗魪衣兮乂櫻.媒舘併歇舷錢,俚呂兓

尼皮歇錢辰汦莊.俚卞箅料乂命,甌些嚌吏扴真乂回刨

波奪路走如彡,追尋豪傑聚娄羅.唱曰戈嵼淩矽乂欺,細

則變,物極則反媄㷋㐀躪真望林山直去阿!乱曰奔

善惡到頭終有報,高彡遠走也難藏.人窮

隊段22捧撤苦巾年沛媄昆分离.又曰（廿殿）直指山前林中

富不仁（啟碎拱吏膡唛得碎破得廿不已／細麻荖賖鋓碎貼些吏舘些拱得）饑寒起盜心（沛麻.廿）挽曰臁它

塘.俚卞底冗文欺.驧罷祕歌縷錢纫綰又曰（碎貝碎荖刧廿／如呐媄碎唛仍）爲

囬挠頭俚趨即辰羕笢.冲棱問尼空埃,槐澄注另群賖琰

朱喧唱曰注另語寔得踵搾瓢共幬俚卞梗荖.俚祜泣歌四（注福注福／昆劙注朱梗）

生行善天加福,積善之人大吉昌.（注福注福／係爪辰及麻）另曰（啟呐歌辰迯昆）

媄荗.注辰塘唉群賖,碎嗔梗替洳共餶餠.又曰（注福碎係／书爪朱节廿一）

賖塘,尋柴碎學施功共柴.悲除錢歌泚空,沛荖勸教術餒

叫蚤役之,俚卞能爾緣由,碎學徒苦呀塘文欺.媄吒碎扵

來叔叔,仃步待之待之（节卮）唱曰注另喧呐文欺,仃眞蹲吏

朱卒余貫23庄澪.署鍊打敎回娄,吶浪幹嚼吏添裑毦.俚

署鍊買吶云爲.丐敎乆裑錢辰瓵貫.俚卞疎注庄奈.嗔鍊

昆鍊核敎長鎗爪吃?俚卞假斫乆欺,碎鍊丕辰底與排娄.

長鎗.署鍊喧吶洴淶.丐倘昆涅吶麻蘇肝.將唱如骭觚鳥麻,

吽無,庄哈昆悶鍊麻物之?倘俚崔買吶哦,碎鍊乆裑敎麻

敎拎牺.嗨探廊塔於低,杏別署鍊戶於斯賒署鍊吶買

岗乆欺,袪澄注另固蹺抔屬毆罘些急刨廊,哈探署鍊打

涅奴麻蘇肝<蚤蹺決抔邓唱蚤願打托冲棱庄他.俚戈塊

另崔買趫燒,吽恢庄體杧毆庄群.注另釰㐲歇唏,陣倘昆

進步^{阿!}乱日奪路奔波望林中,取其財物快吾心.唱曰注

尋24他豪傑聚英名.道羹此辰尋道義,英雄再會得英雄.

婁羅.又曰直指山頭追尋豪傑阿！乱曰別了林中步步行,

庈台,唎署鍊鬲扮稱牷些.丐教些厄韱來,悲除尋釖各頭

些毛阻術.説崔倘俚吥㖘,皮㖘皮旺唎尻無回裍毦幹卒

崔買羅廊埃咦倘乳刼鬲教碎吅罢尋釖無回丕它斯最

步阿！乱曰荒芒奪路走如彭,取得長鎗快吾情.唱曰署鍊

奪得長鎗壹件,吾心快樂欣歡.直指到山頭,望林中進

恪即辰朱卧俚卞假斫叫墥,俚㖘花草扰頭趀跙.又曰

鍊即陣㸦欺丐,倘昆涅吶麻尋啡喟扰麻教古盧蚤鍊丐

曰唱曰俚浪碎庄古譔,裍教丑庈碎譔爪吃署

邊.又25日俚卜展虎神威.俚扰乂扰俚矽乂矽乱日

^{抓折打折} ^{翁碎碎翁}

全屍,若朋乑與乙辰散昌斛蓮乂啃榮嶙,獢卞府俚俚傳乂

寔卅虎狼本蚤卅都無干,據牢麻坨钟塘蚤移趲移辰邓

俚包衃霏,俚及翁柴冲岢跩呬.俚卞掕敎蹲賒祐移旺吏

藏竜隱各尼.説崔問庀步行,更屸乂命俚買呬移更屸

各位富安,桎穷桎挟於共金牛貓獴猭鵃烏月落牢

舘所笂卅青蘇群夒笂於府外矽顚星薆各鑛生根唉群

計包各伭遥仁,吒胡注忍乑柴得些.符离岢乂社𫗦平源

蜂鑛蜂鏈寶臺鮎鸞.鳥瓜翾燕鴒火車,其麟師子獈鑛相顚.

唱曰府外固乂牢沙,藏蘭遇泊卒莊英雄.牢歕牢越牢埋,

唱耕26托番尼蚤庄咋之．吒胡即陣义欺，冲棱丕辰崔買

弒奇叫胡忍弒悲蚤廿倘俚冰釿尋悲蚤願對敵共

欺，細妞丕辰些吐扴真吃胡注忍爪柴，共饒同飭同弄皮

苓．爲命根卟厄細旬，觙些沛硞才打死．唱曰冽刨嶲奴义

曰買硞威神武虎狼厄亡身．_{如事據尼}在茹卟爪與渚責某空

彫义矽落聰魯頭．猞卞我冦爪双．俚些祐骵冲悉盃咍．又

弄．細躇台飭拱同，觙莊豪傑英雄皮台．俚卞罡飭神威，張

肝，蚤願番尼打托庄他．俚扰义教昂侯，猞卞抏邓捽收刨

劣辰妞邓全屍，厷扰某辰_{卟散壳．於丏在}唱曰猞牢麻監奇

一身拒敵虎低當又曰怪殺他猛虎，真毒獸大肝，_{吶定如趨}

朱.媒浪默27意半朱,阻無薲渃倍鑽兊吽玁辰胡抔虵來,

貫,碎渚杏半注謨邓节胡浪义逐辰高尬貫碎抔交錢鈌

辰謨玁褪玁卞嗨义厠玁尼價半買貫唉咦媒浪众呂迸

弄蚤决抔玁術朱俚嵋褪吒胡崔買吥移,細茹媒鶴丕

玁暘悲喂吒胡撫牺嘹嗔,媕蚤添肵玁暘少之志謀於在

崔買嘅移,皮移皮吶姘导细尼.俚卞假所义欺,吶浪添肵

厄杏弄蚤易庄朱俚共胡忍嘹嗔,屡饒丕辰冘縣符离阯得

尼.細低爪伴共悲,嗨悲丕辰固召哈空吒胡注忍吶浪,嵋

蚤咋朱嵋麻托欺空.俚卞皮吶皮嗔,试悲聚党於尼棱

趉罒.倘俚嵋吶爪牢嵋空喧嗜英雄廾蚤忍浪飭倍包饒,

紅．才之卧掀欛掕歪，飭之婀祕鰲量灤．（英蠹众頭此來弟同生奈　如俺聚山自向兄忍死不）

分呸分罡蚤辰買喧胡曰咱説心中火發，28聞言面上通（之唵共奴吶饒排邓兜吶饒卅身己杏於　賢奴於饒吏貝杏於悲貝庄為為节邓謨）

獵贊曰　唱曰空辰攢罘攢舭，

台，才之吒胡唵邓頭獵丕辰对敵共蚤埃麻勝陣唵勗頭

係卅敬老得長（沛卅麻）唱曰俚喧即陣㝎（俺魍英　英喂庄）

別敬朱埃．忍共各將吶咻，丐頭獵尼些敬胡兄．又曰

旺醋皮來吒胡卞買嗨戈乂厕英俺些結乜娄丐頭獵尼

乜細骹毆堀㭴獵尼庄奇嗎咻，打焗爪肵丕麻些唵唵肵

垈廊左馬趍㠊唵刧庄骹些毛阻術博獵卞趍回娄丿兜

搏蓮胡趍術尼堀㭴媒鶴崔買趍燒奇㕭廊垈刧㦲獵碎．

包鈷俚丕麻如覬　俚卞叶飭神威俚抌爻敎中麻昂髇.

吒胡我冦爪双,注忍冲棱崔買叶29牺拎双釦仍廾跳

叶才放俚年莊英雄核拎核抔核收,俚抌爻敎中劇昂胸.

獵.吒胡浽陣跳嵲,趕包抋俚俚場塊鎗.胡拎弒部撈　先慂

叶,爻蚤対敵弒喟此䰄.一生一死畨尼,埃邓爪柴唵祕頭

兜爪囬府外小子無名,蚤願畨尼打托庄他.俚陣拎敎趕

齻烊烊丐倘昆涅奴劇輕蚤.眾蚤爪伴匜娄,唉喟倘俚於

代唵刧皮㱇.俚卞崔買説嵲,唵刧嶤代眉吏嶤杠.胡忍黙

浪倘俚無名牢喟杏敢敵才共蚤.喟買唵刧歆戈,蚤寔㱇

細喟昆蚤朱無吏　胎廾涅買喟喟昆蚤朱無吏　不從上下之言,吏安敢出言當阻　阿!唱曰胡

團．細幣富安絆尋，文緣冦下網無亭蚪疽楳亭悲急浽迚該

毗得毗網移移嵋趍畧鉦娄鼓迎昂塸梮瀠移30籵無爻

箄當茹芇大富不仁，辰些唉打嗎行頭秷說崔鉗諾皮來，

舥迲各位英才覴默蹺低屢饒些冦廊沖，細妁些吐油弄

功辰賞朱改笕蚤吏文緣，渚叫注俚世間吱嘆笞饒併邓

買呐庽尼，英俺生死拱同渚离庽啐泣歇埃埃，罪辰蚤鉆

令某改蚤鉆頭．詞隊泣歇兜兜，尼尼就細東它鈪東俚下

撫秏卞嘆埃漁蚤吏邛瓜柴众悲．英俺屯復蚤來，辰喧

爭伵爭柴姅崔．吒胡注忍呐嵋，敬凳注俚垵屭頭玃倘俚

注忍我冠奇傷，俚呐爻庽蚤嗨試悲．众悲屭屯收蚤群埃

技烟麻吐哈．吒胡喧吶債聰，众碎疎吏英弍厕尼．又曰〔啫監〕

監鉗淖撰吪，醹肻唥旺丕麻馓醛．文緣崔買吶呢，店唘此〔祕丁悲舀玁吝肻麻官低／节家妧抔昆朱尒劦惘吝〕唱曰 31 媒

乂欺，照花弍氾排呢淖茶．媒曰

帕迎昂．嗨茹媒監矢無蚤，喧嗒媒細低朱祥．媒監惘呂

裾嘌頭，辢辰吶吝得沛喧拖．吒胡牢鄧榮榮釦鑽箹泊網

椺蹲麻乂边．認嵙旺吏回娄，蚤認匜寔吒胡悲喂塔廊噴

翁祕討．文緣曰〔些廊妧廊苦麻／崔朱吏料貧庌〕唱曰固翁句柳匜辢，㭴拎核

〔声沛古之书易麻啫／尒牢女役些朱妧崔书〕眾碎本社，宂禮惘翁，嗔兌細愚民禮閅惘

緣買吶乂欺，哷剁圣旨即辰往民．又曰〔古吝得沖些筶吏蟯麻官渚／唘官細低廊沛饒乬邓惘吝〕

亭守券沖廊趨吪．哈頭拜謝上官，庄哈翁欮隊碎役之．文

貝碎畓尼.吒胡杚喔魂驚,疎英媒监奴它迍趍.緣曰咱說

数絏媒监趍㖡羅廊.廊喂刧刧廊於㙇咹咹咟㙇晚吽廊㙇埃埃,遴得嗔救

32 壛.文緣買保軍些,抔獵亽䑛礼麻頭硒.祭未咹旺𩟡醝,

軍曰鑝兜吽毛麻渚制节泊指朱料折庄唱曰媒监罗哭吽歪,泊鑝文烓墫麻署

嗟命泊嗟命泊,吽皇天吽皇天,仰哎也鬼神,嗔恕硒各旧

监縲無橛茹.貼錢鑝泊宂㖡,料姅麻托即辰庄制.又曰喂!

英卅默係謀事在人成事在天,嘤箕咋嘟唱曰曾曾披焩㝵㖡,傳抔媒

悲仃吶怪枉名英雄.又曰嗨功年火芸通聚出自向㕧厄于中内卢之底蚤悲十燈武精麻众頭此來些入家之麻浸崔

唱曰嗔英打内店㕧,料姅創㝵廊㙇奴咍.文緣喋嵡文欺,

英係疎㔻卅:謀不及量沛杏禍發須臾英庄㔻!署些庄箕卢卅娄苦料麻宗

丐放呢,塔廊咋趄乿麻被荄.社廊叫泣東西得节被哂

柴奴崔吒胡喧吶皮未胡買呢,才拒眾廊兵拎撈磊

叶才此乂陣養节朱別唱曰社廊搾泣東西咨抔朱邓頭

廊塔厄府囬　文緣曰不畏不畏莫驚莫驚傳吒胡卧奇

以後不容　甚急甚急,至危33至危是兵來四路

失不忍之.又曰　如自茲以前自茲

忍干諫厄歇刷　乱曰你罪膺該斬首,仍一畨过

朱俺嗔移节.又曰如焓卋注

脱崔!你罪不难容,決最屍萬断　忍曰

雷廷之怒,吾聞面上生煙.你不謹関防,麻底朱奴它走

無罙边廊社東它鍼東．移移旗弗秙駼長棍教丐打饒

散昌罙方廊社應連蚤決共眉壹死壹生．先蜂後習押

誓歇飭破散碧社崔 唱曰吶崔廊社悲哈趍迻塊托於勗

匪閉如馬逢百樂遂台養鵬鳥遇風吶定 指干戈尽殺官兵

差未籵呢麻拒民廊蚤䄂又曰 34 嗆弑各罙拒民鈝社好 如嬰差俺麻貝兵廊崔阿

鴒鸱㹴．左支月落牢藏右翼丕辰星薁矽顛．諸將蚤也

使厕嬰蚤差諸將尤兵呻屬先 封胡忍弑悲後習丕底燕

雄群咋仦之字浪人死留名虎死留皮丕買年躾．各俺哪

解救各俺籵底丕乙卅啉害．唱曰文緣喂嚌荣移係蹲英

毛尢粼茹．胡曰喂崔 番尼坤脫死它苦浽逃生 未啫啫书台英嗔英毛

若肷麻庄喧蚤姅娄古托辰仃叫冤．又曰（廊喂悲喧打埋魯掀／於墢如庄麻庄古頭）

喧刷蚤呐籴饒阻術．錢辰蚤朱軈尉几嚣得乜吱饒尣術

文緣叫咋各廊欨乳調細朱蚤呐共．奴翵奴庄朱悲

大利辰蚤呌才．畑巢迓院雙雙焠弒迓及邓麻孕達．

陣拎兵愍牢 35 吏繩身受縛（阿）唱曰文緣崔買傳咔戌辰

陣尼．緣曰咱說心中火發吾聞面上通紅牢庄罢才出

弒眾碎歇飭喝秴英雄．各廊㦭几賢才嗔英須奇执徵

歌歌出旅之才（渚）愚兄弟（廿）必難趄拒．唱曰跲頭磊褪英

沛府 >巾< 朱戻曰（阿）娄羅曰（啫书台／啫監英）等等回受罪拒他不勝之（书）

洞洞．廊曰（阿好）大快大快至歡至歡娄羅它走脱陣中眾些

吏山中朱小弟場安上路. 挽曰琰包奈霜雪艰难朱哈係

啫英唨厽冠獾麻礼師
啫书厽差俺抔粖厸先之

好也真好也真至歡是至歡褼嬰弑於

樂. 渚火霄妭

唱曰火車霄泊哪刷冠抔獾粖麻礼先師又曰

各古役先哈
唨俺别礼師廾空

我愛其大礼 我愛其大

吡保役厸朱悲. 又曰

蚕也邓泊鑕沛厸乂席礼屪先師. 朱隊胡忍叭低邓蚕

金錢.... 唱曰移崔也細堀栖文緣崔 36 買呐吶刷尼唨

矽篡澄者辞廊社山中些粖. 乱曰别了富安望寨中取得

吱饒乞嬈. 文緣崔買籵砓毕得毕網教鈫嘖塘堀栖浚

喧呐乂欺者恩唫刧固仁欣命. 叫饒些急博錢術茹些併

移卅拱朱錢之群托孀昆庄麻古阿 世人出力罚無益之功. 唱曰社廊
昌姅奴空悲泊麻古補補移年麻沛

阻術．媒杉惜貼趍燒趍無眞岗体麻叫連（廊唸奴低廊於塔刼於塔！！）

乜東，長棍教丐欣唑进得釦尋庄体奴兜，唸刼乜杣粎此欧

廊（廊唸於塔刼刼！！！）知呼廊塔荣移，吶唳唸刼抔剔獵碎廊塔趍細

叫抔獵縟叓捕麻趍㾗趍近浚磴堀梈媒杉獵粎趍蹺羅

叏貫媒杉喧吶陣台朦膞磑唥尨㾗刨茹．台得猞毵袄

叏刷獵尼试逐日鬲謨庄．二逐唄吶过高渚如唔媒錢銅

哪叻．蔞搞唸抟回娄试得買嗨獵唑買貫吶寔共37旧

欧廾者伴迂買蓮（獵謨古半朱）媒杉喧嗨叫無悔昆疏照高蔞

唐長迯屈膵羝崬仙乜疏岗神叓戈唱曰试得㝵乜斯尼

蹲亖猍義人援佇討親林圸．（娄於山穷节埃埃唸冦安吒廾　閉些凖林谷別廾如些場盂渚盂．）挽日

朱湧昆賺. 吒胡 喧呐鷩魂, 蹭頭踈吏嬰 試㕑尼. 又曰 啫书啫监

主寨咍悲, 㐌些戝役㝵𠢞㐌衝. 趍辰署耛娄鉦, 綗條捙錦

封戝㝵𠢞朱悲. 吒胡辰𠂫官該, 注忍丕辰守事在家. 蚤𠂫

八宝徵吽, 一家爲主丕麻朱吹. 奇𠮩胡忍 試俺, 嗔 喧蚤

赤幱寮尼緣𠁑. 樱山砵使欕盘, 筲撩罒幅照花㖞𠁑. 杏圖

立𠂫尨扱双双, 分嵬分次㐌湧𠁑制. 炉鐄弔泊焩焊, 金松

....㝵𠢞悲趍. 尼段家將文緣38笘饒齪犬東它過東.

媒杉杧𠾕魂鷩荄補㐌 䑳月月趚阻 㖸 呐浪溫疫抔悲

下緣媒廾媒部文牢丐在喧 唱曰渚节家將姤悲蕩荄朩貓補㐌䑳媒杉

唱曰渚节燕䳡姤悲保媒阻衛𣁵姅托寃. 又曰 麻媒渚庄众廾魔抔杉媒别些

無閒居之不樂，君子居城市　鵬鳥過風　小

屯細天子得�　人無遠慮必有近憂　曰　緣　碎　天下

子以至於諸侯　緣曰　碎　天下

吒胡喧吶湧涑，監疎兄長爻厠庄牷．又曰　自天

傳朱各寨爪辰朱毛緣浪芇陌吒胡，祕牨核錦霎暢攪唎

侯．緣吥爪古迍櫻，拮攪冲尼蚤喝蚤唎　吒胡唔魍爻欺，

死于刀釖嫯嗀理常　各39俺哪使嗣嬰傳朱各寨蕁埋應

唱曰緣浪歪拱廾䏊，係簿英雄生死奈包字浪武將出身，

世間言翼長　屈地無牙爪，升天欠羽毛

英庄麻！魍些廾凶荒党子，聚众山頭，嗀嬰牨爪仍調意碎唉

浪杳斫高欧些假另雄豪卅移．埃麻拍荒尋塿奸些些別

料些宠妡得麻侵难．又日（貝冠辰別卅刧塊抔移庄／蚤眉妡户命唵之得些渚空）唱日燕鸰

厕尼．卧些哪令耍台宠隊伴偶就剧岬霊嗨眉杳計之空

冰澄山上發棋場安．唱日台得宠卮侯斯燕鸰買嗨鮆뻱

长兄直往場安隨本伴前來林内衝挽日方方駃驎琰斮

诸戏就林山．景物青光情好好快哉我意志歡歡．又日奉

日臣乞領金言望长安直進乱日欽承帥将到长安請來

罒餎鈷頭庄他．鱼뻱燕鸰哪厕宠40隊伴偶即辰達低又

日詞凍哂朱移宠隊伴偶就剧岬霊蚤朱期限＜呸导肌过

人居林泉如黄竜遇水唱日庄喧胡忍忒悲…吶低即辰

無祕曰，邓朱要爪书完筆奴成詩吟嗎排四句，吟书，

杏浪：命理有辰終須有，命理無辰莫強求．

命立丐挭呀爪牢麻荌呂它庄歇仍雪曰

哎荣共鈇．又曰得些立丐挭呀吏餘安餘底．

當蚪，攦牺愁惱事茹苦巾媒雪群於茹娄，趍卅能㘈

咍欣得．試得喧呐放未，些急細妵丕麻些䰄．説崔仍雪偈

寔得官，趍呀卞指偈剔於箕内府黄義卅低，杏伴仍雪偈

辰幣唉當東疎咦碎嗨乂刷，庄咍伴偈於剔兜低．伴行語

杏眞蛑別玉隐矽玉咍唱曰袄顛些急41杰匏完妵丕

寔得得咍．又曰得計眞得計眞其謀好其謀好．

隊偈巫牢，要空杏擤詞麻要槐．仍雪祕詞讀蓮，体笁文俚

冲匣空哈役吃．除申試舊阻術，媒雪崔買嗨軼爻欺詞官

杏詞冲帆祕呢搾朱仍雪弄麻咋台．仍雪語寔拮垮補無

眞．又日 官得隊喝喝先悲別哈空 啟吝呎伴邓礼師杏字卅 含口照書身當威重 仍阿雪！唱日

袄场棋解眞連跳呢：晚迊台舊皀茹羨高照牐連蚪抙

低?蚤軍翁欼完低，朱隊伴偈偈剔開仙．仍雪語寔得官，

欺，体得巾審袄辰色顚．試得跳細嗨浪，於茹仍雪丕麻於

歇辰運苦戈代泰，苦爻試舥匙苦代．唱日旿呢畧闈爻

冲茹昆哭乢閈唏鶺抙事代它 42 茭薆茹涎屸根旿体盃．

苦牢苦庈苦閈喂，拎釦鉆苦庄涞外闈唛隊叫咯古，

可下堂貧賤之交莫可忘．

水浮東海月落西
（如尼蓮岬朱吒咅／番要喝霄茹庄恪）

糟糠之妻不
（喂雪它碎分妳別台圣得吶／要喂哈卄弹拱爻字人古浪）

哎運啩員浘尼．又曰

今朝分雨路何日得相逢（俺·未喂／俺·移阿）
唱曰孀魝哎哭皮耒唄

江不得回故（移阿）难乾痛切难乾痛切命則須臾命須臾．

孀悲喂番尼丕辰庄耘邓兜．又曰
（喂雪如要詞喝吒庄／媒喂卨召麻朱咅恪）大木流

卨书唱曰讀书魠孀哭洴嗩哎辰運災殃繞皮哷共昆

咋，迆塘芾朱塊兵蚤偈朱吒庄少泊錢暑卄礼娄吒魂此．

岬霝槐詞吒唑馎辰達外罘馎辰蚤鈷郭仃古呐賒吹庄

良43辰蚤偈礼先師唑馎．喧昆偈得屯古嗻隊昆達偈在
（媒喂尼麻渚空要叓腌喧／喂雪番托崔庄底讀朱喧）

浼淶秭真．又曰
丕古书浪卨邓寻吉曰

嗌𧥔僚將．帖幔父佐遇叱哈．伤閉＜春撐群㗫䠋．节哈

日嗚呼唉喂可惜眉撐群骸各．爲從＜𧥔伋妁欣歇哎無

丕辰就位朱毛舘洗吏貝菊躬酒旬初献來辰讀文．讀文

得吏杏婵㖞細茹㫃東．节冲妁迲畑朱渚祕茹悲顏㢱未礼生買唱攵欺喪主

術𠚪未㟅古㚻睨祭㫃仍雪丕麻奇伤．礼生請邓㧎

啤几朱錢粘得朱鷓鴣．貼朱邓攵捷苔媒瓢欺意箏卢阻

喪埃㫃媒瓢喧呐哭涌呐浪仍雪茹吒得伴行喧呐齿

無冲茹祕穏㚥幣頭麻底喪㚥崔試氾伴行嘲浪媒雪底

生悲．只是良緣常莫測嗟乎夫婦淚交流．唱曰媒瓢阻

兑不見來未要喂哎曰血流滿面愁萬44段眼目沉乎淚

奴於賒悲愍術茹籿女奴簹．叫饒崔買呌珍搋箱

乙卅托珍英俺埃乃阻術唔共昆孀父欺鴞調．倘芇孀

請喝些低牢朱各伋魂麻邓哈各得祜覽買哈番尼蓮妏

妻從嫁^{它麻}_{辰沛}唱曰尼剮仍雪差隊各伋即辰屺細父欺呇詞

难化別吃麻哝．又曰_{喂曳媒別麻 媒媒序庄妏崔卅}妻死夫從里^如_{群 夫死}

共孀哎浪卞凍淁耟渚唵物吃奇叫陌媒瓢喂婦人

伏惟尚享唱曰孀昆凌哭屺未老瓢抅筌當剹渚唵体昆

妔牢它杧妔信成礼別仁義送終嗎旬醐落伴玉蓮塘．

餳賒隔盃呇別．夫妻兩別坦芇哈．昆於低孀唉於低体英

蒊急庄別兜．^喂_唉孀要昆踈埃保僕茹漂45闐数秖埃屺．自

頭 蚤蚤郭庄 哈鉆渚制 唱曰包饒器械尣吶釦鑌籋泊敎超創㸠．釦辰

朱杏次杏序籵女＜喝倍奴＜辻奴魂邓奴吏吱軍無將虎無

洴炉鑌弔泊徵畑櫳盘蹭册振撩哥皮．又曰 俺娶各喧引瓜牢

鉆渚庄唎 阿喧 唱曰文緣傳咟軍悲尣吶圖達徵讲巴

吒辰鐃得侯下宗還之証悲蚤吏庄別理 理扐＜得体邓得

他渚如啹蓮喝岬霙朱茹吒庄廿苦宗蚤引悲覷庄茹

营柳庄罘恪係廿杏啉磊調之官得陣宗打皼巴橢辰得拱

唎仍雪引浪众悲．赞曰蚤呐内伴偶朱俺娶別如準場安

放芗放哭放哎体昆共娲断腸烤燉．㕭芗皮邓妍寻尼

掫黏蓮塘乂欺．茹吒期杏巴寻㒸近罘46餚鉆頭庄唎

嗨义厕庄哈昆鐵丕麻從之．仍雪48跪宄疎辻昆鐵從未

喂番尼义托麻崔庄群．文緣曰（军妒隊仍迸蛋此　节侯悲倘雪低嗨节．）唱曰文緣買

制　唱曰仍雪喧吶湃涞三魂七魄它襷辻丕吶共伴喝悲

褋吒昆喝吒体共昆宗　纍吒隊辻侯昆教釲咋吒．文緣曰　昆昆別分朱祥教禁丕倘喝辰賞倘喝辰朔阮（瘆空吒吏昆如吒爪如节哈吒群节噢吒辻教）

下执吃众悲．老瓢吐礷醽耒眖叶体教禁疽彴行．又曰

君子（群）财上分明大丈夫（昆庄）唱曰字浪人有尊卑口無上

類兜監同席共吒节．文緣曰（麻倘雪瘆昆別庄伩　魔抔仍昆宗庄伩）酒中不語眞

礷醽苔蹱頭疎吏义厕共吒．又曰（监吒空节碎　碎监魁廾）唱兒無

解跳刨褋吒．文緣白菊律卅醽啙义礷貼吒朱眉仍雪哳

挬羽双双教禁行朝巳氾47朱撑．伴喝連它細尼袄長掑

辰爪朓罘黏吒郭庄
從底回辰鈷渚制唱曰吒胡咋悔匜荣牢悲悶托麻渚鐵從.

不由人 沛侯悲 49
麻軍妧 冠倘雪朱保书昆侯 緣曰仍喧吒如準安庄恪偈吒係
隊仍辻蚤低吒應 雪吼喝场卅渚朱祐卅回辰

行埃計卅猍又曰 瘃庄册字 悲悲别杏浪生死曰皆有定杏沛算來由命

浪國有爲王係蹲英雄群咋爪之.鐵未群底爪之衣錦夜

得調辰杧麿蹭頭疎戈.又曰 監要庄芇奴細皇哈杏卅宗
睹疎台年女屯圣得邓沛苦英唱曰緣

祅朱蚤祕祅莽袍貼蚤昆蜂䘆足蠓鄧蚤扐朝.吒胡注忍台

智杏才孔明諸葛論代固名各俺唦使厢要悲急刨城祕

唱曰吒吱補子思㔹偈從三國丕麻吒䰅三國杏
之年吱麻 卅秕渚得未卅也别群謨桃馬些
爪朱吒妧崔. 辰沛得箕如托係死辰論於麻塂得

子父儺不共戴天子道須當爱曰 卅沛秕渚得未卅也

喝本子思緣曰 年昆昆别分朱喧子卅 吏智兵術儺吒匜係
庄兜阿庄吒吏昆如思將才杏尤馬报朱辰沛卅爲人之

碎舿号孔明自导罟執運聖皇脆志篤宄術漢室（如些）旺裇

汀洴鏑辰太平運嗎觚車执刘主扶安文治．圭寓泗南士

西50生門邓襹斜哦瓜從孔明出頭日崇爍焛玉渚

麻打楣文緣搓毗回朝浲連粘戰荣移盃台弗旗指敎東

将疎迻罯要屯賞娄辰俺朱祕毗鉾泊宄哦蚤朱伴喝底

礼邓麻吱饒．仍雪曰（碎喝卄吒娄各各槐拜舊注百　舿迻罯朱槐卄舊注碎各各百福．）唱曰吒胡各

緣呵呵嗔達奇唎仍雪礼偻繞皮．祕觚鉾泊秋哦朱昆少

吝麻斜喍翁朱喝得嗜监疎吒舿昆迻喝朱吒昆襸吒百百福．唱曰文（悲迻襸眾斜麻）

鐵移朱未．眾悲須可悫誠鐵使蓡醊礼屬先師．又曰

雪咋杜戊灰伤害各伋托冤番尼．保饒粉宄哦芒带隊帽

字墨筆寫悉崙幅箋雲付與軍人尨书細交來關某.軍曰

吽論談国事.孔明曰崔理意它甚沛弄碎拱如然.筆低軍紙栖提

州城占據三國唉都爭除下箋雲尨細隘關隊弍弟回朝

曰些如悶朱利諾城沛芒牢咁閉党魏朝吏51陣台吳地辰荊

稧麻唵貼尼.文緣浽黏洞洞洞冲艦喝嗒籵吥爪從刘玄

緣快意唭蓮胡忍祕泊台䄂虼包.老瓢蹲納乂边別它㐀

又曰要书台君共樂兮臣共樂群如應乎天而順乎人麻唱曰文

祕鑛舐鉾賞才孔明.吒胡注忍埃埃冲悉喜樂蹲麻疎戈.

賊輩卄欧使帶細咱堂邓論談國事阿唱曰文緣喧㕷仃悉

恒排斫鬼吅謀眾咋驚魂陣哈類北魏奸雄.咁閉党東吳

辰罕祥檜枛官某曰^崔看文勑心中大快观箋雲喜不自

開城外接迎.使曰哪令让圣上吥尭幅箋雲嗔得可祜䰄

楠洇边幔尬固勅朝中咬嗔刨咻䏆.官曰下令傳軍眾

除基業員成52別包課弟兄相會.報曰^嗜蹭申戈冘帳語

塊衝笆燒課助時执诺^{阿崔}㝵恒篦兄長餂隓待軍師別包

破賊党之移昆博.管英雄三國我表字官公㐌燒番焰突

弗旗斗呢.官某曰威荣北魏嘴曳東吳扶漢朝庄動民顛

泊桃吶朱昆行里底唵㢱塘.文緣浽秸洞洞㿟边喝倍

不辞难唱曰文緣呵呵唭連啡倘部卒固功嗕咽祕㿟鈝

^啫欽承帥府奉命施行乱曰奉命軍師到隘関為臣尽力

于東吳
庄哈舲爪公倘碎沛朱咋麻
群咋渚吒官侯伋喝庄馱年奴宸
唱曰文緣呵可嗅蓮唎倘

妞麻崔
如唱無悲吒朱浘舂礼
渚悲兒類麻嗜細蚤爪阿
仍雪曰　啫书吒吒拱如官廿　單刀赴會

魁得廿含口照书身賤金威重精忠義勇朱馘吒爪礼得

朱隊倘仍又曰　监吒應　啫书昆侯　文緣曰如吒爪礼廿爪礼官公侯

尵驚魂補青龍　下　完我拱爻边．文緣爪礼皮耒跳辻買53喫

尾蚤鬲惆翁．文緣杰袄昆蜂倍鑷跳冠跎爪礼翁．鳳論杧

緣祐体固翁传朱諸將刨冲應侯．抔獵朱欹爻昆全首全

臣芾奈艰难呢威去魏除乱庄番圣畧拱皮得娄唱曰文

整齐別関隘奔彤望朝中反步衝挽日望朝中反步道人

勝盃準隘関付與三哥可巡守觇防厌日令傳軍士安馬

蚤卮朱悲牢悲咋瘦尋劅爪之．伴喝悲唉乎乞緣連別意

仍雪哪麻爪之．泊鑌蚤卮朱悲蚤嘿君子兜劅戲言．貼尼

鑌悲祕尣叶鄧乂樱苔些急哪達．文緣欺意旰叶嗨倘

隊仍雪即辰包冲老瓢喧吶咋哈哞崔各伋眾悲就包泊

文緣喧吶唭蚑叫倘仍雪嬈廁過坤．文緣叫各乏些卞

壹國為王〔牢麻乂阿爪跬劧眞昆．〕仍雪日〔吒跬卄喝杏渚玄得跬於／书如眞倘奴疾刘伤杏眞謨．〕54唱日

劧旺吏乂欺買隊仍雪丕麻嗨戈．又日〔仍吒渚玄／雪哈刘德〕天生降世

課弟兄會合唱日固倘先宝爪從爪刘玄德丕麻跬眞祐

刘使日自朱隊御弟牢庄体來朝．別餤芇朱邓太平別包

仍雪嬈調窖坤．緣卞打秥洞洞冲幯喝倍移移钭嘿．

吾神武保戲兒.仍雪曰 吒众氺朱崔 訡朱碎求吒辰 福如東海壽考南山 崔

上路奔 彬迻伴喝場安直去 阿乱曰多謝長兄安營内展

彬 各將曰 要要各迻喝場崔 书訡差俺伴氺安 快也真快也欣歡是歡 欧 弟兄同 卅

朱本伴場安反步 衝挽曰反步褙吒於吏琰包奈虎步龍

岫逫買哈命耗拱欣凍鑛.又曰 书訡朱氺 吒吒昆 頭褙吒於吏岫逫.

庄制 渚唱曰55各俺哪使痲英器械随從迻伴喝迻 导鬲自者

阻氺.又曰 俺引迻喝氺慎 倘細哈奴奴歇伴奴別呐嬰 群吏哈蚕 各喧嬰阿伴奴朱謹粋姅奷奴邓打祕荗喝空奴浪朱嬰祕蚕邓鈷郭

錦尼泊辰陛 鉡錢辰陛蟲咋氺不測屮塘吒朱迸紵迻昆

昆咋 麻防节. 唱曰文緣買呐爻欺工夫仍雪塘場賒吹吒朱丐攬 庄几人 吒沛小

俸連唭呢. 又曰 瘐係吒辰咋牢昆 昆厡朱祕爪阿 君子說出四馬难追

魂灵要可夗碎蹺共.情夫羑婦愛恩旱陰要秐俺群瓜之.

邦傾<. 仍㖷論羑共饒芺节要吏補俺义命.昆疎孀要埃餕

迸分計义耕屩邓兜.戊崼昆瘦秭蓬篦店嵜嵜泇旱

噁共歪坦翁妃軟碎汖屩吕礼义獵. 嚀昆瓜吒昆辻喝 岬霻 屩哭之

昆朱胴刨崛义命哭.哎時運災殃死生坤別與苓节咍.

祐路体场安發兜㞉細侯斯圭鄉.唱曰說崔媒雪於茹蓬

三寸氣56在天般用 庄屩杏阿 麻埋姅沛 一旦無常事休 卄沛 辰沛 挽曰賒

体秵饒.功恩列位嗲咽高山嗔吏场安碎回.又曰 賢圣得浪 之人呐

岬邌隊恩各注碎回圭鄉.挽曰山上也辞列位別旱节朱

挽曰延秏几於得屪吒蹯营柳昆回故鄉.唱曰陰它冠塊

錦尨吶秷吶乂摰麻吱乂得．橫財不富俺喂庄月＜積德娄

惆仍雪乂欺．盂惆森合共饒抔獦爪硈礼剥先師祕弒核

娶托補俺埃哈鄧耗粎茹体饒塔廊趄細卮東歃乳調

茹果寔庄差．老瓢崔買跳無掊饒麻哭冲弄咄啤語廾

埃挌畧乂得群娄騫捵奔波冲棱．篦鈇買吶皮耒仍雪粎

魂娶杏伤俺辰術．哭哎祭礼皮耒媒買吏蚓仰杰眒吶．箕

細旬暫魂朱娶杏伤辰享討尼貼俺．哭哎娶唉罡娶亡

山有遠親（辰沛／它麻）唱曰娘挌逛吐逛柴台巴57餂剥庄体乂埃．

方报孝朱全始終．又曰（賢圣杏浪／之人吶）貧居城市人問．（群）富在林

發兜卮細旬斎祕之吶魂朱吒昆剥．嘪錢謨鐵卮耒用

又日各衣（俺）一令施行望家中反步（衝）挽日反步者自山寨

此群唉誅歲它糁逬．自㝷隔㯠檀堂餇餒芇別涎苓坤哙．

涨茹暑徵吡吸釦鑛長棍教丐蹺侯乂边咏探慈母朱祥

朱毛撰舭迚酊蹺蚤渚邌．吡得吡網卅珍氾車鑛泊蹺蚤

茹体芇．此群廊塔爪牢秅托理芇朱旰体饒．吒胡注忍

乤吱饒枓姅奴責英吱空調．暑廾粖咏母慈娄揉圭窶闈

暑彈妃叫娄．娿俺朱舣吱饒泊鑛綢繞縷餞縐縐几嶢得

旺餒醓英俺丕辰些買吱饒戠58役分暑些叫彈翁叫

霊喝未些沛筹哶役茹．又日〔祕抔昆爪些乂朱麻／芇悲舭獷肉恬回席盂制〕唱日席排㝮

昆洳．醀肉恬唵旺㿟未塔廊吝乳筹卢阻粖．尼段呐事屾

相辰瞧曬別趍方芐踏塘渃　相滐淶庄埃娘忌身荼老丕喂.

吾地埋吾. 兩目覝不見痛切也悲哀. 唱曰糁迊群召疾願

兒嗟不義一身老婦受艱难. 又曰（喂）天葬我天葬我地埋

該你罪孤兒哀嗟幼子哎曰痛切逆（埃廾軍党它想成昆如眉廾學乞仍冤子空生於喂罪女）

荟丕弄昆. 罪眉群底陰司補功吒媄生成昆喂.（碎生叶洳朱趍如想昆麻買唉）

餇固餇空牢昆不羑不仁爪囬. 昆牢補媄朱仃迊恩渚呂

頭泊歲它糁迊. 半奔庄邓可伤洳得商客养身胁㝵. 餇唉

体家中丿兜卮59細侯掑圭鄉. 唱曰尼段媒俚於茹非< 非<

彤天挽曰朱哈廾浽事緣荣花分祕苦巾身茶老. 賒祐路

失料婁㝵隔秵慈親. 又曰（些茹媄吢恪如於共些庄）龍存伏地（如卮年渚啟爪未）如虎得

已不孝之兒回探其老母（媄低阿）唱曰詧冤補媄昆趶爪年

方芇台行渃耞如媚抯命崔吏嗜命爪昆．又曰（媄乜媄书昆迷低）

細尼英俺吝乳即辰跳無．罙皮問厊冷星闈茹赤壳別無

忌沕辰空恩吒羙媄生成弄芇妾補庄迷咏探文緣趶乜

義無仁補媄餇渴艰难燒皮．功劳唉荅吶荄嗕咽辰固

62 唱曰昆它不

芦莊聚党之凶徒．敬祝南朝增萬壽往赾壹次嗔呈回台．

固乂命碎拱（吭亦麻拱喧）保仍（奴庄辰）生子不生心（邓趶麻乱）曰係是子之不義

塼拮身桬昆喂．又曰（杏浪冊字）养子不教父之过（麻仍）60（奴托吒乜末）群

包除昆吏迷茹篦店庄体待寻芇哈．番尼媄托補昆庄埃

丕麻揞昆．牢昆補媄挼兜悲除阻冰庄体枑昆鉗唫餂古

之罪．自兹以後不詑言．唱曰媄俚喧吶可伤跮塘跳吏

最屍萬段不容他．緣乱曰〔猋媄昆监咾媄／褋昆监咾媄〕〔猋媄兜吶共节〕萬望母親乞次幼兒〔崔媄昆／崔行行宜〕

尼九泉死下不容之．〔俚宜廿吶如女／庄眉倘咾眉廿〕〔如辰信渚眉廿／俚埃媄妠如女〕不羑不仁眞不孝〔崔媄昆／崔行行宜〕

每念慈親大羑深．媄曰〔俚宜廿吶如女〕乱曰只是詑言不咱〔如／番〕

何爲．文緣曰〔猋媄昆吏襄节／啫褋底分朱喧〕乱曰一只生 63 一子〔媄呂朱昆／书罢丕年〕

決最屍萬断．乱曰〔俚罪廿／如眉〕你罪不膺該萬断不孝兒容此

爲商〔媄阿／未阿〕媄俚曰〔崔挼节〕不咱不咱勿言勿言〔如／眉〕你罪不难容

喧吶陣台眉倘不孝冰勗爪之．緣曰〔媄昆／书舲仓〕改惡從善有藝

阻冰报孝母親．碎麻不孝無恩坦丕兜妛容昆邓冰．媄俚

事不可忘乎廿沛宗麻　唱曰媄蹺昆細家中墰吒碎底杏得

人之子沛辰上孝事於親居則致其敬養則致其樂父母之

埃佇儤．道吒羙媄生成忠孝兩全盃買年㭪又曰媄廿书係爲

天工母慈休哎怨节　唱曰媄㝹辰邓昆喂吒昆墳墰底

未浘愁之掣斷長相辰俸貫慘煩在昆緣曰媄廿书衣数命在

芒乳哺坰功生成美 64 ＊＊邓及昆怂弄伤洳拱鬼邓

曰媄辰要對㐫蒤杏併細媄嗔昆於茹．於朱論道媄昆鳩

罪甘．书嗔昆喇监媄喧爻节　嗔燒昆渁準家中午鄧報劲勞養育节唱

仍廿緣曰崔禍來至急福到行遲如怂母慈它目暗不孝子

餂空洳得布施年戈肚尋．媄群吒杧庄哈蹺類凶佇庄堅

兒今朝分兩路何忍使之离.唱曰秭卞揹祕媄嵞鹸凌

秭徵冷了則啼卮未文緣三妻曰哀嗟乎慈母痛切也吾

善人貼茹旡祭買超貼鉹盜刼埃麻証朱唭崔魂卮遍天

仍壩麻婁耗損極身飢寒孝忠昆佇匏悉須仁積德蹺得

銘經瓜吃昆麻岙想鳩芒岙伤塼垃籵身夥路渚瓜仍瑪

媄俚放65哎皷哭呀鬲共昆媄油托冠陰司仃瓜這召

肢八脉庄群如誓昆喂能拖媄蓮*麻呀吏嗚唎昆喧

坤.哎浪坦曠歪高運辰卮細旬尼昆喂.昆喂命媄轉移四

褪媄嗔渚箒吇役吃昆呐辰媄喧唎啟鉹甚易埋粆叄

仔褢岙油庄及得誓昆兜岙底世間吱唭啟昆呐歇頭鼺

兜.咏罨瓊娄空埃娘忌信成爪禮敬辽慈親.魁道爪昆朱

尋啟老母丿亾朝丕昆杏爻命空埃吪保啟它恪庄体媄

爪古祭尳買讀文祭邓麻辽棺.讀文曰 呜呼 可惜命些分泊

鐵使丕麻辽棺.灵車明器卒台冲辰柴仕外辰禮生.婁㭠

柴迏仕禮生吏吋弹喼東西弎涌吏隊喝倍細低朱蚤

66卢方送葬.唱曰文緣迏泣本鄉堵廊鄰近東它𫑡東.迏

署埋鐵圖成服即辰朱毛.又曰傳軍人急用槨棺邓朱某

魂粜塊仙.屸妯跪宊哭哎媄㹅安補屸妯牢仃.文緣隊各

呂安袄餬固兜分泊弎塘恪賒.屸妯㐌召磊俴媄㹅啟㐌

麻哭吋罞榮移.買粜渚邓買尋安芇媄補昆㭆牢仃.想粜

朱歌邓超灵魂．曾烊打動沙曾八戒貝柴三藏迻亡．耛鉦

少之錢泊縷行祕嵋報孝芇埃監皮．橫財庄底爪之爪迻

涗沫尬朝臁疠．唱曰埃埃祐体可傷睬扶這召妳迻棺才．

陰宮媄㐬 喑米捑高發揪橋吏漂．賒祐路体高山弑行

欲存而母不存．挽曰迸恩脃篤哘坤虎莊魆這嘻得哭桠．

枢山泉埋葬 臁尬朝隊段咄嘽．又曰木欲靜而風不息子

妻曰陷鄧尋吉日良辰67迻灵枢山泉埋葬 唻 挽曰迻灵

姁魆唐崔買動棺仝曰 道妠喧引喧回辰花麻無麻棺仔阿 芇隨悲蚤如呸鉦嗎芇钋邓拜朱細文緣同

眉．暑辰這召卒台灵車銘器底屓迻娄長男迻暑哭哎呸

全終始．伏惟尚饗唱曰讀末打耛荣移孀魡跪襁哭哎珠

啟英冠妧魍庄天下辰東床官家拱巍（辰）（丕）唱曰英俺

（俺）（各）啟杏得恬止朱浪處富安（崔）（辰）巍茹朝固富户百户拱巍

西寨更除朱厌日（阿！）南寨北寨巡防朱謹愼（喧阿）文緣贊曰

麻安居．吒胡唥使俐要傳朱軍眾更除日厌（衣）東寨胡曰

仍埃埃忸弄悃焾箄卢阻㵼文緣拮攏边壗㐌爪城郭丕

鈝㵼麻吱饒．柴廚罞鈝泊朱喝倍巴鈝黏弹巴纍塔廊至

悲急68無低柴廚喝唵黏弹拱無道随悲杏功騫泊朱甿

鈝坤恩各廊唎吶猍坤賢之得屯文俚杏肝道随

買疎戈唎尼又曰疎廊㐀固功迻祕鎮

各㐀进低拜答哝书廊弄迻細碎廊礼

打㐀荣聰丿兜灵柩細尼壙墳道随下曠皮耒文緣崔

日暑壎墳拜謝昆阻冦場安愿雙魂直往西方朱幼子

辰細喧鈕辰米令傳各將斜吶揮旗進發軍家陳陳又

南方用將社年北向丕辰义呵青蘇中軍諸將曉蚤喧黏

英朱接道丕辰先鋒西方燕羚鳥㵦東方丕麻蜂髓貀顛

先鋒火車霊泊各鑛月落牢藏星薲矽顛其麟獅子猞鑛

兜兜併歇㝵㬂屯邓䡾粦点名胡忍弒俺朱丕副將㐱麻

屸代得埃埃麻庄喧蚤辰蚤鈷郭標頭庄他詞隊各伝

冦廊冲及兜打妞成功拱牟文緣喧吶連唭丕拱唵69刼噲

包奈死生嗨浪得吶古官欏械辰嶢兵馬辰冬之脉些

些沛㕱功同飭同悉丕丕買年吒胡注忍踈蓬㐌蹉英雄

討寇胡戎撲賊安未蚤買細低．悲除卮歇錢粮忌排須可

些急分饒隊皀本舖至忍主曹　喧隊栗達屢饒細侯．令差

侯乂边．文緣曰　社蚤低隊舖主細蚤低／各喧保尜本共曹朱嗨　唱曰社廊咋杜戊灰毛蹎

卮創旱傳軍悲急尙蹣皀亭．楳廊悲打叱回社廊趨細蹲

雄群咋爪之．傳朱埋伏四囤邓蚤假令朝儀差皀．發兜歪

胡注忍跪书店酓些打創旱得東緣浪俺渚卢欧係蹲英

70吟溿陰司．唱曰崔尜卮回娄傳軍住吏朗旱仕哈吒

於廿得代世上難逢百歲人．挽曰岙行淚乳潆涞感伤浃媄

係蹲爪獜討親篤报之差剄弄．贊曰山中自有千年樹　如群

京師移跰．挽曰朱幼子京師移跰愿双魂直往西方．朱嗒

散反回本鄉．署廿併役齋旬娄探壋塢娄寻泇伤．又曰 嬰嗨

傳軍籵岬席排唅旺盂嗔我迎．英俺些沛吱饒汰調分

苦餙極身飢寒．疾願乂刞弒稴宂術养病籵弄些伤．令

民饒蚤發朱悲乂刞領祕錢銅乂稴宂術商買爪唅籵麻

祕黄共泊錢銅迊閦．令傳胡忍弒俺挼隊茹苦即辰細低

如笕．官民迠<歇庄群外塘空杏乂得監挼．文緣於邓巴寻

應達教釛鉆秥荣移如蜟．細兜打妬散情埃埃杧喔趨

厕尼．文緣買浇炮達傳軍繈歇 籵兵71 哯外四方胡忍

蝨翁監用祕討嗔翁兑情．吠隊泣歇官民細低即速蚤分

执兵粀塘．本舖至仍主曹塔饒錢秸邓麻巴稴．卼碎宂細

塰丕麻扺眞．畧塰跪褆哭哎斯尋百日昆粎媄喂．想（崔）

反故鄉同心吾等各一方唱曰尼段文緣阻粎細尼墳

諸弟它阻吏寨中（娄奴卅）欧些急家中反步（阿）乱曰携手同行

得躃．緣挽曰裯饒淚乳弒行低粎本貫妬回寨中．又曰（崔）

星移月移志不移．諸弟挽曰諸弟謝自兄長分弒塘几細

方分手足痛我心中袄惱情．緣乱曰（弟諸何）山隔水隔情难隔

孝愚等送上程獻壽盞酒盃敬長兄上路（阿）乱曰天各一

兄包妛隔72賒（群）念朕友固兜分祕．諸弟曰（要疎）英杏悉報

緣曰各（俺要庄卅歛粎戈）爲浇齋旬匕細（年朱）沛阻粎麻報孝慈親如姜弟

俺術嬰術埃術孅昆嬰阿
各埃蹺辰群悶探探辰朱

胡曰（監嬰嬰爪許弟面／嗜书弒吥呂諸反群）留五十員戰將（麻）

爪朱怡 蚤賞 辰 若朋悲爪怪蚤保家將蚤奴打爻都杶辰

彼盘𥐤櫻.又曰 祉悲柴共生引 节妬隊廚礼喧蚤阿 訟經辰訟朱歇經群家礼

古撰㠋餅飲瀛次齚顛撐鑛.冲烂月移窖坤吥饒爪古

東它年東.緣浪节祉妬悲抔獵爪䏡即辰朱毛.樓牔爪

帳府安排朱隊各寺柴廚細低.吏隊彈䊈礼生叫饒急

注俚底防.挌差.文緣買保爻欺拮攛丐底侯爪齋.幔撩

社廊埃乃吤浪文緣䘕等爪得丈夫.民廊些急朱隊交朱

廊如涞百朱碎朱怡 逝蚪碎爪日娱书廊 唱曰晷疎各耺邓怡娄嘅民廊朱𢀖爻瀛

細屩朱蚤社廊.喋達細尼文緣跨曳疎73逝爻欺.又曰

珠出蕣肝恩吒羡媄㗊肰歪撐.各俺哪使厠要㭌逝廊社

宜下浪注術貼廊奴廊矗

杏天屯辰蹺疣朱恢呐辰　細打沖碎乓　乓　奴奴朱年廊咋麻．

文緣曰　盃哈奴之　住居何處

渚辰　脬胅自者村中北畽反回山寨．廊曰　注於爻尋麻且冲社共　书嗔吏台戹书舲廊碎

饒瑪壒娄番嗔廊佇䰩．又曰　丁祕森錢伤柴弹礼功朱台群丐嗔朱社　家悲爻貫功朱群黏生伤奴森吔攛交廊

朱廊．塔儩姑博撰排朱鼫年泊縷行迣核．几毳得吱　撰餂功共爪鄉节妨

民買扄苦碎礼戗祕悲　唱曰祕悲祕幔疣唲祕迣鉡泊坰恩

醞外辰弹歌．青羅焠炮嗦嗔文緣蹲曳買疎共廊．又曰　廊朱　书廊

悲急叫低椶盘哪宼待廊塔垵．移移垵吁餄醛冲辰吁　祕悲　节妨　家丁

功劳毵皮．社廊祐体呭車体撞哎哭動台弄茬

些急使朗冲柴外礼74黏鐘荣移．文緣跪褪哭涠泇伤吒媄

台森　喧　唱曰柴廚吏貝礼生喧呐杧麿魂驚涠涑毛毛

力有萬夫之勇 肣渚 76 悶抔茶窋岗俺何喧 些趍媒低眞各論謀此. 唱曰署廾些抔降頭

眞些細應侯長兄.又曰 俺要各細廾 各肣隊俺低爲 聞土山有望媒茶 媒 如尼

低.詞期内冲𢀨㝵肰逹罘餂鉆頭庄他.各佊祜体詞期毛

霳文緣即辰筆寫詞霳傳軍可急啷𢉨趍隊各乏英雄細

曰別了 墋墳步如彭到來山寨聚英雄唱曰尼段㐌細岫

拱全 注 崔細 緣曰廊 墖它阻吏家中 奴 欧些急竃澄山寨 阿 乱

墋墳淚下溺淶.廊挽曰如至買 唅廾騋孝忠拱 乧羑仁

廊於吏芦莊朱小子山城反步 衝 挽曰北𤇾者自廊社祱

心中火發聞祥耳内生煙 书廊傳底 米寨調兵 抔奴丕 碎共如妬𤇾碎山碎遺機買邓朱辰 謝墖

廾於土俊 哈奴在山領 筅奴75稱廾老虎媒茶 庄 姅 廊曰 注妬 书沛麻 緣曰咱說

77　内仃伶若朊庄召辰蚤鈷鬲．説崔家將媒茶豂得異將

凍兵如城渚芇車焐妬悲戰书宄細山城奴咍．如厠书

一鼓進兵若朋退後辰蚤鈷頭丿兜乇細山前傳軍立寨

星薁各鑌青蘇中軍主帥炗蚤後習即辰諸將尉娄係廾

左之燕齡鱿翢牢埋牢俚蜂鑌貉顚右支月落牢藏磅顚

修榴械即辰宄硙．先鋒胡忍弒悲吸軍十隊朱洏弓筬．

文緣喧呐每厠喱唭胡忍弒悲不才各俺喧使厠要点

收娄吏失名英雄之朊各占一方待辰些仕宄兵買成．

胡忍曰

監要庄麻媒卄足馬東唉庄麻噤厠芇
嗜书弒年魋伬智兵吏碎打吏嗔蹺俺

唱曰勸要仃打注尼妛

娄祕粮錢邓底餕兵．哈悲埃杏計空邓朱蚤別倘芇窨坤．

又日可咧才文俚小子是高強（於可吾武 奴俚看神）乱日神力揮起除

怪殺他小子敢出旅大肝誓斬 78 你之頭揮金殺死.

茶让駛尨頭納朱綿可寃駛來降籵辱綿呌飲.媒茶日（媒悶共伙 勚茶打些 喳娶阿 引）

揮旗參直指山前移幹斗進兵陣上（阿嘲媒）

馬打㓉共些.文緣喧吶悉怅傳朱諸將應侯朱毛.又日（各俺）

火車粥細乂欺疎共兄長即辰哈.媒茶交內尋埋決尨兵

下令傳軍眾宜檢点刀鎗誓斬俚之頭愿不容小輩唱日

殺他倘俚敢輕我大肝（阿米朱咍 禁卧吶奴）吾明日下山決最屍萬段

乂欺挵遧书内即辰祐䙱.媒茶日观祥书内面發生煙怪

才咍辻透.媒茶飲孟猋斤秝拎双釗芇埃监皮.火車細妚

将進追．唱曰媒茶庄別知機尤兵蹺對移移如蝻．文緣發

（阿布　廁軍陣）決展志神威朱別才高下．媒曰文緣它逃走（众　将　傳眾　朱汝）

焠城朱蚤媒茶丿卮細尼弒边斗戰荣移過79撑．緣曰（唞媒）

喧唞炮逺台边悲急即辰府囤

爻道悲急暗行　料連山上

岗伏麻左边右边燕羚鴕翫金牛白猊伏麻待蚤若肷

（辰　变除）些沛筭妙計圖謀（買朱！　邓）唱曰胡忍悲可喧廁尤兵無

吔就山前交戰（約庄呐汝）又曰众傳城文緣曰吶老婦才高權

（年仸朱廁）又曰（咭媒除廿未分媒知／茶拱最些共嘤）期明日開兵

分勝負會一場未定高低．

乱曰百戰交功奮力強進除退斬展威揚．又曰餘厼合不

小賊焉敢輕吾是大肝文緣曰好好哉老婦善善也才（阿　嗔）

挽曰虎命智閉坤當隱尼山谷修行善門.方方

將計算叱牟朱咍事窨搓運得坤吏及几坤欣得.又曰

高手80又逢高手人挽曰可唎小子文緣用謀捉

丕辰朱爹媒茶曰強中自有強中得

蚤庄爭都蚤愿無廚爪娓須身.緣浪些也曠容傳軍嗎陣

飭孟拱空爪之奇叫倘俚唉眉蚤讓朱眉庄打爪之悲除

媒茶庄召頭降罷命失計虎名沁悉唑軍奴也頭未义命

料魂淋尬瀣.唱曰奇叫軍眾埃埃來降蚤庄鈷得失机.

城烃散.文緣曰奇嗜叫淫婦仃唅飭勇夫可宊下駹來降

炮爻欺吒胡注忍府囬罘皮.媒茶左突右衝眸蓮辻峃郭

入虎口焉得虎兒　各如阿俺命　不遍王化　廿得麻娑芒啫些（不已崔咋祕得吶）　浪山賊　渚

之埃緣浪俺渚杏卢係蹲爪得数命在天．又日　各圣得浪不　俺人吶

渚娑姅不測埃麻救娑庄肰於吏山城不遍王化埃麻　娑術唲箏麻諸

弟日　娑埃麻應俺杏別娑廿㐱庄苦如（殷完安娑舉如得㐱）　81肉懸虎口庄　唱日勸英須奇

空德辰娑阻粼．又日　娑天得科娑妬魁沛主娑肰沛阻娑料罷如眞辰扶庄娑（殷喧令子嗎榜詩冠娑）

殷娑悶冠科詩畧廿應舉娑祥國家．仁君沛道辰扶若肰

排喜賀盃囬我迎文緣啫曳罘方兵馬辰堯鑛泊少之．

泊鑛錢粘霈粼傳軍焠歇破散城遲．娑俺阻吏岬靈席

些急山城斜無忍胡哪使厕娑錢粮点吏烇群包饒．

駅驦琰斳冰澄高領丿揳高山唱日文緣吥令招安傳軍

蚤容情. 若朕庄杏礼僂可須阻吏渚無細场. 士人喧呐文
近文欺分鐃通信諸攸奴祥. 係詩辰固禮儀姅辰杏失辰
接奸雄埃當. 傳朱軍士撩提腨𠶀初罙諸攸就场. 卞呌侯
兜㐌細長安尋尼舘舍扵蹎待期. 杏得监考當年户黎筅
衝霜冰𣋚. 奴节囬合會苓 哄安82主圣𠸜名碎賢. 唱曰丿
冲水土沛 吅执主賢(沛 買朱) 挽曰志咻 哄侊圣明沛料功某
四柴𢀲妸吅𢀲兑䜭山寨教旗過撑. 又曰(些場應尼 𢟘冗安舉廾:) 係廾於
沛筭文席逡要辻塘. 醖𦚭咹呏歛醝文缘崔買登程京師.
無道之君辰英阻𣹓(沛 杏) 兩全其事(庄) 唱曰𢟘英 冗下準場安
不成何將(各如冗𢀲要如沛辰扶要各冗立名沛 阿俺要舾舔䰟杏道要娄隊俺麻功杏阿) 揚名於後世群如

奮威揚．官曰　寬別卅道爪術古幹於理蚤頭麻他遡罷．寬蚤眉江士邪渚才之謨辰鉆仍蚤軍奴　俚曰　色书碎詩共埃寬麻得想文武

此拎邓空．俚曰　崔碎朱襤丕辰拎翁　乱曰手執鉄棍展力強進除退斬

病根打楳唤揚威神武．唱曰傳軍騫祕鉄棍忱叫朱奴　眉浚蚤詩昆庄如拎辰朱肽拎浚可阻米須養

鉄棍一件　如捕埃浚昆益拎丕辰拎浚　重有式百斤　眉浚蚤詩昆庄如拎辰朱肽拎浚可阻米須養

邓朱昆．俚曰　翁书小人83不詉言文武皆熟識麻　官曰丕辰吾有　丕辰

尼種將病勞買苳．俚曰　书碎病謨爪渚力餘得杏於相丕才有　官官曰如字空身幹麻　眉拱年才之詩

祐荞襨吏回娄色空礼物形胈觚鯦．傳軍悲急対飢倘　书碎病謨爪渚力餘

移移士子乂欺就場．官連拎曰点名点細倘俚丕辰穇牺．

呒．呐辰呐丕麻唰咋之都接麻空刨場．餚脸色細㝵期

欺得矗漢嘻几饒愁悲．文緣　喧呐喔唭矗辰珍庄群詩爪

抔邓乄都些麻哈探．又曰
嗨朱辰他迩辻鈷渚吝眹兜孀於眉辰
蚤呐寔蚤肞羅蚤彡官眉於群昆兜呐

空哈．俚卞吶餝神威厷边鈷歇欣厷迸及兜鈷姤庄罖

奸臣祐褪娄暑秙皮阻厷．俚陣秙艃烊烊赶虵城内軍巡

麻待蚤．説崔柴㕥吶彡秙楼它阻丕麻郎更．嗨探細府

旪軍些撰𫭢共溜蚤安朱耒．安耒弒旪吶城於边徵岗丕

陣仍類貪官旧雠呂庄邓眉陰司蚤拱蹺眉庄他．渚芇弒

庄监吶之寅弄隱忍筹謀呂雠．文緣吶細舘中拔崔84吏
杰麻奴
他貝剟彡．

唱曰軍悲他墨秷撞打杴厷逐即辰剟凲．文緣
悲奴逐祕麻
他墨罟

多偏看有錢官曰怪殺他狂士敢當而斗言
辰沛
廿麻
軍打厷耒墨
悲奴逐祕麻

廿詩渚哈爪碎鑽泊妾碎庄詩邓．
乞翁得沛暑丕祕共碎命吏廿邓．
又曰
圣得庄㕥
人呐
仁義尽從處断世情

怨雒沛报義仁沛坦．又曰_{圣古浪}册人呐貪心害己_{如群}利己損身_{辰也沛}

冐俚尅罷城釰尋柴囧乂團回辱．挽曰如回買噲廾臻

是字文緣．唱曰欧罢些急叫城阻粜山寨尢兵报雒．更

书罡行．书曰有勢不可倚尽貧穷不可欺吾今來殺你书

釰夯尋乂刀乂都欣咁迚得命乂妛底朱埃祕嵜乂墨提

庄蹺狂徒牺卞抔祕奸官祕刀撰臁嵜滌涓涓俚卞扲

禐官曰_{禠他芇埋奏注官麻}_{85 注碎底碎朱乂吝}唱曰喧戈唎呐㗂蚤廾文俚

無奇叫唉眉式曳麻禐．奸貪邪侟辰除惡來惡报眼前眉

阿唱曰文緣喧呐皮耒乂釰鉆郭底眉乂之跳刨破闈俚

叫蚤夯_他軍曰_{翁碎寔翁官碎冲钟侯群昆於廊會廾貫妸书底呐共如吝眸茹共得嬸得在再仗圭得麻}緣曰_{廊會在和古沛再廾平省}

諸弟曰（书冠安邓 要場爪）一官衙品（哈麻杏 空米）面帶愁容（丕英 爪阿）自事可分戈

英俺悵呂孟唭莪迎席排唆旺飯醅各俺崔哈事情疎戈.

唱曰百官哪令朝中傳朱軍另罘方釦尋文緣米乜細尼

四向防尋吽朱別凶人居住（阿朕蹜包）宮内百官吏營中.

指是凶人殺將朝只是大肝移血字眞爲勇氣（官傳 百伏）朱軍人

弒边.固官承相戶楊牺拎书按買跪登让.王曰观祥书内

奏让杰情圣指吥分理节.更軤喧嗜鐘鑮百官就細蹲朝

人得尼.傳朱泣歇兜兜行人船步驗86查朱祥.欧些爪表

創尋呎各官哈細看祥死尸.盱蓮認血字提買哈名姓殺

挽日兑认賒準場安丿兜乜細斯棋寨中.唱曰説崔乜

刀釖火竜朱嶤　分饒伏布四方得辰　墖宼几除廊让．肶

瓟騕燕鴒弒俺宂舩迠得刨闈北門宧㢱商買爪唵隨身

城投于内應（代阿）唱曰隨身火炮火毬無細冲城分散四門．

民彐沛（拱些）用暗謀妙計買破得官兵（朱車泊　火霳）你弍人須可承傳入

吃．招兵㐌邓餘閖宂饒些完卞呂雦奸人．又曰（尪宼庄杏官吏／起妌廾城兵東人）

英挵旗山上丕麻招兵．蚤卨稱號山王渚吙文俚文緣爪

唱曰勸英修可招兵粮馬朱嶤完卞妌買衝．各俺哪使廁

城兵冬嚶（杏官吏如呂）你等有何謀志（阿俺／各）諸弟曰（书卨粆平各惆群雦倘邓／要邓安俺宗报甬買朱）

起城鈷（要底墖祕朱要曰句吅吾字買粆／要耒咋廊芒衬年買罘书书名英阻）三拾八人　87（邓兵宼孀浽注要／低宂馬抔昆如尼）

朱各俺罕意（节）俚曰（想麻／英宼）扶真主（埃廾朝　彡冲）嶤几奸臣（宗朱要奴对吅／俺年備打吅店）

移得驂別包平和料冗東它過東.官城喧報爻欺即辰

車火炮弓笻朱洞大旗寫號山王從天行道洗除奸官移

城.店更尋日朱厌渚朱軍眾遠乱黎民中軍各將蹺蚤火

揚威勇躍奮金鎗.唱曰牢埋牢埋牢歓屸俺於吏麻襪山

進馬行右边殺入不放之.金白乱曰（啫啫）欽承帥令到陣前

出左支殺他官將愿最屍.又曰（牛㹈 金白）來咱命.乱曰一千弓弩

帶馬兵二千人左支殺入捉官兵.胡忍乱曰（啫啫）奉領金言

兵肽奴料叶四方放火合粖北門.又曰（胡忍 吒注）來咱命.乱曰你

榙械刨麻88南門.㐬爪遠客他方東西南北分饒散行.官

麻体火竜进四方接應祕城朱蚤.矽顛星荚弒俺兖蹺

几辰𫧀媚得辰𫧀昆．外陣官趁粜城节哈冲吏打呿熷90

黏．．官民咋㐅𫧀魂内功外擊一齊埃當．官民托㐅苔塘

藏隱冲城体兵官失罵皮曳辻．火竜火炮打呿焠辻四向

老看神尼
咟賊吾武
臣．又曰崔奸賊它遠走高彭傳眾將一齊殺進唱曰娄羅

快也吾心乱曰上馬横開催鋭氣揮起金蒼刺賊

神刀奮起除賊党手把神弓殺凶徒．緣曰好好哉老賊快

才神武又曰呐山賊才高力大㷒合餘勝負难分　奴！乱曰

散売官曰類娄羅揬呬党山賊呕唻決壹陣揚威朱別

緣曰嘲貪官　呿妬
沛
杏
宂頭納朱綿．可冠騻
麻
受形籵姅麻

呿令点兵除乱𫧀边甲戰乂欺黏騍旗89弗欣𫧀歆得．

（麻箕如廿／仍埃渚英）不畏婦人專制91之事何（杏／沛）必多憂（各兵在英咋牢俺／阿俺權栖麻爪各）

容之莫容之．斬（英挼廿／书鈷係）草除（沛／時）根留（渚）之後患（女阿英！）緣曰（各咋／阽俺拱）

幔鸞．語＜篦伤大王兌細花藏分妳．胡曰不可咱不可咱莫

寨中午邓合办鲚渚．楊羡曰嘩察分命鬼唷預掑帳鳳

不虛傳．文緣曰聞（何／好阿）祥数語心甚欣歡（除／悲辰）可饒些米準

（妃之貪哈／杏）昆共官空　楊羡曰乱（监大如廿／书王碎）曰只是接官之継室姓楊名羡

顏色妙揚＜卒台．嗨戈淑女爻厕何親何戚呐朱些祥（嗨渚／些娘）

令傳抔歇沈罘皮吝皮乳欣呲进得．祐戈淑女爻得形容

文緣吶令即辰招安．娄羅抔邓爻娘浪茹官接斜兵無連

烊．前功後擊坤當趂平定邓麻嗔兵台塘托餘尉

咍傳吃吒咀問哎毑呧尋染病失情托趘．軍報日監疎

迷庄卢進退山城事之．吒胡常餂諫干文92緣迷色节

城葬安．傳朱諸弟邓咍泊鑕錢粗車粆山中．文緣酒色醛

門（注月牢　忍落藏）唱日文緣凌哭哎浪尋啟耗更耗髋英耒閉娄苦

嬈皮尋啟俺耗嬰群伤台．傳宄屍細营中槨棺殯殮出

將耗群包饒．点查軍托先森死崔三將在剔東門．死在東

兒後日為大禍（底之凶阿勿趘耒　爪仍奸娘奴朱）唱日各俺哪使刷英点查諸

籵冤徵祕奴緣日奸臣之子容此何為（乂奸麻之　拱類底爪）今留此小

大王嗔訴情賤妾今小兒三歲是賤妾所生嗔恕此罪箕

唱日令傳諸將乂欺宄卅鈷歇丕辰朱蚤義娘日語篦伤

緝歪達凭欧鑛扮缂渚撫安民眾.卢攵卜人凶渚罕嫌台

彤报來天子得祥知.93王曰台南朝繼治朕號曰明君侼

行 廿 欧 急上馬荒芒回朝中彤报乱曰策馬加鞭走如

細朝中戥天子御詳吽嗔兵救援.軍曰欽承帥將領命施

哈賊曳省冲毛瓜文表嗔剔救兵.又曰軍人承我令尢表

姓張名晋.唱曰官兵趨細隘銅張晋呀遑訴情共饒嗩

官曰执明主名荣花下扶南朝啃曳九州.權重鎮隘関老

艰难辰固顯荣渚泇.傳軍大禮厌莊屍孩殯殓山城葬埋.

日文緣喧报哭辻伤台胡忍補英牢仃.试俺苦辱庥台

戈冘帳語秔湅边幔.吒胡病死乜未丕碎沛报來帥府.唱

又曰 英卅 如聆 許敗渚不許勝 阿喧 唱曰兵些打庄退躘聆嬰

斢軍眾頭唐料岊. 打澄戈酉趨渁城門些閉渚呠义得.

甲無存斬賊將之朱逃脫 各槐 朱俺 唱曰鴆㵄燕94渳台俺义

防敵者勝 如英群庄 俺宗卅卢咋係 輕敵者敗 俺辰輕空底麻俺各呐英敵信妬各槐 緣曰 殺他片

文緣喧報噗達蚤待朱奴無麻打制. 監要朝庄多勇庄啫书兵尶兵將英 諸弟曰

兵朝岜細群試琰塘. 主將笫寔黎文斢得驛料無移移.

民督官哶令朝廷卞宂兵馬平和料無 娄羅彭报义欺

文緣折官吏祕城鉆民. 令差督將黎文五千人馬除類救

語栭泅竜廷固文表遞回嗔聖皇折看. 唱曰槐崔買別

緒別使得. 年寸式舼更嚌卢欧义事官曰跲申戈寇陛

軍立土屯創导些吣功城救民.奴它咋庄監吥店舲奴拱

黔趒疽術城.兵朝蹺細城門官軍耻辱庄吥义得令傳

塘打似如蚣火竜火虎打吖創爍拎澄打細酉辰鳥魱㹴燕

到殺之.唱曰兵官崔㞓細尼試边旗䶧荣移駴獡 95 台

又曰（鬼穷黉顛 岺掃星矽）來咱命.乱曰（喧弚 伙蚤阿）南北兩山咸埋伏官兵走

分兵賊营.四弟乱曰奉領密言伏兩边殺他賊將神鎗.

欺.緣曰（埋俚鑱顛 牢牢蜂狢）四弟來咱命.乱曰三千人馬伏東西炮向

敵不如志取（邓 買朱）唱曰台得 喧嘩刨聪沈兵丕辰吥妌义

柔可勝強丕買計成朱眾俺䰀.又曰如得尼勇力過人拒

弒引趒（瓜娄）.女娄奴吏嗔些打渚買合咋麻趒疽緣浪

朝廷瓜之．緣曰（俺打陣安俺瓜係瓜卅　各舲乂邓麻悢丕卅）勝不可喜敗不可憂兵家

立席賞功英俺吝乳盃唭唎迏．英台智勇双全舲些庄咋

告急96朝廷嗔兵．説崔諸將枓粎邓釗邓教旗弓笓文緣

黎文查点參軍得崔阻吏粎尼平城．毛袮筆寫詞靈本章

点查軍士唽欣弒訢．黎文卅將固才沙機失計英雄拱收．

移．得辰補袄補巾補教趀羡笓羇．官兵趀乂回娄

城枓呢接應兵些渚遲．官兵當旿麻芒娄羅罙費枓無移

買成．發喧炮怒外城荣移鈺䊨打迏燴𤂬．文緣傳嗎闈

郎更文緣傳令枓呋乂訢．弓笓火炮火竜待饒接應兵些

迡迻庄群．官兵疎意不防罢命欺敵買卅敗兵．兵兜䊨㐌

安．躍馬奮神鎗揮旗來和省．乱曰揚威虎旅振巍巍躍馬

欽承王勅奉命施行．傳隊伍整修銳　樫哞三軍檢点馬

王氏弒撞先蜂．爻閱得　駿交朱吠浪老將除類朱安．又曰

虎乍撞飭朕項羽才呤無回欣得令辻判97罟坍蜂封朱

罪隨從元戎．正祥跪奏坍蜂嗔差弒將赱麻先蜂．王竜王

將正祥元戎．正祥跪奏坍蜂……梨文梨武旦誅帶功續

得勇力雙全尪兵刨妁買平賊凶．圣皇喧奏爻欺，封朱老

官何將撲乱朱安．院明承相跪奏嗔差老將正祥買衝．屆

本章氺細南廷買呤失陣嗔兵救乱．令　辻判哈坍鎮百

之事　俺要朱奴朝之如中要杏將功辰説要　各喧弘軍探中事朝麻要差來剿通朱呤．衣卄保之上計　喧妁　唱曰

細尼乭边旗䊷移移過撐．文緣崔買呐（䍐）碎嘲老將路塗

美（庄．）唱曰各俺哪使剧英整修器械即辰籵呎．兵朝崔㐌

岗埃麻之埃．又曰（收籵寨沛）（如些山㕦）進則可城退則可取（㕦沛）則兩全其

䄾乂陣爪牢勝辰些於收辰些迻．孤城苦拒兵朝之朕籵

（要妌）士麻咋崔．唱曰錢粮些霿歇籵充兵呷城庄可於娄．98打

己知彼識敗識成（沛將各庄渚老廾）（買廾朱俺別如愓）老夫力大無窮足多謀之

书係水來土（㛪）（群）兵到將當．（向英別埃況吏強勇噜嶙要）（自來庄咋台些兵將吏嗳阿）緣曰（俺廾 各係）知

眾移移如蝓．文緣喧呐驚魂得尼些別嗜屯乜娄．諸弟曰

軍籵报乂欺啟希差將無斯細尼．元戎老將正祥管充軍

揮先進步彤．舉博安邦除賊寇雄兵接戰解平和．唱曰小

哦咳渚氾甲賊子厄趄毳傳萬隊雄兵入城中安住.唱曰

咱說心中火發俄聞面上生煙.決斬汝之頭不容他賊輩

仕治位共饒.沛卅富貴滙全英俺些邓子孫代代正祥曰

疎老將乂厠蹺碎山寨結爪弟兄.宄兵些宄朝中扐收些

地進99則可戰退則可守.何必事他人之制变妡唱曰碎

沛麻杏被官打米 拱仍碎冘貪奴斸 朝内賊臣當道君明咱之言爪遢降爪邓.山城土瀹

侯之位 如庄厠杏 庄癿喧老沛 玉石不分悔之何及 庄軍.文緣曰 书官分盃 監老如爪

庄咋令皇家吏空堅朝士爪除保軍坴可寇驂來降杏沛不失公

眾山頭麻遠讓黎庶爪將阿！畧厄京城斬將娄添奪取和城.

艰难.正祥曰崔祐面貌年莊才士意爪牢庄执主賢.底聚

老臣．臣兜喧嘴蝘迕官兵罘道於外囬無．娄羅咋趨如笓

唰耍兖兵吶妎打共老官．台唐急打如蜪兩山左右合囬

番尼收蚤．令傳各將刿吶怀山埋伏丕麻朱蚤青蘇哪使

諸將刿吶婁羅祐体即辰報知．文緣喧報怅台官朝欺敵

100馬清河伏兵．除朱兵奴囬些弒边左右合功買成．令傳

喧蝘打吶喧鑶阻吏渚遟令些．王竜王虎奉傳陛千人

阻汖营中令傳梨武梨文兖魟蘇得伏左边山若朋

抚屯陛尋刿無斯岗令傳屯兵．正祥辿岗祐槐地圖㐫訴

陛丏左边岗外．兖兵寇鎭陛屯除兵朝細丕麻戰爭官兵

文緣汖細山城傳朱諸將罘方更除．前山閲隘增兵立屯

頭庄隊歪番（尼）拎老賊烹肝咬肉（崔牛猊）（金白衣）你帶一千兵喧隨身

淚洒林离（賊老隘）想老賊渾身火起恨正祥怒發衝冠儺楊家

（二名死十將）緣日嗟痛切嗟痛切害我心害我心諸弟今休矣眼

火竜火虎炮笕熷烀．娄羅趨屯耗魂点查軍士托嗣舩淼

昕涓．傳軍四向打無节哈空寨拑崔翼命．官兵罘費曳連

咻含埋四處待期娄羅．文緣兵屯細尼体屯旗黏種101形

行報營台卟氼乂斲兵於尼石洞待期而功．傳朱諸將籵

卦占褪店舲有事杏焉魄尼．傳朱梨武梨文店舲奴乙暗

（陣蘇鑕相死青各二唱曰）官辻得勝籸屯个牢楄燶烀烀乂欺．欧廾神

感伤弒將托嗣陣中．文緣哎哭乂欺令傳墨夜報營老臣．

阻吏山中葬埋諸將哭冸如湄. 文緣阻吏後營姜娘迎接

城内即辰点兵. 官兵托杏餘舒吏耗器械弓笐蟯皮. 文緣

分㐅迎隊打無火竜火炮打饒熷烀官兵苦浭拒當趙渊

焠迠嗒炮四縱曳連洞洞打似如蚡兵节監拒將节監當.

㐅埃別它㤇計奸人分㐅台道進兵渊屯. 文緣祐体兵渊

㤹正祥輕敵陣尼買收. 移102移兵馬如蚡無祐庒体丕辰

迠創丕官迠語寔娄羅下差諸將宄兵打刨位徵買陣勝

㟼打些
無麻貝聞炮號一齊攻進唱曰更台祐体冲棱黏鉦火虎打

各辰
群俺尽起諸人馬分南北暗行
可走入高山

焠蓬彰炮迠鉦迠軍咁
火炮東西小路用火為兵

卣畑朱火打黏打保奴打
若官兵來到

哎仰面叫 天天不証嗟乎地厚地無知. 堪嗟夫婦情分

別悉些方方 駃驦琰蔛冰澄山寨發棋屾靂義娘

行假人民買布買茶探山上兵情朱罕挽曰奸喧命埃

應買捉得文緣 王竜王虎承大人密計奉主帥暗

中買軍精上得高山邓觐賊寨何人不服 吽用為内

勝用高謀暗此捉之 邓朱103竜虎咱 可承吾密計假商買山

謀智叱双全兵機添湎 若征戰它不能取

情交歡. 正祥曰自奉旨 吽平山賊卮㷀番未捉凶人.

体紉王迷娘妲己兵情卮涓栖卞撘祂命娘席醮豬滿欲

席排瓊梅. 彈歌唱喝盃台貪迷醺色庄卢役之文緣如

兮碎侯官接仇人抹米．情夫姜婦兜差順情報怨托薈名

兵群於王竜喧嗨咋台碎廿民庶別叱細官姜娘渚可胡

硯半後營姜娘祐体種得府官卞叫茶吏麻謨嗨探官吝

胭㐌涓彭得．謨辣謨餅朱軍畧買人情婁吏探祝．王竜

紅皮創尋叶姜娘強粘盃唭点莊．王竜王虎弑得半奔台

104 呂邓裘人朱未圭鄉屬㐌坤箆悶全名節饘軟沛吩彙

饘軟朕呂邓未濫鑛古托拱全身名．盆愁胚似金針包除

珠出想吏蔞荄吩渚謀隱忍徐尋耕庄害托愿蹺婀．唱曰

隊歪．卅尋尋卢計饘群飰飰用謀呂怨錦崔

断骨肉之离萬載悲又曰自夫將一家受害怨文緣頭庄

㐧俺.㐧得兝餅共茶吱朱軍众盂麻义欺.軍人芇别奸疽

呌㚣兝茶共餅謨弄娄羅.發兜㐬細山関娄羅义屡嘲浪

些哈共.軍些弑餝料無見機而作抃撞買衝.㐧得哪令

虎弑得沛辻山上呐朱娘祥.欺芇尋邓計高心书弉冠朱

淊娄廾报夫.盃吹㐬及得尼空碎...姅賊尼渚安王竜王

廾嬬105接官閉娄些想庄义埃.呬台分妫智嵩畧坤荽

另即辰呌㚣.弑得粎細城未買卞交吏官辻祐祥.買哈

粎书吏官辻初弑腩尥碎辰達低.呐未自*㕭㚣别自軍

仃杏漏*些庄群.王竜体㐬定未買排事定共娘义欺.碎

賢.爪恩碎掀义书交朱官吝得祥始終.娄辻鑰泊賞朱嗔

趍歪塊兜社馘嗓驟命亡山関空將埃麻拒當官兵占

主將社馘兆兵拒敵打屭共官社馘寔將大才命根厄細

歪遣尋屭命亡娄羅趍細山頭移官將遒蹺質塘山頭

甙边旗黏榮移打饒磊合卯辰至申官兵前擊後攻畢得

四將日唰唰兄長統領雄兵依一令興管雄兵進發唱日

日沖天之怒火起心頭付四弟下山共官兵交戰麟子莞顫其師星砼

碎巡要路体官將牪料無分八路雄兵同一團攻進文106緣

計捉賊臣催竜一指平山寨陷銃千員滅娄羅軍報日眾

可直指山前決捉他賊將乱日庨列雄兵到山前排開妙

罢位让完冦燒吝厄涓正祥日冦令傳軍眾分五道雄兵

廿補屍．如圍報怨牢衝沛箅爻計通信朱得．嘁瓊曰捽勸

起如天崩地暗（蹺拱耗／悲奴空）唱曰羙娘喧呐涍淶官兵庄別乙

守山關（咋攻英朱奴火地朱奴／英奴成傳軍達雷之塊）有千軍萬焉（多姅）攻上山城（火炮耍廿／如雷貼女燒）

成嗔呐愡愁爪之．緣曰（尼奴打差將麻／如官無英諸罵拒）卮亡之陣上．英吏失

蚤栖愁阻吏後營羙娘迎接嗨戈爻廁．庄咍賊打爪牢敗

方巡防糝向爻欺渚遲．若胏軍奴攻城火雷悲焠即辰朱

官兵攻上山城之朱塊奴死于城下．107 唱曰傳軍更俰罪

未悉添貝繈群吃智謀．又曰（軍代）取地雷火炮可埋散四方（如）

泅泺沙．各俺渚邓显荣備英年浼身屍庄全．山關啟卮杧

邓山關逛分邓姅群吃麻唥．娄羅回報爻欺文緣喏相泅

協攻山上.唱曰羡娘箏邓謀來毛秌些曰詞迷即辰交朱

馬無一个生辰丕下令傳諸將可謹守山關除內應之人仕

埋卅杏几通信如庄別萬軍它休矣如及尼攻地奴杏未庄书麻城雷焠沛千軍萬

书宂登吏上官咘看祥朱別.正祥曰覌书失色看見魂驚

決拿捉賊兒不容他逃脱.軍報曰眾碎巡边路鄧一箋之

㿙巡兵祐体宂书刨呈.正祥曰下令傳眾將分十隊功城

鈫得喧吶驚 108 魂阻㿙除最弁吶外城更台王虎弁

及台得交幅箋雲.引浪毛急吶城姅官庄別攻城托冤.

涓毛秌些曰詞靈跳吶些劍台得杏辻歪吹運主群安買

迊嗔英旺祕解愁麻制.文緣旺醧醋未宮人扶吏羕俄盰

俺分厼丕渚要兮厗底要神卜占之吁詳其凶吉崔麻羡娘日

恍焐夢苳要喂虎竜應現恬苓夲廿龍伏虎從運些又日

羡娘喧吶嗨連庄哈要昕駭驚傳吃文緣排訴畧娄娘卞

斬軍嗎闈山城兵無移移体仍官兵醒嘅買別夢中過奇

唱日文緣夜仍憂愁嘛咮觚体爻恬占包文蜂爻扱東門

书娘義發熌危細期傳三軍分十隊兵除號炮攻城殺入

109麻空敢米正祥曰權元帥耺封老正祥是也自尋邓心

弅书阻朱東向除期卟秱釙尼隐住於命假度咋賦

於毊東門最埋喧嗜炮辻鈷軍祕涾洒頭炮扔試得哪令

王虎爻欺據蹺期日攻城朱些火雷頭炮於東台得假客

厄衝. 欧些大炮焠辻官喧啫炮四縱攻城. 王竜王虎弒得

他侯体女挓歇庄群乂埃. 娘卞呡飭乂欺祕鬟遱麻扑养俄

渃茹杧挓. 醪迷旺厄醛未宫人扶吏羡俄扜安. 姜娘卞買

厄舼迊歲俺巴旡伤台無回. 文緣如体紂王迷娘妲已

祕醛它迷芒. 牺卞揞祕命娘伤俺無價無穷俺喂. 歲嬰屺

娘買盃唭嚫瓊瓊牺啐勸迊乂欺. 醪唁吏補符迷文緣旺

可番蘇惠之才. 吾今心甚欣歡天使愛卿與我. 唱曰假悉

樂文緣曰吾今與愛110卿眞十分快樂崔庄釗西施之色

所卜体女可承吾傳教立壹席晏筵低傳彩女彈歌朱大王喜

王盘丕大空麻王占丕底厼竜朱王賀

大王欲占卦門明日吐观其

书大俺厼麻王信大悶卦辰碎席虎大慶屯

唎朱志妖托薈名賢.情夫義婦君臣坤耒買托迠代益埃.

朱衝官迠鈷歇娄羅皮吝皮乳欣甌剙得買哈娘義托耒

呂耒托薈名節耕添虎命.情夫羡婦庖耒文綀冤債弋情

石盘扴真羡娘淚浻愁悲虎命失節貝䩐庖娄悲除雠怨

諸將文欺位些年浽英雄托冤文命罡料吡卢欧些甌冠下

被扑英雄拱收培養俚趌塊兵俚趈包棱養吏掀散哭哎

台栖培祕養俄打共軍將埃麻監當軍回佫体如螉邉辰

乞邅庖扑無養俄.喂崔111苦浽嗎呬兵辰細近沛麻脱身.

文綀醒醢買哈役它至急群卢邓吃.文綀卞曳趈唲埃

鈷軍洒炮嗎城兵無.娄羅罪費庬散三軍大乱英雄坤当.

山圭寓老表字名崔〔如些〕樂道貪貧賢聖畧窮居山領叱清

一点裀祥茅屋弌間〔欧卄〕來至門前叫他詳問樵夫曰白領

今何在挽曰感伤諸將兑山城淚泚漤涞又曰兑体灯光

顏〔卄〕便是殺人之釦〔沛宗麻〕前從恩愛後到成仇可惜英雄如

欧乂得．又曰〔拚課碎奴色碎庄折典奴嬬碎托諸拱／碎吏略体顏麻伤妾奴愴害昆㐬未將〕美色紅

塊棱尼釦鉗拖胞再招英雄．戈㦬乂拊回娄裀祐庄体丕

烴山城駭驚城遲奴㐬烴未嫺昆㐬托於低爪吃．欧些㐬

暫住山边明吐追112尋反賊．唱曰文緣盱乂回娄發喧焰

火急燒城渚底娄〔代〕反賊再居〔代〕破城郭只留空地傳諸軍

軍些悲急啊剮泊鑽錢粘車〔米〕城中．又曰下令傳軍士取

嗔注捞呢. 緣浪老渚兮难些定山城主將文緣失机些

乂丐頭允登官吝邓麻祕功. 老樵喧吶駭雄沛注顛狂

士冲悉可伤. 欺顯辰庄及得細舲失運伤台無穷. 些朱羢

察粘底埋崔崔 白可唉捞朱未文 緣喧吶哭洧体得善

爪福拖弄朱碎. 老樵崔買吶卟運饶吏及几饶伤台群屸

乂寻通且乂寻争都名利害命注喂. 緣浪冲膁出車杏粘

祕之餒啞棱冤乂命. 老浪意悶清閉檜棱餒餚戈寻辰崔.

哈埃. 文緣欺攴跳無祐戈老丈歲它糁逛. 哈浪翁於山頭

卟嗎闍朱些 ^节唱曰老 113 樵嚓達趨卟牺卞嗎闍啞辰

閒歆埋盂貝逾朕寻脑伴穷花草. 俚叫曰埼嗜叫老丈

蟯樵祕頭文俚欠粎朱蚤．樵共諸將嵽趍蹐賒麻旿空埃

浡涑硒眞．踊吶义对賒賒買監蹐曳趍麻报官令傳迊將

將杏肝拎刀割古魂它遍天．老樵群唅諫干旿让買体

添咋（宗节）唱曰疎茤渚可諫干碎廾君子义厕麻崔文緣廾

字荣花（沛杏）．得代恒餂泰月常有盈虚嗔注渚癶凶麻弄茤

屵蹎跪宼諫干薚厕．又曰監书注如碎庄貪唐富貴庄悶

唱曰吶崔棴醱炘炘祕刀樵老丕麻拎秵．老樵咋屵翲魂

一呼百應富貴埃皮（启些／細麻）向面目遍家敢观吾鄉里（邓／朱阿）

城献功．文緣卜卦屵耒命根屵細趍 114 丕牢衝．又曰（些山／初於城）

買細低体得苦餗些朱丐頭．頭尼價泊森催朱乩欠宼和

宇於尼平城.封朱忠列羑娘底代朱別名傳後來.功劳老

浪楊義忠貞暑坰妟渚娄卄羑夫.可伤娘吏托冤立爫庙

祥衣帽皰奏圣皇秝扲文勑登辻圣皇祐罕悉悵攵欺呷

制令傳爫㭨梅頭官兵阻吏粜奏圣皇發兜㐌細朝中正

粜細茹鐵使塼扐籵伤羑仁朱扢恩扐釦尼注悋㤕拮茹於

日（官賞碎年碎官群丐得朱塼籵業麻些卟麻祕得　书敌功迍泊拜峇如屍嗔碎祕罪宲辰朱粜塼得）唱曰老樵悵祕宂

危致命年莊英雄.細茹樵老化身朱卟迍鈝賞功老樵.又

篦.軍人粜細營前登頭文俚官辻祐祥.呷浪寔將杏肝見

吏斯祐罕買哈托未.軍115些悲急祕頭宂登官欶籵得待

监斯.老樵呐㐌托未爫牢群蹲秜辰扲刀.杏得隊祙峇肝

子太平民.

閱民共樂王碎盂和.百官乱日敬祝南朝安社稷太平天

墫胲祐戈朱別傳代冤又加報理歪兜差㝵启買鄧太平

調封加增一仮汰調賞功.悲除朕拱曠容傳欠首給反臣

仄統116兵梨文梨武罪㗂启朱服耿平和摃民百官文武

將正祥太師封耿泊鑛賞朱.王竜王虎訧撞料身報國封

Bạt, Bạt mạng với những ý nghĩ rời...

Nhìn lại tình hình viết lách, in ấn bằng chữ Nôm từ khoảng giữa thế kỷ 19 trở đi, ta thấy có những hiện tượng nầy:

Tuồng, thơ (nói thơ Vân Tiên), truyện, phần lớn còn vay mượn, bắt chước Tàu, từ tuồng tích[1] cho đến cách viết chương hồi (cho đến đầu thế kỷ 20, truyện ông Trạng lợn, văn viết sáng sủa, con nít đọc cũng hiểu, vẫn còn viết theo lối chương hồi). Đó là thị hiếu của người đọc, người nghe. Ai cũng thích nghe truyện lạ. Truyện của Tây, của Tàu, bên Tây, bên Tàu. Kể thì có nhiều người nghe, viết thì có người mua đọc. Còn cái đám nghe lóm, đọc cọp thì thời nào cũng có.

Nhưng tại sao lại có *Lục Vân Tiên, Trần Bồ, Trương Đồ Nhục, Trương Ngáo, Trương Ngỗ...*, rồi *Vân Tiên cờ bạc, Ông Trượng Tiên Bửu, thơ Sáu Trọng, vè cậu Hai Miêng, Thằng Lãnh bán heo*?

Té ra, nhà văn ngoài nhu cầu ăn uống, còn có nhu cầu sáng tác. Mấy ổng rình, lúc độc giả hờ cơ thảy ra một cuốn, không có tuồng tích gì hết, chưa nghe ai kể gì hết, mà chèng ơi, cuốn nào cũng hay dàn trời. chuyện cũng ly kỳ, hấp dẫn quá cỡ thợ mộc: thằng Lía

Tôi được đọc *Văn Doan Diễn Ca*, bổn cũ thứ nhứt, thứ nhì sửa lại, xuôi câu xuôi vần của Hoàng-Tịnh Paulus-Của, in lần thứ ba năm 1906 ở Sàigòn. Truyện hay thiệt!

Tôi cũng chưa vừa bụng. Ở đời, được voi, lại đòi tiên. Tôi ao ước được cầm trên tay truyện thằng Lía bằng chữ Nôm hẳn hoi, bản khắc chớ không phải bản chép tay, để coi thầy Của phiên âm như thế nào. [Quyển tự vị của ổng thì

---

[1] Mã Sĩ, Lôi Phong Tháp.

khỏi chê]. Hữu cầu tắc ứng. Tôi đọc Văn Doan diễn ca, nhị bổn, do Minh Chương thị đính chánh, Bửu Hoa các tàng bản. Tiếc cái là không thấy ghi năm khắc in. Bản nầy, Minh Chương thị đính chánh. Nó chưa phải là bản chánh, bản gốc.

Tôi đem ra so hai bản. nó đây rồi: *Có người ở phủ Qui nhơn*. Coi hết trang đầu, tôi té ngửa. Vì muốn xuôi câu, xuôi vần, HTC sửa lại hết trơn. Bị vần câu thúc, nên cuốn của HTC không sáng sủa, tự nhiên bằng bản nôm. Bản Nôm còn hơi hám của tuồng (còn Văn, Loạn, Tán, thán), nhưng phần xướng (tôi gọi là phần nói thơ) tuy viết lối lục bát, nhưng đúng ra nó là vè. Một ít câu có vần, đa phần không có vần, chỉ giữ được điệu sáu tám để ngâm nga, để nói thơ. Tác giả, không làm văn, mà kể chuyện. *"Đến đây, chẳng hát thì hò"*, còn muốn nghe bình văn, nghe ngâm thơ Tao đàn, thì đi kiếm chỗ khác.

Tôi nghĩ: thằng Lía, Trương Ngố được viết sau Trương Ngáo, Trần Bồ.

Thằng Lía gần như bỏ hẳn phép đối (là một đặc trưng của tuồng) nên câu viết tự nhiên, sáng sủa. Mà lối Nôm cũng dễ đọc. (Hay mình đọc Tam hạ Nam đường rồi trở thành Xích Mi Lão tổ hồi nào không hay).

Thằng Lía mồ côi cha, còn mẹ già, nhà nghèo. Lía thương mẹ lắm. Nghe mấy tiếng Mẹ ôi, cứ lập đi lập lại, muốn đứt ruột. Bảy tuổi, đi ở đợ, coi trâu, để nuôi mẹ già. Chớ đâu phải như cái đám lớn đầu, cái thây sầm sầm còn về báo mẹ, báo cha. Mờ mờ đất, lùa trâu ra đồng, thả trâu gặm cỏ, ở không làm gì, thôi đi kiếm bậy con gà con vịt. Mẹ Lía rầy con, gọi nó là quân trộm cướp. Tác giả cũng không tả hai mẹ con ngồi ăn cháo gà. Lía gặp mẹ là bị rầy, bị chửi. Dầu nó bắt gà vịt về ăn, chớ không gánh đi bán. Với đầu óc non nớt của đứa bé 7 tuổi, Lía coi con gà, con vịt như con cu cườm, con cúm núm. Chim trời, cá nước, ai được, nấy ăn. Nấm mối vườn mình, vô nhổ tự nhiên, vì cho rằng nấm dưới đất mọc lên, một dạng chim trời, cá nước. Nhưng vườn nầy, đất nầy của ai? Đất đai thuộc sở hữu toàn dân. Hết ý. Nó bước đầu, thấy người lớn làm chuyện tầm bậy. Nó giận cành hông. Và ăn thua đủ. Nó đốt nhà người ta để lùa trâu về. thương mẹ đói khát, nó bắt gà vịt. Rồi ăn giựt, phá quán; gạt đám mướn ngựa lấy tiền; gạt chú lính ăn cơm, quảy gánh; rèn mác, không trả tiền…không thấy Lía giải thích. Vì nó đói, nó cần cây mác. Nó là thằng bán bầy le le cho chú ngốc, đè đầu thiên hạ lấy tiền, chừng nào trúng số độc đắc trả luôn.

Lía ngày một lớn. Nó làm những chuyện kinh thiên động địa. Nó giỏi võ, có đầu óc, làm lãnh tụ là chuyện đương nhiên. Nó gạt phăng những trở ngại trên đường và dễ dàng vượt qua những thử thách. So với Đơn Hùng Tín, Sáu Trọng, Ba Cam, Bảy Viễn, Tư Mắc, ngay cả Vân Tiên, Hớn Minh, Văn Doan cũng là bậc thầy. Gọi là anh hùng hảo hớn cũng được. Gọi là đầu trộm đuôi cướp, cô hồn các đảng cũng nên. Con người chọc trời khuấy nước đó đáng yêu vô cùng. Ở anh, hội tụ những phẩm chất kiệt xuất của các thiên tài. Mất trâu, anh không xuống trình với làng xã hay vác đơn ra tới trung ương khiếu nại. Tao đốt nhà mầy. Tao mổ bụng mầy (Lê Tiếp). Tao giết hết lính tráng, vợ con mầy. Lía dân Bình định, sức giở hai trăm cân dư và chết lẫm liệt như Hạng Võ. Tài điều binh khiển tướng đâu thua Hàn Tín. Tính toán, sắp xếp công việc kém gì Khổng Minh. Rồi sau cùng, cũng tiêu tan sự nghiệp, bỏ mạng sa trường vì đàn bà, như bao nhiêu thằng đàn ông từ cổ chí kim trong khắp gầm trời nầy.

Nhưng phần nổi trội nhứt là phần văn chương của vở tuồng.

Tôi so sánh hai câu: "Mụ Bân nghe nói giận thay/Vung trôn, đá đít, đi ngay vào nhà."

Với hai câu: "Người đi, một nửa hồn tôi chết,/Một nửa hồn tôi bỗng dại khờ"

thấy hay không chê vào đâu được!

Có chỗ, đọc nghe hết hồn, HTC lỗ tai lùng bùng, phải sửa lại cho xuôi câu, xuôi vần. Phần phiên âm NVS theo sát bản Nôm, chớ không nhát hít như HTC:

"Chạy vô chưn núi, chổng mông la làng.
Hái mắt mèo bỏ vào *quần* mụ Bân."

☙❧

Mụ Lía:

Góa bụa. Mẹ già, con dại. Phụ nữ ngày xưa, bao nhiêu tuổi được coi là già? gái ba mươi tuổi đã toan về già. Bà nghèo, nhưng lương thiện, hái rau, bắt ốc nuôi con. Bà đứt từng khúc ruột, khi cho đứa con một, bảy tuổi, còn khờ khạo, đi ở đợ chăn trâu cho người. Cho con đi ở đợ vì nuôi cơm nó không nổi. Cha mẹ sanh con, trời sanh tánh, chớ bà có dạy Lía "Con ơi, học lấy nghề cha, một đêm ăn trộm bằng ba đêm làm." hồi nào. Bà rầy con thẳng thừng: *Mầy ăn trộm, lừa gạt người ta đồ bất hiếu.* Lía ngang dọc giang hồ, bỏ mẹ già mù lòa, đói khát. Có tiền (mặc dầu là tiền đòi nợ của người ta) nó ăn nhậu, đánh me xả láng. Có sự nghiệp (?), có ba vợ rồi, mới về thăm mẹ. Tao là thằng bất hiếu có hạng, còn thua xa mầy Lía ơi! Mẹ chết tới nơi rồi, còn ráng khuyên con giữ hiếu trung, tu nhơn tích đức, lo làm ăn. Mẹ có chết, *"Có thương chôn lấp, kẻo thân lõa lồ"*, đừng làm giá triệu, minh sanh, đám ma rình rang tốn kém. của đi ăn trộm, ai mà chứng cho. Ở đời còn ai "rách cho thơm" hơn bà!

Mẹ già ở gốc cây, hành lang, đói khát, con thì nhậu nhẹt, đánh me, cho vàng bạc, quăng tiền cho đám hát bội. Mày không tự cắt đầu, thi thiên lôi cũng cho mầy ăn lưỡi tầm sét, Lía ơi!

Bà vợ Nhưng Tiết:

Cằn nhằn tối ngày, vì nhà túng thiếu, nợ nần; chồng lâm nạn, có đi mà khó về, bèn đi chợ, làm tiệc, để tang, tế sống chồng; rồi cũng lo làm tuần đủ thứ.

Đoạn tế sống, khóc kể, bàn Nôm viết sơ sài, bản HT Của viết chi tiết cảm động: Nhớ thuở anh ra anh hát, anh làm thằng kép, anh giặm mặt đỏ, anh đội cái võ đằng, anh bận cái chiến bào xanh, tay anh cầm cây giáo, ở trong buồng giở sáo anh ra, anh hát mấy câu nam thương, mần ri là:

Trách ai xuôi nỗi nước này,
Khiến cho anh én lạc bầy kêu thu!

Rồi anh lại hát rằng:

Nhạn kêu thu rã rời can phế,
Cám vì tình túc đế lương duyên

Còn anh làm đào, anh ra, anh thán rằng:

Càn khôn số tận, tình nan tận
Giang hải trường tồn lụy mãn lưu   .

Không thương chồng, hoặc thương chồng ít ít. Chắc mụ Tiết không thể khóc lóc kể lể ỉ ôi như vậy. Chỗ này, mấy cụ bắc ăn đứt mấy cụ nam. Còn cái đám nào chuyên môn thương vay khóc mướn?

Trong xã hội, cái gì cũng mướn: mướn khóc đám ma, mướn ăn cơm, mướn đi học, mướn nhậu, mướn bỏ thăm thì còn ra đám đách gì nữa!

Lão Hổ Mụ Trà ở Thổ Sơn tuấn lãnh.

Làng sớm sợ tướng cướp cái này, muốn xón đái trong quần. Mụ Trà, thằng Lía, sức cầm đồng. Mụ đa mưu, nhưng không túc trí. Mụ thua Lía vì khinh địch, coi nó là thằng con nít ke. Chớ chi bà giở miếng võ cuối cùng của bà ra, không cần hóa phép như Lê Sơn thánh mẫu, thời cha thằng Lía cũng tiêu, nói chi tới nó. Bà khẳng khái chịu thua, vô chùa làm bà vãi, tuyệt nhiên không có đổ thừa. Tại tao xui. Đánh bài cào còn hên xui, chớ đánh bi da, giò gà, dái đĩ còn hụt thời đổ thừa nỗi gì. Tại mầy đui, chớ xui cái gì. Được làm vua, thua làm giặc hay được là vua, thua là giặc? Gẫm câu này mới thấy thấm thía! Cha Hồ lừng lẫy cỡ nào, còn phải nhường cái đầu heo cho cái thằng Lía con nít. Phải mất mấy năm trời mới hiểu đặng cái chân lý đơn giản đó, lòng thấy nhẹ tênh. Khỏi phải than sự đời *thà khuất đôi tròng mắt thịt* như Đồ Chiểu.

Tôi cũng viết mấy dòng bậy bạ về mấy mẹ con bán quán, bán heo nhưng không nói tới con vợ bé của thằng tham quan Lê Tiết. Thằng Lía san bằng thành trì, làm cỏ quan lính, nhưng lại khen con Nghĩa nương đẹp là đời nó tiêu tùng rồi. Đừng khen con đàn bà nào hết. Có khen là khen bộ xương của các mỹ nhơn trong sách cổ. Bộ xương khô, chớ không phải bộ xương còn nhút nhích. [Cũng như mấy bà sợ món *bò lúc lắc* vậy].

Con mẹ bán quán:

Lía về tới nhà thời nghe mẹ chửi. Mụ Lía đâu dung đám trộm cướp, dầu đứa đó mình có đứt ruột đẻ ra. Nó tới Bến Đá, *tiền thời sạch trơn*. Mà thằng hết tiền, thằng thua bài thời lúc nào cũng đói bụng. Nó vô quán, *kêu rượu thịt, cơm cá, ê hề một mâm*. Xong xả, quán tính năm tiền. *Sáu đồng lấy hôn?* Nó làm bộ, chớ còn cắt nào đâu! Đâu phải chỗ đông người mà dõng dạc tuyên bố: "Đ.m, nhậu nhẹt cả buổi trời mà chưa thấy thằng nào tới trả tiền." Mầy là ăn cướp, no lòng rồi bỏ đi hả? Lía giận, đá quán, chạy tuốt vô rừng. Mụ quán la làng, chớ chưa chỏng khu. Quán gì mà dựng mé rừng? Tới nhậu, có bữa nó cắt họng lấy thịt làm nhưn bánh bao quá. (Thủy Hử). May cho Lía là chưa đụng tới mấy quán cơm tù ở miền Trung. Ai may, ai rủi, cũng chưa biết chừng! Lại cũng *chưa biết chừng* của thằng rể chệc nói chuyện với bà già vợ.

Hai con mẹ bán heo:

Sau khi đi ăn cướp mở hàng thành công (đánh lớn à nghen; ăn cướp, làm đĩ mà cũng có mở hàng), Lía sai lâu la đi bắt heo về cúng tổ. Mụ chủ nhà nói thiệt, chớ mở miệng mà trả giá một tiếng là dính chấu liền. Đứa nào mà đẻ ra đám cướp cạn này vậy cà?

Hai thằng trả rẻ thúi (ăn cướp mà còn làm bộ trả giá). Mụ Bân giận run, *vung trôn, đá đít, đi ngay vào nhà.* Cái đám bán bia ôm, thay vì mặc đồ thiếu vải, hở đùi, hở rún, cứ học lấy tướng đi của mụ này. Đi thấy bắt thèm, còn hơn cả tướng đi của mấy con người mẫu chưn dài. Chúng vác heo chạy mất, mụ Bân la làng. Làng xóm túa ra, không biết đi bắt cướp hay đi coi mụ vung trôn đá đít? Mãn nhãn rồi, chúng cũng bỏ về. Mụ Bân tiếc của, rượt vô tới chưn núi, quyết ăn thua đủ.

Hai thằng ăn cướp, chạy mệt, quên câu:
> *Sáng ngày, em đi hái dâu,*
> *Gặp hai anh ấy, ngồi câu thạch bàn.*
> *Nó đè em xuống, ...,*

Mới hù mụ Bân:
> *Chớ nào gia tướng đó bây,*
> *Hái gai móc mèo bỏ vào l. mụ Bân.*
> *Mụ Bân mất vía hồn kinh.*
> *Gai bỏ vào l., ngoắt ngoắt chạy ra.*

Mụ sợ mắt mèo hay sợ đám gia tướng?

Nó mà động tới thiên binh vạn mã, thời mình chịu đời sao thấu? Mụ chạy mà còn ngoắt ngoắt. Không có hai thằng đầu đảng, chắc cũng có thằng chạy theo! Mụ ngoắt mà.

Mụ Hạc:

Hết mụ Bân rồi tới mụ Hạc. Nói mười bán chín, chúng cũng không tha. Rốt cuộc, bà nào cũng chổng khu la làng. La làng mất heo ráng chịu à nghen! Mấy bà khác cũng chổng khu mà không la làng thì có mất mát gì đâu!

Những đoạn trên cùng với đoạn đám hát bội lên hát ở Truông Mây, tôi đánh giá là những đoạn đặc sắc. Sâm thì lại chê dài dòng. Có lúc dài dòng. Có khi chóng vánh. Mấy thằng lù đù, chậm lụt, ai cũng chê hà rầm, nhưng có lúc, có nơi lại ăn tiền bộn. Sau này, đọc (người ở Tân An), mỗi tuồng có một màn đặc sắc. Như các tuồng *Nguyệt Kiểu xuất gia, Hạng Võ biệt Ngu Cơ*, tuồng *Đát Kỷ, Trụ Vương...* người đọc bình thường, không biết Trần Phong Sắc, Lương Khắc Ninh cũng được, nhưng mấy người viết văn học sử Việt Nam mà không biết thời kỳ cục quá. Có gì đâu mà kỳ, cái đám mượn đầu heo nấu cháo, cái đám xào đi nấu lại, cái đám cắt dán, có biết cái giống gì đâu mà viết. Mà không biết Lê Quang Chiểu, Lê Sum.. cũng có chết thằng Tây nào! Biết nhiều quá, chỉ tội cái đám học trò.

Tôi nghĩ gì viết nấy. Thôi ráng đọc đi. Xin được thêm vài khuôn mặt các bà. Có thể đã nói rồi. Lỡ quên, thời nói nữa.

Các khuôn mặt các bà trong truyện chàng Lía

Người ta đi cấy lấy công,
Còn em đi cấy chổng mông cho trời.

Ông trời giận run. Xây mặt chỗ khác. Quên phứt việc say thiên lôi (cận thị) đi đánh thằng rậm râu (miệng dọc).

Ông trời dầu xây mặt chỗ nào không biết, chớ nếu gặp cô gái chèo ghe (khác với bơi xuồng) hay đàn bà đi lượm mù u, bỏ quên ống ngoáy, thì chắc ổng cũng đứng chết trân như Từ Hải.

Cậu trai mới lớn, bắt gặp cảnh này, xuất khẩu thành thi lai láng:

"Em mà không chổng lấy gì anh ăn."

(Gương phong tục, sách chép tay, chữ nôm, thế kỷ 19).

Tôi nghe lóm, làm thinh, không dám giảng bừa: nhờ em đi cấy, mưa thuận gió hòa, anh mới có thóc gạo mà ăn no.

Giảng như vậy thà bắt Tản Đà đi bửa củi còn hơn. Mà Tản Đà sáng say chiều xỉn, chắc bửa củi hết nỗi.

Văn Doan Diễn Ca dễ đọc lắm, nêu vài suy nghĩ thô thiển. Chờ các bậc cao minh, trổ tài xào nấu.

❧

Mầy mò bao nhiêu năm trời, nay được đọc Văn Doan, thiệt cũng đáng đồng tiền bát gạo. Chỉ tiếc mình không đủ kiên nhẫn ngồi viết một bài nhận xét đầy đủ, đàng hoàng về truyện Thằng Lía. Điều đó cũng hay, mình chỉ đủ lực đem ra một dĩa đậu phộng, bà con nhai chơi, còn chờ Thằng Lía ra rồi cùng nhập tiệc.

Nguyễn Hiền Tâm
Nguyên giáo sư trường Hoàng Diệu, Sốc Trăng.
Bến tre, ngày 16-11-09

Truyện Chàng Lía* tức *Văn Doan Diễn Ca

Nguyễn Văn Sâm phiên âm & giới thiệu
Nguyễn Hiền Tâm đính chánh & viết bạt
Trương Ngọc Tường cung cấp bản Nôm

Bìa: Khánh Trường

Trình bày và chăm sóc bản thảo, Nguyễn Tuấn Khanh

Thư pháp, Cung Tâm

Địa chỉ liên lạc:

Nguyễn Văn Sâm
12960 High Vista
Victorville, CA, 92395 USA
samnguyen20002002@yahoo.com

Ấn phí ủng hộ: $ 30.00

(Trong nội địa Hoa Kỳ, nhà xuất bản đài thọ cước phí ấn phẩm)

www.ingramcontent.com/pod-product-compliance
Lightning Source LLC
Chambersburg PA
CBHW080921190726
48293CB00010B/2646